அக்கினி வளையங்கள்

நாவல்

சை. பீர்முகம்மது

The views and opinions expressed in this book are the author's own. The facts contained herein were reported to be true as on the date of publication by the author to the publishers of the book, and the publishers are not in any way liable for their accuracy or veracity.

அக்கினி வளையங்கள் (நாவல்)

சை. பீர்முகம்மது

முதல் பதிப்பு: நவம்பர் 2019

வெளியீடு: ©வல்லினம் பதிப்பகம், மலேசியா.
3, Jalang sg, 7/8, Taman SriGombak,
68100 Batu Caves, Selangor, Malaysia
e-mail: valllinamm@gmail.com
web: www.vallinam.com.my

தொடர்புக்கு: +0163194522

இணை வெளியீடு: யாவரும் பப்ளிஷர்ஸ், தமிழ்நாடு, இந்தியா.

Akkini Valaiyangal (Novel)
S. Peer Mohamed
First Edition: November -2019
Published by (Joint): Yaavarum Publishers,
Contact: 90424 61472 / 98416 43380
e-mail: editor@yaavarum.com
Url : www.yaavarum.com; www.be4books.com

Cover Designed by: Manivannan
Designed by : Gopu Rasuvel
Pages: 264   Price : ₹ 250
ISBN : 9789671629970

All rights, including professional, amateur, motion pictures, recitation, public reading, broadcasting and the rights of translation into foreign languages are strictly reserved. No part of this book may be reproduced in whole or in part or utilized in any form or by any means electronic or mechanical, including photocopying, recording or by any information storage and retrieval system now known or hereafter invented, without the prior written permission of the author/publisher.

எம்.ஏ. இளஞ்செல்வனுக்கு...

கலைஞனின் தும்பிக்கை

‘அக்கினி வளையங்கள்’ சை.பீர்முகம்மதுவின் இரண்டாவது நாவல். 2009இல் ‘தென்றல்’ வார இதழில், வாசகர்களின் கவனத்தைப் பெற்ற தொடர்கதை இது. பத்து ஆண்டுகளுக்குப் பிறகு நாவலாகப் பதிப்பிக்க முடிவெடுத்தபோது, ஒட்டுமொத்தக் கதையின் போக்கில் மாற்றமும் செறிவும் அடைந்து நூல்வடிவம் பெற்றுள்ளது.

மலேசிய நாவல் இலக்கியத்தில் இது, குறிப்பிட்டுச் சொல்லத்தக்க ஒரு படைப்பாக இருக்கும். இந்நாவலை, மூன்று அடிப்படைகளில் கவனப்படுத்தவேண்டிய முக்கியத்துவம் இருப்பதாகக் கருதுகிறேன்.

முதலாவதாக, இந்த நாவலில் தோய்ந்துள்ள வரலாற்றுப் பின்புலம்.

இந்நாவல், காலனித்துவ ஆட்சியின் இறுதிக் காலகட்டம் நடக்கும் கதையை விவரிக்கிறது. இரண்டாம் உலகப் போர், தென்கிழக்காசியாவில் ஜப்பானிய ஆதிக்கம், பின் மீண்டும் பிரிட்டிஷ் ஆட்சி என்று, மலேசிய வரலாற்றில் 1930களின் பிற்பகுதி தொடங்கி 1960கள் வரையிலான காலக்கட்டத்தை துன்பமும் கொந்தளிப்பும் துயரமும் நிறைந்திருந்த காலக்கட்டம் எனக் குறிப்பிடலாம். இந்நாட்டு மக்களுக்கு, இந்த மண்ணின்மீதும் தங்கள் வாழ்வின்மீதும் பற்றை ஏற்படுத்திய காலப்பகுதி இது என்றே சொல்ல வேண்டும்.

மரபாக இருந்துவந்த அரசியல் புரிதல்களோடு, நவீன அரசியல் சித்தாந்தங்களின் உரசலும் ஒருங்கிணைவும் இந்நாட்டில் வேரூன்றிய காலக்கட்டமாகவும் இது அமைந்துள்ளது.

ஆண்டாண்டு காலமாக அடிமைகளாக வாழ்ந்து, இந்நிலத்தில் உழைத்துவந்த சாமானிய மக்கள், தங்கள் உரிமைகளையும் உணர்வுகளையும் மீட்டெடுக்கத் தொடங்கியதும் இந்தக் காலக்கட்டத்தில்தான்.

இந்நிலத்தில் வாழ்ந்த எல்லா இன மக்களிடமும் ஒருமித்து எழுந்த விடுதலை உணர்வும் ஆங்கில ஏகாதிபத்தியத்துக்கு எதிரான போராட்டங்களும் இக்காலக்கட்டத்தில் உச்சம் பெற்றன.

இந்திய சுதந்திரப் போராட்டம் உச்சம் பெற்றிருந்த 1940களின் தொடக்கத்தில், இந்தோனேசியாவிலும் மலாயாவிலும் அதன் தாக்கம் அதிகமாக இருந்தது. அதன் விளைவாக, இந்நாட்டு மலாய்க்காரர்கள் ஆங்கில ஏகாதிபத்தியத்துக்கு எதிராகக் குரல் கொடுக்கத் தொடங்கினர்.

இந்திய சுதந்திரப் போராட்டத்தின் மாற்று அணியாக, சுபாஷ் சந்திரபோஸால் அமைக்கப்பட்ட இந்திய தேசிய ராணுவம், இந்நாட்டு இந்தியர்களுக்கு விடுதலை உணர்வையும் அதன்மூலம் ஓர் உயர்வுணர்வையும் ஏற்படுத்தியது. INA படையில் சிங்கை—மலாயா தமிழர்கள் இணைந்து ஆயுதப் போராட்டத்துக்குத் தங்களை தயார்ப்படுத்திக்கொண்டது, போராட்ட வரலாற்றில் முக்கியத் திருப்பமாகும்.

அதேபோல கம்யூனிஸ சித்தாந்தத் தாக்கம், மலாயா மக்களிடம் தன்னுரிமை, சமத்துவச் சிந்தனைகளை விதைத்தது. வர்க்க வேறுபாடுகளை ஒழிக்கும் அடிப்படை நோக்கோடு செயல்பட்ட கம்யூனிஸ்ட் கட்சி, தொழிலாளர் தரப்பின் ஆதரவைப் பெற்று வளர்ந்தது. ஆயினும் மலாயாவில் ரஷ்ய ஆதரவு கம்யூனிஸத்தை விட, சீன ஆதரவு கம்யூனிஸம் பலம்பெற்று வளர்ந்ததால் அவ்வமைப்பில் சீனர்களின் செல்வாக்கு உயர்ந்திருந்தது. அந்தவகையில், 1930கள் முதல் 1960கள் வரை மலாயாவில் ஒரு தீவிரவாதப் போக்குடைய சக்தியாக விளங்கிய கம்யூனிஸம், மக்களிடம் சுதந்திர எழுச்சியை ஏற்படுத்தியது என்பதை மறுப்பதற்கில்லை.

இந்திய தேசிய ராணுவத்தைப் போலவே, மலாயா கம்யூனிஸ்ட் கட்சியும் சிங்கப்பூரில் தொடக்கம் கண்டது. 1927—1928களுக்கிடையில், சிங்கப்பூரில் நன்யாங் கம்யூனிஸ்ட் கட்சி என்ற பெயரில் தொடங்கிய இக்கட்சிதான் பின்னர் மலாயா கம்யூனிஸ்ட் கட்சியானது. அகில மலாயா தொழிற்சங்க சம்மேளனத்துடன் இணைந்து கிட்டத்தட்ட 20 ஆண்டுகாலம் இக்கட்சி, மலேசிய அரசியலில் குறிப்பிடத்தக்க ஆதிக்கத்தைச் செலுத்தியது.

பிரிட்டிஷ் காலனித்துவத்துக்கு எதிராக தன் போராட்டத்தைத் தொடங்கிய மலாயா கம்யூனிஸ்ட் கட்சி, மலாயா ஊழியர் அணியின் பெரும்பான்மையினரான தொழிலாளர்களை அரவணைத்துக்கொண்டது. அவர்களின் நலனுக்கான போராட்டங்களை முன்னெடுத்தது. தொழிற்சங்கங்களுடன் இணைந்து 1930களில் வேலைநிறுத்தங்கள், போராட்டங்களில் ஈடுபட்ட இந்த அமைப்புக்கு பிரிட்டிஷிடம் இருந்து பெரும் எதிர்ப்புக் கிளம்பியது. 1941இல் ஜப்பானியர் மலாயாவைக்

கைப்பற்றிய பின்னர், ஜப்பானியரை எதிர்க்க கம்யூனிஸ்ட்டுகளை பிரிட்டன் பயன்படுத்தத் தொடங்கியது.

மலாயா மக்கள், ஜப்பானிய எதிர்ப்பு ராணுவம் (Malayan People's Anti-Japanese Army (MPAJA)) எனும் பெயர் மாற்றத்துடன் உருவாகிய இப் படை, ஜப்பானுக்கு எதிரான கொரில்லா தாக்குதல்களில் ஈடுபட்டது. பிரிட்டனின் ஆதரவால் ராணுவப் பயிற்சியும் ஆயுதங்களும் பெற்ற கம்யூனிஸ்ட்டுகள், உலகப் போர் முடிந்து மீண்டும் பிரிட்டிஷ் ஆட்சி ஏற்பட்டதும், மலாயா தேசிய விடுதலைப் படை (Malayan National Liberation Army (MNLA) https://en.wikipedia.org/wiki/Malayan_Races_Liberation_Army) என்ற பெயரில் பிரிட்டிஷுக்கு எதிராகத் திரும்பினர். மலாயாவை கம்யூனிஸ்ட் நாடாக்கும் முயற்சியில் மின் நிலையங்கள், நீர்த்தேக்கங்கள் போன்ற பொதுச்சொத்துகளைச் சேதப்படுத்துதல், பொதுப் போக்குவரத்திற்கு குந்தகம் விளைவித்தல், தோட்டங்களில் தாக்குதல் நடத்துதல் என்று, பிரிட்டிஷ் அரசுக்குப் பெரும் பொருளியல் இழப்பை ஏற்படுத்தும் தாக்குதல்களில் ஈடுபட்டனர்.

இந்தப் போராட்டத்தில், பெரும்பகுதி சீனர்களுடன் குறிப்பிடத்தக்க அளவு இந்தியர்களும் சில மலாய்க்காரர்களும் இணைந்திருந்தனர். இந்தியர்களைப் பொறுத்தவரையில், கம்யூனிஸ்ட்டுகளின் போராட்டங்களுக்கு சிலாங்கூர் மாநிலத்தைச் சேர்ந்த பாத்தாங்காலி, களும்பாங், பத்து ஆராங், பேராக் மாநிலத்தைச் சேர்ந்த தஞ்சோங் மாலிம், சிலிம் ரிவர், சுங்கை சிப்புட் போன்ற இடங்களில் வாழ்ந்த இந்தியர்கள் கூடுதலான ஆதரவுகளை வழங்கி வந்தனர்.

உலகின் எல்லா ஆயுதப் போரட்டங்களைப்போலவே மலாயா கம்யூனிஸ்ட்டுகளின் போராட்டத்துக்கும் ஏற்பும் மறுப்புமான இருவகை கருத்துகள் இருந்தன. அரசாங்கம், மலாயா கம்யூனிஸ்ட்டுகளை பயங்கரவாத தரப்பாகச் சித்திரித்து, கடுமையான சட்டங்களின்வழி ஒடுக்கியுள்ளது. ஆயினும் மலாயாவில் அந்நிய ஆட்சி எதிர்ப்பு நிலைபாட்டுடனும் சுதந்திர வேட்கையுடனும் மிகத் தீவிரமாக செயல்பட்ட அமைப்பு அது என்பதை மறுக்கமுடியாது. ஜப்பான், ஆங்கில ஆட்சிகளை இந்நாட்டில் எதிர்த்த ஒரே அமைப்பாக கம்யூனிஸ்ட் கட்சி விளங்குகிறது. அந்தவகையில், மலாயா கம்யூனிஸ்ட்டுகளின் ஆதரவுத் தரப்பு முக்கியத்துவம் பெறுகின்றது. இருப்பினும், கம்யூனிஸ்ட் ஆதரவுத் தரப்பின் குரல் இந்நாட்டுப் புனைவிலக்கியங்களில் மிகக் குறைவாகவே பதிவு செய்யப்பட்டுள்ளது. அதேசமயம், கம்யூனிஸ்ட்டுகளை முற்றுமுழுதாக பயங்கரவாதிகளாகச் சித்திரிக்கப்பட்ட படைப்புகளும் அதிகம் உள்ளன. அவ்வகையில், இந்தியர்களின் கம்யூனிஸ ஈடுபாட்டை மையமாகக் கொண்டே ‘அக்கினி வளையங்கள்’ நாவல் புனையப்பட்டுள்ளது.

அவசர காலம் நடப்பில் இருந்த 1948 முதல் 1960 வரையில், மலாயாவின் உழைக்கும் மக்கள் வேலையில்லாமல், உணவில்லாமல், எப்போதும் அச்ச மனநிலையில் பெருந் துன்பங்களை அனுபவித்தனர். இந்தக் காலக்கட்டத்தில் சிலாங்கூர் தோட்டங்களில் வாழ்ந்த தமிழர்கள் மத்தியில் கம்யூனிஸ தாக்கங்கள் எவ்வாறு இருந்தன என்று இந்த நாவல் சொல்லிச் செல்கிறது.

காடுகளில் மறைந்து வாழ்ந்து, கம்யூனிஸ்ட்டுகள் மேற்கொண்ட கொரில்லா தாக்குதல்கள், காலனித்துவ முதலாளிகளுக்குச் சொந்தமான பல சொத்துகளையும் தோட்டங்களையும் அவர்கள் அழித்தது, மலாயா தேசிய விடுதலைப் படையை ஒடுக்க பிரிட்டன் மேற்கொண்ட புதுக் குடியேற்றத் திட்டம் இதன்மூலம் கம்யூனிஸ்ட்டுகளுக்கு மக்களிடமிருந்து உணவும் பொருளும் கிடைப்பதில் ஏற்பட்ட தடை என பல்வேறு வரலாற்றுச் சம்பவங்களை உள்ளடக்கியிருந்தாலும், இவற்றினூடே காட்டில் போரிட்ட கம்யூனிஸ்ட்டுகளுக்கு உணவு கிடைக்க உதவிய எளிய மக்களின் பதற்றத்தை இந்நாவல் மையமாகக் கொண்டுள்ளது.

மலாயாவில் பல சீர்திருத்தங்களைக் கொண்டுவந்த சர் ஹென்றி கர்னி, அங்கிருந்த கம்யூனிஸ்ட்டுகளை அழிக்கும் முயற்சியில் தீவிரமாகச் செயல்பட்டவர். அவர், 1951இல் சுட்டுக் கொல்லப்பட்டது மற்றும் புக்கிட் கெப்போங் தாக்குதல் போன்றவை மலாயா மக்களிடையே கம்யூனிஸ்ட்டுகளின் மீது பாதுகாப்பின்மை குறித்த அச்சத்தை ஏற்படுத்தின. இதுபோன்ற பெருநிகழ்வுகளை உள்ளடக்கியுள்ள இந் நாவலில், கம்யூனிஸ போராட்டத்தில், தனது பங்கும் இடமும் என்னவென்று முடிவு செய்யமுடியாத குழப்பத்துடன் பயணிக்கும் முத்து என்னும் இளைஞனின் வழியே நாவல் நகர்கிறது.

அந்தவகையில், இந்நாவலின் இரண்டாவது சிறப்பம்சமாக முத்து எனும் கதாபாத்திரத்திடம் உள்ள தடுமாற்றமான பயணத்தைக் குறிப்பிட வேண்டும்.

தான் யாருக்கு விசுவாசமாக இருக்கவேண்டும், ஒரு போராட்ட இயக்கத்தில் தனது இடம் என்ன என்ற குழப்பத்துடனேயே நாவல் முழுவதும் முத்து பயணிக்கிறான். சக மனிதர்களை, தன்னிடம் அன்பு செலுத்துபவர்களை, தன்னை நம்பிவந்தவர்களை — ஒரு லட்சியத்தை நோக்கிப் பயணிப்பவன், அந்தரங்கமாக தான் கொண்டுள்ள நியாயங்களின் தராசுகளில் எவ்வாறு நிறுத்தியும் நிராகரித்தும் செல்கிறான் என்பதாக நாவல் புனையப்பட்டுள்ளது.

மூன்றாவதாக, சண்முகம்பிள்ளையின் பார்வையில் வாழ்வுகுறித்து முன்வைக்கும் தரிசனம் இந்நாவலை முக்கியமானதாக மாற்றுகிறது. நாவலின் தொடக்கம் முதலே தனது நுண்ணுணர்வுகளை அவர் விசாரணைக்கு உட்படுத்துவதும் மனதின் நிகழ்வுகளுக்கு முரணான பாவனைகளை நிகழ்த்திக் காட்டுவதும் அதன் உச்சமாக அவர்

ஏற்றுக்கொள்ளும் தனிமையும் இறுதியில், அதுவே வன்மமாக மாறுவதும் அந்த வன்மத்துக்கான நியாயங்களை தானே உருவாக்கிக்கொள்வதும் என சை.பீர்முகம்மது மிக வலுவான கதாபாத்திரமாக சண்முகம்பிள்ளையை உருவாக்கியுள்ளார்.

மலேசியாவின் கம்யூனிஸ வரலாற்றை முழுமையாகச் சொல்லும் புனைவாக இந்த நாவலை சித்திரிக்க முடியாது. ஒடுக்குமுறைகளால் பொதுமக்களுக்கு ஏற்பட்ட துன்பம், கம்யூனிஸ்ட்டுகளுக்கு விதிக்கப்பட்ட தூக்குத் தண்டனைகள், நாடு கடத்தல் போன்ற விவரங்கள் ஆங்காங்கே சொல்லப்பட்டுள்ள போதிலும், கட்டாய மக்கள் அடையாளப் பதிவு (IC), உணவுப் பங்கீடு, கம்யூனிஸ்ட்டுகளை கண்ட இடத்தில் சுடும் இராணுவ அனுமதி, ஆஸ்திரேலிய இராணுவப் படை, நியூசிலாந்து இராணுவப் படை, இந்திய—சீக்கியப் படை, கூர்கா போர்ப்படை எனப் பல படைகள் கம்யூனிஸ்ட்டுகளை ஒடுக்கும் முயற்சியில் இறங்கின என்ற வரலாற்றின் பல்வேறு சம்பவங்களை நாவல் தொடவில்லை என்றாலும் அது குறையும் அல்ல.

இந்நாவலின் நோக்கம் வரலாற்றைச் சொல்வது அல்ல. ஒரு வரலாற்றுத் தருணத்தில் கடந்துசென்ற எளிய மனிதர்களைப் பற்றிய கதை இது. யானையின் தும்பிக்கை ஒரு மரத்தைச் சாய்க்க முடிவதுபோல, மிகச் சிறிய ஊசியையும் எடுக்கும் ஆற்றல் கொண்டது. ஒரு போராட்டத்தில், பெரு வரலாற்றைச் சொல்லும்போதே, அப்போராட்ட அடுக்கில் மிகக் கீழேயிருக்கும் எளிய மனிதர்கள் என்னவாக உருமாறுகிறார்கள் எனச் சித்திரிப்பதில் இந்நாவல் வெற்றிகண்டுள்ளது.

இந்த எளிய மனிதர்கள் வழியேதான் சை.பீர்முகம்மது வாழ்வை விசாரணை செய்து பார்க்கிறார். அந்த விசாரணையில் எந்த மனிதரும் நல்லவராகவோ, கெட்டவராகவோ இல்லை. ஆயுதங்களுடன் காடுகளில் போராடும் ஒவ்வொரு போராளியும் ஒரு தருணத்தில் பெரும் அலையில் அடித்துச் செல்லப்படுகிறான். தாக்குவதும் இறப்பதும் அந்தப் பேரலையின் உக்கிரத்தில் விசாரணைகளற்று நடக்கிறது. நகரப் பெருங்கூட்டத்தில் வாழும் மனிதர்களும் உணர்வுகளால் அப்படியானவர்களாகவே இயங்குகின்றனர். அதன் ஒரு பகுதி முத்து என்றால், சண்முகம்பிள்ளை மறுபகுதி.

2019ஆம் ஆண்டுக்கான வல்லினம் விருதை சை.பீர்முகம்மது பெறுவதையொட்டி இந்த நாவலை வல்லினம் பதிப்பிப்பது மகிழ்ச்சியைக் கொடுக்கிறது.

— ம. நவீன்

பதிப்பாசிரியர்

1

23 பிப்ரவரி 1950

அதிகாலை நான்கு மணியைக் கடந்தநிலையில்தான், முதல் துப்பாக்கிக் குண்டு வெடித்தது. காவலில் இருந்த கான்ஸ்டபிள் சைடீன் சுதாரித்துக்கொண்டார். ஆபத்து நெருங்கிவிட்டிருந்தது. விரைந்து விசிலை ஊதினார். இரவின் அமைதியை விசில் சத்தம் ஊடுருவிக் குலைத்தது. காவல் நிலையக் குடியிருப்பு பரபரப்பானது. பத்துப் பதினைந்து போலீஸ்காரர்கள் ஆயுதங்களுடன் ஓடிவந்தனர். அந்த அதிகாலைத் தூக்கக் கலக்கத்தில் சட்டென எதுவும் அவர்கள் மூளைக்கு எட்டவில்லை. அடுத்தடுத்த வெடிச்சத்தங்களைக் கேட்டவுடன் தன்னிச்சையாக அவர்களது கைகள் ஆயுதங்களை இறுகப் பற்றின. வெடிச்சத்தம் அதிகரித்தது.

நேற்று மதியம்தான் ஜொகூர், பாகோ வட்டார போலீஸ் தலைமை அதிகாரியான டான்ஸ்ரீ ஜோன் ஜோ ராஜ் வந்திருந்து, கம்யூனிஸ்ட் தாக்குதல் குறித்து எச்சரித்திருந்தார். அவருக்கு உளவுத் தகவல் கிடைத்திருந்தது. நிலையத்தலைமை அதிகாரி சார்ஜன்ட் ஜமீல் முகமட் ஷாவிடம் போலீஸ் கொரில்லா படையைச் சேர்ந்த 10 கான்ஸ்டபிள்களுடன் கூடுதலான ஆயுதங்களையும் அளித்திருந்தார். கம்பத்தின் தலைவர் அலி முஸ்தபாவையும் அவர் சந்தித்து தாக்குதல் சாத்தியம் குறித்து எச்சரித்து, பாதுகாப்பாக இருக்கும்படி கூறியிருந்தார். வேறு போலீஸ் நிலையத்தின் பாதுகாப்பை ஆராய நேற்று மாலையே அவர் கிளம்பி விட்டபோதிலும், ஜமீலும் அவரின் சகாக்களும் கண்காணிப்பையும் பாதுகாப்பையும் அதிகரித்தே இருந்தனர். ஆனால் இவ்வளவு சீக்கிரமாக கம்யூனிஸ்ட் தாக்குதல் நடத்தக்கூடும் என்று அவர்கள் சிறிதும் எதிர்பார்த்திருக்கவில்லை.

நீண்ட பலகைவீடுபோல அமைக்கப்பட்டிருந்த புக்கிட் கெப்போங் காவல் நிலையத்திற்குப் பின்புறமிருந்த இரு அறைகள் போலீஸ் குடியிருப்பாக்கப்பட்டிருந்தன. கம்யூனிஸ்ட்டுகள் எத்தனை பேர் வந்திருக்கக்கூடும் என்று அவர்களால் கணிக்க முடியவில்லை. பல நாட்களாக அவர்கள் தாக்குதலுக்குத் திட்டமிட்டு

வருவதாக ராஜ் கூறியிருந்ததால், தாக்குதல் கடுமையாக இருக்கக்கூடும் என அவர்கள் ஊகித்திருந்தனர்.

தூண்களில் உயரமாகக் கட்டப்பட்டிருந்த அந்தக் காவலர் குடியிருப்பின் கீழ்த்தளத்தில் மணல்மூட்டைகள் அரணாக அடுக்கப்பட்டிருந்தன. காப்ரல் முகமட் யாசின், பயத்தில் நடுங்கிக்கொண்டிருந்த மனைவியைச் சமாதானம் செய்துவிட்டு படுத்திருந்த பாயை காலால் நகர்த்தினார். அதனடியில் பொருத்தப்பட்டிருந்த பலகையை நீக்கி துப்பாக்கியுடன் கீழே குதித்தார். தரையில் கால்களை ஊன்றியபடி மேலே பார்த்தார். அந்த இருளிலும் மனைவியின் கண்களில் பதற்றத்தை அவரால் பார்க்க முடிந்தது. உள்ளே சென்று பாதுகாப்பாக பதுங்கும்படி கூறிக்கொண்டு நகர்ந்தார். துப்பாக்கிச் சத்தங்கள் கேட்டுக்கொண்டேயிருந்தன.

சார்ஜன்ட் ஜமீல், எதிர்த் தாக்குதலை ஆரம்பித்திருந்தார். இருளில் உருவங்கள் அசைவது நிழல்போல் தெரிந்தது. இருட்டுக்குள் இருந்து தீ நாக்குகள் பெரும் சத்தத்துடன் தோன்றி மறைந்தன. ஒரு துப்பாக்கிச் சூட்டுக்கு எதிரொலியாக பலநூறு துப்பாக்கிச் சத்தங்கள் கேட்டன. கம்யூனிஸ்ட்டுகள் ஏராளமானோர் தங்கள் பகுதியை வளைத்திருக்க வேண்டும் என நினைத்தார். லான்ஸ் கோப்ரல் ஜிடின், முதலில் முன்னேறிச் சென்று தூணை அடுத்திருந்த பெரிய மரத்தின் பின்புறமாக மறைந்து நின்றுகொண்டார். ஓய்வில்லாமல் வெடித்துச் சிதறிக்கொண்டிருந்த துப்பாக்கிக் குண்டுகளில் இருந்து தப்பி, சூழ்ந்திருக்கும் கம்யூனிஸ்ட்டுகளை எப்படி தாண்டிச்செல்வது என்பதே அவருக்கு அப்போதைய சவாலாக இருந்தது. ஒரு சிறிய இடைவெளி கிடைத்தால்போதும்; மக்களின் உதவியை நாடமுடியும்.

முவார் ஆற்றோரப் பகுதியில் அமைந்திருந்த அந்தக் காவல் நிலையம், பட்டணத்திலிருந்து ஐம்பது கிலோமீட்டர் தூரத்தில் இருந்தது. வெறும் இருபது குடும்பங்கள் மட்டுமே இருந்த கம்பத்தில் அமைந்துள்ள காவல் நிலையத்தைத் தகர்ப்பது எளிய இலக்கு. இந்தத் தாக்குதலை கம்யூனிஸ்ட்டுகள் ஆராய்ந்து திட்டமிட்டனர். போலீஸ்காரர்களின் நடமாட்டத்தை தொடர்ந்து கண்காணித்து வந்தனர். காவல் நிலையத்தில் சார்ஜன் ரேய் இருக்கும்வரை எதுவும் சாத்தியமில்லை என்பதால் அவர்கள் பதுங்கிக் காத்திருந்தனர். சார்ஜன் ரேய், பாலஸ்தீனத்தில் பணியாற்றிய அனுபவம் உள்ளவர் என்பது அவர்களைத் தயங்கவைத்தது. அவர்

வேறுபகுதிக்கு மாற்றப்பட்டு, சார்ஜன் ஜமீல் புதிதாக பொறுப்பேற்றதிலிருந்து கொஞ்சம் கொஞ்சமாகத் திட்டத்தை வடிவமைத்திருந்தனர்.

பல்வேறு அடுக்குகளில் பணியாற்றிய இருபத்தியிரண்டு போலீஸ்காரர்களும் அந்த அதிகாலையில் உடனடியாக தாக்குதலை எதிர்கொள்ளத் தயாராகினர். இருளில் ஆங்காங்கு பளிச்சிடும் நெருப்பு வெளிச்சத்தில், எதிரணியில் நூற்றுக்கும் மேற்பட்ட கம்யூனிஸ்ட்டுகள் இருக்கலாம் என அவர்கள் கணக்கிட்டனர். இப்போதைக்குத் தேவை சாதுர்யமான நகர்வு எனத் திட்டமிட்டு, குண்டுகளை விரயம் செய்யாமல் தற்காப்புத் தாக்குதலுக்கு இறங்கினர். காவல் நிலையத்தைச் சுற்றிப் போடப்பட்டிருந்த பாதுகாப்பு வேலியை வெட்டிய ஒரு கம்யூனிஸ்ட்டை, லான்ஸ் கோப்ரல் ஜிடினின் துப்பாக்கி பதம்பார்க்கவும் தாக்குதல் இன்னும் உக்கிரம் பெற்றது.

பிசி ஓஸ்மான் முதலில் சுடப்பட்டு, காவல் நிலையப் படிக்கட்டில் சரிந்தார். அந்த முதல் மரணம் போலீஸ் தரப்புக்குக் கொடுத்த அதிர்ச்சி நீங்குவதற்குள் அடுத்தடுத்து போலீஸ்காரர்கள் குண்டு துளைக்கப்பட்டு சரிந்தனர். மாற்று நடவடிக்கைகளில் இறங்க நேரமில்லை என உணர்ந்த சார்ஜன் ஜமீல், முன்னேறிவரும் கம்யூனிஸ்ட்டுகளை சுடத் தொடங்கினார். போலீஸ் தரப்பு பலவீனமாகிக் கொண்டிருந்தது. எதிர்பாராத சூழலில் கம்யூனிஸ்ட்டுகளிடமிருந்து சரணடையக் கோரி அறிவிப்பு வந்தது. ஒலிபெருக்கியில் கம்யூனிஸ்ட் தாக்குதலுக்கு பொறுப்பேற்றிருந்த மாட் இன்டெரா, போலிஸை சரணடையச் சொல்லி கத்திக்கொண்டிருந்தான். சார்ஜன் ஜமீல், தடுமாறாமல் சட்டென்று முடிவெடுத்தார். அவரின் இடமும் வலமும் சக போலீஸ் நண்பர்களின் சடலங்கள் கிடந்தன. ரத்தவாடை நாசியைத் தீண்டியது. சார்ஜன் ஜமீலின் மனம் மேலும் இறுகிக்கொண்டிருந்தது. “சரணடையக்கூடாது... சரணடையக்கூடாது...” என்று மந்திரம் போல் அவர் வாய் முணுமுணுத்துக் கொண்டிருந்தது. சரணடைதல் அவமானம். சாகும்வரையில் கடமையிலிருந்து தவறக்கூடாது என்பதில் பிடிவாதமாக இருந்தார். குறைந்த ஆயுதங்களுடனும் ஆள்பலத்துடனும் அவர் தாக்குதலைத் தொடர்ந்தார். அவரின் மனஉறுதி போலீஸ் தரப்புக்கும் பெரும் ஊக்கத்தைக் கொடுத்தது. குடியிருப்பில் இருந்த அவர்களின் குடும்பத்தினர் பிரார்த்தனை செய்யத் தொடங்கியிருந்தனர். குழந்தைகள் அழத் தொடங்கினர்.

இரண்டாம் கட்டத் தாக்குதல் மேலும் உக்கிரம் அடைந்தது. வெடிச் சத்தங்கள் கம்பம் வரை கேட்டது. கம்பத்து மக்களில் சிலர், கம்யூனிஸ்ட்டுகளை எதிர்ப்பதில் தீவிரமாக இருந்தனர். மக்களைப் பாதுகாக்கும் பொறுப்பில் தங்களைப் பிணைத்துக்கொள்வதில் உறுதியாகச் செயல்பட்டனர். போலீஸ்காரர்களுக்கும் அவர்களுக்கும் நல்லுறவு இருந்தது. முதலில் கம்யூனிஸ்ட்டுகளின் பயிற்சி என நினைத்த கம்பத்து பாதுகாப்புக் குழுவினர் பின்னர் ஏதோ அசம்பாவிதத்தின் அடையாளம் என உணர்ந்துகொண்டனர். அபாய மணியெழுப்பி அங்கிருந்த அனைவரையும் விழிக்கவைத்தனர். அது அதிகாலைத் தொழுகை நேரம். பெரும்பாலான வீடுகள் விழித்திருந்தன. தகவல் விரைவாகப் பரவி, மக்களும் கையில் கிடைத்த ஆயுதங்களுடன் புறப்பட்டனர்.

கம்பத்திலிருந்து வந்த மக்கள் சூழலை அறிந்துகொண்டவுடன் கம்யூனிஸ்ட்டுகளைப் பின்புறமிருந்து தாக்கத் தொடங்கினர்.

அவர்கள் சிலரிடம் கைத்துப்பாக்கிகள் இருந்தன. சிலர் வெட்டரிவாள், குறுவாள்களை வைத்திருந்தனர். எனினும் மக்களின் தாக்குதலை எதிர்பார்த்திருந்த கம்யூனிஸ்ட்டுகள் அவர்களை பாதியிலேயே தடுத்து நிறுத்தினர். எதிர்த்தவர்களைத் தாக்கினர். அவர்களை முன்னேறவிடாமல் செய்யும் வகையில் தடுப்பரண்களை ஏற்படுத்தி, கம்யூனிஸ்ட்டுகள் சுற்றிவளைத்தனர்.

தொடர்ந்து உயிர்ச் சேதங்கள். குழந்தைகள் மூலைகளில் முடங்கிக் கொண்டனர். கைக்குழந்தைகள் தொட்டிலில் பதறி அழுதனர். நூற்றுக்கும் மேற்பட்ட போராளிகளைக் கொண்ட தங்கள் படை, வெறும் இருபதுபேருக்குமேல் உள்ள காவல் நிலையத்தை எளிதாகக் கைப்பற்றிவிட முடியும் என்ற திட்டம் அவ்வளவு எளிதில் சாத்தியமாகிவிடாது என்பதை உணர்ந்த கம்யூனிஸ்ட் படைகளுக்கு ஏமாற்றமாகவே இருந்தது. போராட்டம் காலை ஏழு மணி வரை தொடர்ந்துகொண்டிருந்தது. கம்யூனிஸ்ட் படையினரில் ஒரு பிரிவு கம்பத்தில் இருந்த மளிகைக் கடையில் புகுந்து தங்களுக்குத் தேவையான உணவுகளைச் சூறையாடிச் சென்றது.

நேரம் ஆக ஆக கம்யூனிஸ்ட்டுகளின் குண்டுகள் பலகைகளைத் துளைத்துக் கொண்டு வீடுகளுக்குள் இருந்தோரையும் தாக்கியது. தன் கணவன், தன் தந்தை, தன் உடன்பிறப்பு என ஒவ்வொருவராக கண்முன்னே சூடுபட்டு இறப்பதைக் கண்ட பெண்களும் குழந்தைகளும் அச்சத்தில் அலறத் தொடங்கினர். காவலர்களுக்கு உணர்வுகளை

வெளிப்படுத்த நேரமில்லை. எவ்வளவு முடியுமோ அவ்வளவு மரணம். எவ்வளவு தீருமோ அவ்வளவு கோபம். எவ்வளவு உஷ்ணமோ அவ்வளவு வேகம். விடாமல் போராடிக்கொண்டிருந்தனர்.

வெளிச்சம் வந்ததும் கம்யூனிஸ்ட் படை, கையெறி குண்டுகளை வீசி மண் குவிந்த பாதுகாப்பு அரண்களைத் தகர்க்கத் தொடங்கியது. வெடித்த குண்டுகள் சில காவலர்கள் உயிர்களைப் பலிகொண்டன.

ஒன்றிரண்டு போலீஸ்காரர்கள் மட்டும் இடுக்குகளில் புகுந்து ஒளிந்துகொண்டனர். அதில் காப்ரல் ஜிடினும் இருந்தார். தன் முழுபலத்தை இழந்தநிலையிலும் அவரிடம் நம்பிக்கை இருந்தது. ஏதோ ஒரு திக்கிலிருந்து யார்மூலமாவது உதவிகள் வரலாம் என நம்பினார்.

காலை 7.30 மணியளவில் கம்யூனிஸ்ட்டுகள் போர்நிறுத்த ஒலியை எழுப்பினர். தாக்குதல்காரர்களில் ஒருவன், ஒலிபெருக்கியில் “உங்களைச் சுற்றிவளைத்துவிட்டோம். சரணடைந்துவிடுங்கள். நீங்கள் உயிர் தப்பலாம். உங்களைக் கொல்லமாட்டோம்...” என்று கூவினான்.

“நாங்கள் ஒருபோதும் சரணடையப்போவதில்லை. உங்களை அழிக்காமல் விடமாட்டோம்...” என்று, சார்ஜன்ட் ஜமீல் பதிலுக்கு முழங்கினார்.

கம்யூனிஸ்ட் படையினர் காவல் நிலையத்தைச் சுற்றிவளைத்தனர். பெட்ரோல் வெடிகுண்டுகளை காவல் நிலையத்தின்மீதும் காவலர் குடியிருப்பின்மீதும் வீசினர். பெட்ரோல் வெடித்து குபுகுபுவென்று தீ பரவியது.

நிலையத்துக்குள் இருந்த போலீஸ்காரர்களும் குடியிருப்புக்கு உள்ளேயிருந்த அவர்களின் குடும்பத்தினரும் வெளியேறுவதற்குள் நெருப்பு சூழ்ந்துகொண்டது. வெளிப்புறத்தில் புதர்ப்பகுதியில் பதுங்கியிருந்த பிசி ஓஸ்மானின் மனைவி, குழந்தையுடன் தப்பி ஓடும்போது கம்யூனிஸ்ட்டுகளின் கையில் பிடிபட்டாள். தாயை இழந்து தொட்டிலில் உறங்கிய குழந்தைகளும் மூலையில் முடங்கிக்கிடந்த சிறுவர்களும் புகையில் மயக்கமுற்று தீக்கு இரையாகத் தொடங்கினர்.

தப்பியோடிய பெண்களைப் பிணையாகப் பிடித்து, போலீஸை சரணடையச் சொல்லி இரண்டாவது எச்சரிக்கை கம்யூனிஸ்ட்டு களிடமிருந்து வந்தபோதும் காவலர்கள் இணங்க மறுத்தனர்.

நேற்று மாலை கிளம்பும்போது, படகில் ஒருகாலை வைத்தபடி ராஜ் பாதுகாப்பைத் தீவிரப்படுத்தி, மிக ஜாக்கிரதையாக இருக்கும்படி மீண்டும் எச்சரித்தார். அப்போது அங்கே சகபடையினர் முன்னிலையில், "எங்கள் உயிர்போனாலும் போகுமேயொழிய ஒருபோதும் கம்யூனிஸ்ட்டுகளின் கையை ஓங்கவிடமாட்டோம்" என்று கூறியதை ஜமீல் நினைத்துக்கொண்டார். போலீஸ் படையின் கௌரவம் தன் கையில் இருப்பதை தனக்குள் மீண்டும் வலியுறுத்திக் கொண்ட அவர், "முடிந்தவரை தாக்குங்கள்..." என்று அலறினார்.

கோப்ரல் ஜிடின் கடுமையான தாக்குதலில் ஈடுபட, சில கம்யூனிஸ்ட்டுகளின் உடல்கள் சரிந்தன. சூடுபட்டு உயிரைப் பிடித்துக் கொண்டிருந்த போலீஸ்காரர்கள் தீயில் சிக்கி கருகினர். குற்றுயிரும் குலையுயிருமாக தப்பிவந்த போலீஸ்காரர்களை கம்யூனிஸ்ட்டுகள் பிடித்து, எரிந்துகொண்டிருந்த தீக்குள் வீசியெறிந்தனர். பலகையால் கட்டப்பட்டிருந்த காவல் நிலையம் கொழுந்துவிட்டு எரிந்துகொண்டிருந்தது. கையில் ஏந்திய துப்பாக்கியுடன் தரையில் விழுந்துகிடந்த ஜமீலை, தீ நாக்குகள் காலில் இருந்து சுவைக்கத் தொடங்கியிருந்தன.

கம்யூனிஸ்ட்டுகளால் விடுவிக்கப்பட்ட பெண்களும் குழந்தைகளும் கரும்புகையுடன் எரிந்துகொண்டிருக்கும் தங்கள் உறவுகள், உடமைகளின், வாழ்விடத்தின் இறுதித் துடிப்பை, தொலைவில் நின்றபடி பார்த்துக் கதறியழுதனர்.

★★★

புக்கிட் கெப்போங்கில் நடந்த இந்தச் சம்பவம் குறித்து நாடு முழுவதும் பரபரப்பாக பேசப்பட்டுக்கொண்டிருந்தது. போலீஸ் தொடர்ச்சியாக, கம்யூனிஸ்ட்டுகள் எவ்வளவு மோசமானவர்கள் என்று பிரச்சாரம் செய்துகொண்டிருந்ததில் பலரும் பயத்தில் இருந்தனர். நாளிதழ்களில், புக்கிட் கெப்போங் காவல் நிலையம் எரிந்த சம்பவம் தொடர் செய்திகளாயின. நாளிதழ்கள், பலமணி நேரப் போராட்டத்தில் 23 போலீஸ்காரர்கள் ஈவிரக்கமின்றி கொல்லப்பட்டதையும் மேலும் அவர்களின் பெண்கள், குழந்தைகள், அக்கம்பக்கத்தில் வாழ்ந்த மக்களில் பலரும் தாக்குதலினாலும் தீயினாலும் உயிர் இழந்ததையும், காயம் அடைந்ததையும் படங்களோடு செய்தி வெளியிட்டிருந்தன. புக்கிட் கெப்போங் தாக்குதல் மக்களை மிகவும் பயமுறுத்தியிருந்தது. 'கம்யூனிஸ்ட்டுகள்' என்ற சொல்லையே ரகசியக்குரலில் வெளியே யாருக்கும் கேட்காமல் கிசுகிசுத்துப் பேசிக்கொண்டனர்.

சிலாங்கூரில் உள்ள பத்து எஸ்டேட்டில் உள்ள காக்கா கடையில் கூடியிருந்த தோட்டப் பாட்டாளிகளுக்கு மத்தியில் இதுவே கடந்த சிலநாட்களாக பேச்சாக இருந்தது. எல்லாம் கிசுகிசுப்பான குரல்களில்தான். போலீஸ் ஆள்களோ, கம்யூனிஸ்ட்டுகளோ தங்கள் பேச்சை ஒட்டுக்கேட்கக்கூடும் என்கிற பயம் எல்லோரிடமும் இருந்தது. யாரோ ஒருவரை நாளிதழை வாசிக்கச் சொல்லி சூழ்ந்துகொண்டு கேட்கும் கூட்டம், நிறுத்தப்படும் ஒவ்வொரு வரியின்போதும் இறந்தவர்களை எண்ணிப் பரிதாபப்பட்டது.

சண்முகம் பிள்ளையின் கார் டிரைவராக வேலையில் சேர்ந்திருக்கும் முத்துவுக்கும் காக்கா கடையில் கணக்கு இருந்தது. மாலை நேரத்தில் அங்குதான் அவன் இருப்பான். அவனோடு போர்மேன் தேசிங்கும் இருப்பான். இருவரும் மக்கள் பேச்சில் அதிகம் கலந்துகொள்வது கிடையாது.

காலை முதல் யாரிடமும் அதிகம் பேசாமல், சொல்லும் வேலைகளை மட்டும் செய்யும் முத்துவை கொஞ்சம் ஆயாசப்படுத்துவது அந்த டீ கடைதான். அவன் உரையாடல்களில் கலந்துகொள்ளாவிட்டாலும் எவர் பேசுவதையும் ஆர்வம்குன்றாமல் கேட்பான். எல்லோரிடமும் சொல்ல ஏதோ ஒரு கருத்து இருந்தது. ஊரடங்குச் சட்டம் அமலில் இருந்ததால், மாலை டீயுடன் அவரவர் வீடுகளுக்குள் அடைந்துவிட வேண்டும். முத்து வீட்டுக்குச் செல்வது அரிது. காக்கா கடைக்கு நேர் எதிர்ப்புறத்தில் அவன் லயம் இருந்தது. சண்முகம்பிள்ளை அவனுக்காக பங்களாவின் பின்புறம் உள்ள குவாட்டர்ஸில் அறை ஒதுக்கியிருந்தார். அவருக்கு, அவன் எப்போதும் அருகில் இருக்கவேண்டும். அவர் பயணங்கள் முன்திட்டமில்லாதவை.

காக்கா கடையில் இருந்த சிலர், கம்யூனிஸ்ட்டுகளுக்கு ஆதரவாகவும் சிலர் எதிர்ப்பாகவும் பேசிக்கொண்டிருந்தனர். காக்காவுக்கு அதைப்பற்றியெல்லாம் ஒரு கவலையும் இல்லை. இப்படி, ஏதாவது சுவாரசியமாகப் பேசினால்தான் அவர் கடையில் பரோட்டா தீரும். எனவே, எந்த வாக்குவாதத்திலும் இருதரப்புக்கும் சரிசமமாக தலையாட்டிக்கொள்வார். அவர் மனைவி பாத்திமா, தலையைக்கூட எதற்கும் ஆட்டாதவள். டீ தயார்செய்து அவசர அவசரமாகக் கொடுத்துவிட்டு உள்ளே சென்றுவிடுவாள்.

முத்துவை, சண்முகம்பிள்ளையின் பிரதிநிதி போலவே பெரும்பாலானோர் பார்த்தனர். சண்முகம்பிள்ளை, வெள்ளைக் காரனிடமிருந்து தோட்டத்தை வாங்கியிருக்கும் புது முதலாளி.

“மொதலாளி என்ன சொல்றாரு?” என, அவனைப் பார்த்த மாத்திரத்தில் கேட்காதவர்கள் குறைவு. அதில் ஒரு கிண்டலும் கேலியும் சேர்ந்தே ஒலிக்கும். “மொதலாளி கோயிலைப் புதுப்பிச்சு கும்பாபிஷேகம் செய்யப்போறார்” என்று, பெருமையாக முத்து கூறிய செய்தியை அப்போது யாரும் அவ்வளவு பொருட்படுத்த வில்லை. அவசரகாலம் நடப்பில் இருக்கும்போது அதெல்லாம் சாத்தியம் இல்லையென்றே பேசிக்கொண்டனர். சிலர் முத்துவை கிண்டல் செய்தனர்.

முத்துவுக்கு எப்போதுமே நெருக்கமாக தேசிங்குதான் இருந்தான். முத்துவுக்கு அவனை அதிகம் பிடித்திருந்தது. தேசிங்கு அதிகம் பேசமாட்டான். ஆனால் கூர்மையாக எதையும் அனுமானிப்பவனாக இருந்தான். ஒருசமயம், முத்துவின் கன்னங்களில் சிவப்புக்கோடு இருந்தபோது, “மொதலாளி அடிச்சாரா?” எனக்கேட்டது அவன்தான். முத்து, சற்று அதிர்ந்தேவிட்டான். முதல்நாள் முழுவதும் அவன் வீட்டில் யாருமே கண்டுபிடிக்காத அந்த வடுவை தேசிங்கு குறிப்பிட்டுச் சொன்னபோது நட்பு மலர்ந்தது.

யாருமே அவனை, ஒரு மனிதனாகப் பொருட்படுத்தாதபோது தேசிங்கு அவனுக்கு ஆறுதல் கூறுவதும் பொறுமையாக இருக்கச்சொல்வதும் அவனது பொழுதை உற்சாகமாக்கும். மறுநாள் வேலைசெய்ய தெம்பைக் கொடுக்கும். அன்று முழுவதும் மக்கள் பேசுவதைப் பொறுமையாகக் கேட்டுக்கொண்டிருக்கும் தேசிங்கு இறுதியாக, தன் கருத்தை முத்துவிடம் மட்டும் சொல்வான். அது, எப்போதும் புதுமையாக இருக்கும். எல்லாக் கருத்துகளையும் அடித்து வீழ்த்துவதாக இருக்கும்.

புக்கிட் கெப்போங் பற்றி பரபரப்பாக பேசிக்கொண்டிருந்த அந்த மாலையில் அவரவர் வீட்டை நோக்கிச் சென்றபிறகு முத்து கேட்டான்:

“நெசமாவே கம்யூனிஸ்ட்டுங்க அவ்வளோ கெட்டவங்களா?”

தேசிங்கு அவனைக் கூர்ந்து பார்த்தான். மெல்லச் சிரித்தபடி தோளைத் தட்டிக்கொடுத்தான்.

2

"டேய்... லொடக் சீத்தாராம் வந்துருச்சிடோ!"

மாலை மங்கும்வேளையில், கடைசியாக தோட்டத்தை அடைந்த பஸ்ஸை டிரைவர் சீத்தாராம் ஓட்டிவந்தார். அதுவொரு பழைய பஸ். ஓடும்போதே 'லொடக்... லொடக்'கென்று தனது வயதை அறிவித்தவாறு, தட்டுத் தடுமாறி குண்டுங்குழியுமான தோட்டத்து செம்மண் சாலையில் தூசியை எழுப்பிக்கொண்டு வரும்போதே சிறுவர்கள் அதன்பின்னே கூச்சலிட்டவாறு ஓடுவார்கள்.

வழக்கத்துக்கு மாறாக, இன்று மூன்று மணிக்குப் பெய்த மழைக்குப்பின் விடாத தூறலும் இருந்ததால், அந்தச் செம்மண் சாலையில் மலைக்காட்டு வெள்ளம் ஓடிக்கொண்டிருந்தது. தோட்டத்துச் சிறுவர்கள், வெள்ளத்தில் மிதக்கும் பந்தை உதைத்து விளையாடுவதிலும், கற்களில் பாத்திகட்டி மீன் பிடிக்கும் பாவனையில் குச்சிகளை மீனாக நினைத்துப் பிடிப்பதிலும் குதூகலத்துடன் கூச்சலிட்டுக் கொண்டிருந்தபோதுதான் லொடக் சீத்தாராம் பஸ் வந்தது.

டிரைவர் சீத்தாராம், அந்தச் சிறுவர்கள் பிறக்காத காலத்திலிருந்தே அந்த பஸ்ஸை கோலாலம்பூரிலிருந்து ஓட்டி வருகிறார். பஸ் கம்பெனி, ஏதோ போனால்போகட்டும் என்று தோட்டம்வரையிலும் அதன் பயணத்தை நீட்டித்துக் கொடுத்ததாகத்தான் அனைவரும் நினைத்தார்கள். தோட்டத்தைத் தாண்டி ஒரு மலாய்க்கம்பம் இருந்தது. கம்பத்துவாசிகள் அரசாங்கத்திடம் மகஜர் கொடுத்த பிறகே, தோட்டம்வழியாக மலாய்க்கம்பம் வரையில் பஸ், தன் பயணத்தை நீட்டித்திருந்தது.

அந்தச் சிறுவர்கள், சீத்தாராமுக்கு 'லொடக்' என்றுதான் முதலில் பெயர் வைத்தார்கள். தமிழாசிரியர்தான் 'லொடக் சீத்தாராம்' என்று பெயரை மாற்றினார். அந்தப் பெயர், பஸ்ஸுக்கும் சீத்தாராமுக்கும் பொதுப்பெயரானது. சிறுவர்கள் இட்ட பெயர்

பரவி, இப்பொழுது தோட்டம் முழுதும் அப்பெயரே நிலைத்துள்ளது.

"ஊய்" என்று சிறுவர்கள் கத்தியவாறு பஸ்ஸின் பின்னே ஓடிவர, செம்மண் சாலையில் ஆங்காங்கே தேங்கியிருந்த மழைநீர் நாலாபக்கமும் தாராளமாக விசிறியடித்தது. பஸ்ஸில் முளைத்த புதிய இறக்கைபோல் சகதிநீர் நாலு சக்கரங்களிலிருந்தும் பாய்ந்து வீசியது. தோட்டத்து மாரியம்மன் கோயிலைத் தாண்டி காக்கா கடைமுன் வந்து நின்றபொழுது, பஸ்ஸிலிருந்து பல வண்ணங்களில் பளபளக்கும் பாவாடை தாவணியும் சேலையுமாக பெண்கள் கூட்டமும், வேட்டி, சட்டை, முழுக்கால் சிலுவாருடன் ஆண்கள் கூட்டமுமென மூட்டை முடிச்சுகளுடன் இறங்கின.

"ஏய் தாத்தா, பாட்டி, பெரியம்மா, சின்னம்மா, மாமா, அத்தை..." என்ற அத்தனை உறவுமுறைகளையும் கூவியவாறு, சகதி நிறைந்த உடல்களுடன் பஸ்ஸுக்குப் பின்னே ஓடிவந்த சிறுவர்கள் கூட்டம், பஸ்ஸிலிருந்து இறங்கிய உறவுகளை மொய்த்துக்கொண்டது. புத்தாடையில் சேறு ஒட்டிக்கொள்ளும் என்ற நினைப்பே இல்லாமல் அந்தச் சிறுவர்களை அவர்கள் அணைத்துக்கொண்டனர். 'லொடக், லொடக்' என்ற, தனது முனகலுடன் பஸ் புறப்பட்டது. டவுனிலிருந்தும் தூரத்துத் தோட்டங்களிலிருந்தும் 'பத்து' எஸ்டேட்டிலிருந்தும் அவர்கள் வந்திருந்தார்கள்.

வழக்கமாக, திருமணங்களின்போது அக்கம்பக்கத்து சொந்தங்கள் சந்தித்துக் கொள்வார்கள். இல்லையென்றால், சாவுச் செய்திகள் கிடைக்கும்போது சொந்த பந்தங்களைக் காண காடியோ, பஸ்ஸோ பிடித்து அழுதடித்துக்கொண்டு ஓடிவருவார்கள். ஆனால் இந்தமுறை மாரியம்மன் கோயில் கும்பாபிஷேகம், சொந்தங்கள் சந்தித்துக்கொள்ள வாய்ப்பாக அமைந்தது. கெடுபிடியான அவசரகாலத்தில், ஒரு பயணமும் சொந்தங்களின் சந்திப்பும் உள்ளபடியே அவர்களுக்குப் புத்துணர்ச்சி கொடுப்பதாக அமைந்தன.

தோட்டத்து மாரியம்மன் கோயிலுக்கு நாளை கும்பாபிஷேகம்.

இரண்டு ஆண்டுகளுக்குமுன் முத்து, சண்முகம்பிள்ளை ஏற்பாடு செய்யும் கும்பாபிஷேகம் குறித்து கூறியபோது யாரும் நம்பவில்லை. கம்யூனிஸ்ட்டுகளால் கடும் கட்டுப்பாடுகள் நிலவிவந்த சூழலில், நிச்சயம் அது நடக்கச் சாத்தியம் இல்லையென்றே பலரும் கூறிவந்தனர். அதற்கேற்றது போலவே தொடர்ச்சியாக, சுற்றியிருந்த பல தோட்ட முதலாளிகள் கம்யூனிஸ்ட்டுகளால் கொல்லப்பட்டதும் கடைகள்

சூறையாடப்பட்டதும் சுதந்திரமாக நடமாடுவதை இறுக்கிக்கொண்டே சென்றது. எல்லாவற்றையும் மீறி கோயில் கும்பாபிஷேகம் நடப்பது, சண்முகம்பிள்ளையின் மன உறுதியாலும் அம்பாளின் அனுக்கிரகத்தாலும்தான் எனத் தோட்டத்தில் பேசிக்கொண்டனர். அது, சக்திவாய்ந்த சாமி என்னும் நம்பிக்கை மக்களிடம் கூடிக்கொண்டே சென்றது.

முன்பொரு சமயம் தோட்டக்காட்டில் வேலைசெய்த கருப்பன், விடிகாலையில் அந்தப்பக்கமாக நடந்தபோது, ஒரு நாகப்பாம்புப் புற்றைப் பார்த்திருக்கிறான். அதில் அம்மனின் உருவத்தைப் பார்த்த அவன் அங்கேயே மயங்கி விழுந்துவிட்டான். பிறகு தோட்ட மக்களிடம் இந்தச் செய்தி பரவி, எல்லாரும் வந்து பார்த்து வழிபடத் தொடங்கினார்கள். எல்லாருமாகச் சேர்ந்து, பலகைச் சுவராலும் தகரக் கூரையாலும் ஒரு கோயிலைக் கட்டினர். அந்த மாரியம்மன், எந்தக் குறையையும் தீர்த்து வைப்பாள் என்பது தோட்டத்து மக்களின் அசைக்கமுடியாத நம்பிக்கை. அதன்பிறகு, பல ஆண்டுகள் கழித்து அம்மனின் திருவுருவச் சிலையைக் கருங்கல்லால் செய்து வைத்தனர்.

சண்முகம்பிள்ளை, இந்தத் தோட்டத்தை வாங்க முடிவுசெய்து இங்கே வந்தபோது, முதலில் பார்த்தது மாரியம்மனைத்தான். வடக்குப் பார்த்து அமர்ந்திருக்கும் மாரியம்மன் அந்தத் தோட்டத்தில் மட்டுமின்றி, அக்கம்பக்கத்து தோட்டங்களிலெல்லாம் பிரசித்தம் என்றும் அம்மனின் பெருமைகள் பற்றியும் அவரிடம் கூறிய கோயில் பூசாரி மாயாண்டி, மாரியம்மனை பிரதிஷ்டை செய்தபோது சிறிய அளவில் நடந்த கும்பாபிஷேகத்திற்குப் பிறகு, கோயிலுக்கு எந்தத் திருப்பணியும் நடந்ததில்லை என்பதையும் சண்முகம்பிள்ளை காதில் போட்டுவைத்தார். தோட்டம் நல்ல விலைக்குக் கைமாறினால், கோயிலைப் பெரிதாக எழுப்பி, விமரிசையாக கும்பாபிஷேகம் செய்வதாக அப்போது சண்முகம்பிள்ளை வேண்டிக்கொண்டார்.

இரண்டு வருடங்களுக்குமுன்பு, வெள்ளைக்காரத் துரையிடம் இருந்து நல்ல லாபத்துக்குத் தோட்டத்தை சண்முகம்பிள்ளை வாங்கினார். தோட்டம் கைமாறியதும் முதல் வேலையாக அவர் ஆரம்பித்தது கோயில் திருப்பணியைத்தான். பதற்றமான சூழல் இருந்ததால் வேலை மெதுவாகவே நகர்ந்தது.

சிறிய ஐந்தடுக்கு கோபுரத்துடன் வாசலும் அம்மன் சன்னதியும் வைத்து கோயில் கட்ட முடிவுசெய்து, தேவகோட்டையில்

பிரபலமான கணபதி ஸ்தபதியின் பிரதம சிஷ்யர் தட்சிணாமூர்த்தியை வரவழைத்தார். அவர் வரும்போதே புதிதாக பிள்ளையார், முருகன் விக்கிரகத்தையும் கையோடு கொண்டுவந்துவிட்டார். தட்சிணாமூர்த்தி ஸ்தபதியும் அவருடன் வந்த உதவியாளர்களும் தோட்டத்து வேலையாட்களுடன் சேர்ந்து கிட்டத்தட்ட எட்டு மாத காலமாக கோயில் திருப்பணியில் முழுமூச்சுடன் ஈடுபட்டு வருகின்றனர். கப்பல் போக்குவரத்தும் பொருட்கள் கிடைப்பதும் சிரமமாக இருக்கும் இந்தக் காலகட்டத்தில்கூட எப்படியோ ஆள்பேரை பிடித்து, கோயில் கட்டுமானத்துக்குத் தேவையான சாமான்களை சண்முகம்பிள்ளை வரவழைத்துவிட்டார்.

மாரியம்மன் சன்னிதி வாசலில் இடதுபுறம் பிள்ளையார், வலதுபுறம் வள்ளி, தெய்வானையுடன் கூடிய முருகன். அம்மன் சன்னிதியை 50பேர் நின்று கும்பிடக்கூடிய அளவுக்குப் பெரிதாகவே கட்டினார். ஆலயத்தின் உட்புறம் முழுதும் வண்ணக்கற்கள் பதிக்கப்பட்டபோது தோட்டமே வாய்பிளந்து பார்த்து வியந்தது. இப்படி ஒரு ஆடம்பரத்தை அவர்கள் வாழ்நாளில் பார்த்ததில்லை. சுற்றுச் சுவருக்கும் சிவப்பு-வெள்ளை வண்ணம் பூசப்பட்டு, கோயில் கும்பாபிஷேகத்திற்குத் தயாரான நாளிலிருந்து தோட்ட மக்களுக்குத் தூக்கம் பிடிக்கவில்லை. ஆளாளுக்கு கோயிலைச் சுற்றிலும் கோயிலுக்குள்ளும் பூ மரங்களையும், புன்னை, வேம்பு போன்ற மரங்களையும் நட்டுப் பராமரிக்கத் தொடங்கிவிட்டார்கள். கோயிலுக்காக, சண்முகம்பிள்ளை வாங்கிய பசுவுக்கும் கன்றுக்கும் தோட்டத்தில் ஏகமரியாதை. வாசல் பக்கத்தில் தனியாக அமைக்கப்பட்டிருக்கும் மணிக்கூண்டில், எப்போது மணியடிக்கும் என்று ஆவலோடு எதிர்பார்க்கத் தொடங்கிவிட்டனர்.

கோயிலை சிறப்பாகக்கட்டி முடித்தது போல, கும்பாபிஷேகத்தையும் சிறப்பாக நடத்த முடிவுசெய்து, ஐயர்களையும் ஊரிலிருந்து வரவழைத்தார். 48 நாள் யந்திர பூசை. இரண்டு நாட்களுக்கு முன்னர் யாகசாலை பூசை தொடங்கியது. யாகசாலை அமைப்பது, அதை அலங்காரம் செய்வது எல்லாவற்றையும் தோட்ட மக்களே பார்த்துக்கொண்டனர். சாமி காரியம் என்கிற பக்தியும் கவனமும் எல்லோர் முகத்திலும் மிகுந்து தெரிந்தது.

கும்பாபிஷேகம் மிகச் சிறப்பாக அமையவேண்டும் என்று சண்முகம்பிள்ளை எல்லாவித ஏற்பாடுகளையும் செய்திருந்தார். அதில், தன் நண்பரும், ராமநாதபுரம் மடாதிபதியுமாகிய சுவாமி சிவசிதம்பர அடிகளை வரவழைத்திருந்தது உச்சமாக அமைந்திருந்தது.

ஒவ்வொருநாள் மாலையிலும் பூஜைகளுக்குப் பிறகு சுவாமிகளின் ஆன்மீக உரைகள் சிறப்பாக இடம்பெற்று வந்தன.

விமானக் கலசம் பிரதிஷ்டை, அஷ்டபந்தன மருந்து சாற்றுதல், தெய்வங்களுக்குக் கண்திறப்பு, நவரத்தினம் போடுதல் என, கடந்த இரண்டு நாட்களாக கும்பாபிஷேகத்துக்கு முந்தைய பூசைகள் நடந்துகொண்டிருந்தன. அன்றைக்கு, சிலைகளுக்கு எண்ணெய்க் காப்புசாத்து சடங்கு. சண்முகம்பிள்ளை, காப்பு கட்டிக்கொண்டு, விபூதியும் குங்குமமுமாக பக்திப்பழமாய் உலவிக்கொண்டிருக்கிறார்.

கோயில் கோபுரத்துக்கும், கருவறை விமானத்திற்கும் மேலே ஏறி குடமுழுக்கு செய்ய வசதியாக சாரம் அமைக்கப்பட்டிருக்கிறது. கோயிலுடன் தோட்டம் முழுவதும் தோரணங்கள் கட்டப்பட்டு ஒரே விழாக்கோலம் பூண்டிருந்தது. வடக்குத் தெற்காக ஓடும் ரயில் பாதையை அடுத்து, வெள்ளை நிறத்தில் இருக்கும் ரயில்வே கேட்டிலிருந்து தோட்டத்து எல்லை ஆரம்பமாகிறது. ரயில்வே கேட்டின் இரும்புத்தூணில் வாழை மரங்களைக் கட்டிவைத்திருந்தார்கள். உள்ளே நுழையும் தோட்டத்துச் சாலையின் இருபக்கமும் மூங்கிலாலான தூண்களை நட்டு, அதில் துணியைக் கட்டி வைத்திருந்தார்கள்.

அனைவரையும் வரவேற்று எழுதப்பட்ட பிரம்மாண்டமான மஞ்சள் வண்ணத்துணி காற்றில் அசைந்து அனைவரையும் வரவேற்றது.

சேறும் சகதியுமாக இருந்த சிறுவர்களை அணைத்தவாறு வந்தவர்கள், அவரவர் உறவுக்காரர்களின் வீட்டை அடைந்தபொழுது, தோட்டத்து லயம் முழுவதும் திருவிழாக்கோலம் பூண்டது. ஒருவர் பேசுவது மற்றவர் காதில் விழாதபடி கூச்சலும் மகிழ்ச்சியும் தாண்டவமாடியது. கும்பாபிஷேகம் அன்றே வந்துவிட்டதைப்போல் மகிழ்ந்தார்கள்.

பல காலத்துக்குப் பிறகு, தோட்ட மக்களின் முகங்களில் சந்தோஷக் களை. ஜப்பான்காரன் ஆட்சியில் படாதபாடுபட்டு, அவன் போன பிற்பாடும் கடுமையான பஞ்சத்தில் வாடிவரும் மக்களுக்கு, கோயில் கும்பாபிஷேகம் புதிய உற்சாகத்தைக் கொடுத்திருந்தது. கும்பாபிஷேக நிகழ்ச்சிகள் தொடங்கியதிலிருந்து இரண்டு பண்டாரங்களை வைத்து தினமும் சுண்டல், பொங்கல் என்று ஏதேனும் பிரசாதத்தைச் செய்து மக்களுக்கு வழங்கிவருகிறார் சண்முகம்பிள்ளை. பூசை முடிந்து கொடுக்கப்படும் பிரசாதத்துக்காகவே, பெரிசுகள் முதல் நண்டுசிண்டுகள் வரை நேரத்தோடு கோயிலுக்குப் போய் காத்திருக்கத் தொடங்கிவிட்டார்கள்.

விளக்கேற்றவே பலரிடம் கெஞ்சவேண்டியிருந்த மாயாண்டி பண்டாரத்துக்கு, பிரசாதத்துடன் பூசை நடப்பது நினைத்துக்கூடப் பார்க்காத கனவாக இருந்தது.

"நாலு நாளு இருந்துட்டுதான் போவணும்..." எல்லா உறவுகளின் வாயிலும் இதுதான் வேண்டுதலாக இருந்தது. சிறுவர்களின் கொண்டாட்டம் இரட்டிப்பாகியதோடு, அவர்களுக்கு அதிகமாக நொறுக்குத்தீனிகளும் கிடைத்தன.

முனியாண்டி வீட்டில் ஏகப்பட்ட கூட்டம். பஸ்ஸில் வந்தவர்களில் கால்வாசிப் பேர் அவரின் உறவுக்காரர்கள். முனியாண்டியின் தகப்பன் காளிமுத்து, சஞ்சிக்கூலியாக வந்தவர். அவருக்கு எட்டுப் பிள்ளைகள். நாடுமுழுதும் அவருக்கு உறவுகள் விரிந்து பரந்து கிடந்தன. காளிமுத்துவின் கடைசிப் பையன்தான் முனியாண்டி. இவனுக்கும் மூன்று பிள்ளைகள். பெண் ஒன்று; பையன்கள் இருவர்.

வீட்டில் கடைசிமகன் முத்துவைத் தவிர எல்லோரும் இருந்தார்கள். முத்து மரம் சீவாமல் டிரைவராகப் போனதில் முனியாண்டிக்கு ஏகப்பட்ட பெருமை. பெண் திருமணமாகி ஜொகூரிலிருந்து வந்திருந்தாள். முத்துவின்மீது அவளுக்குத்தான் அதிகப் பாசம்.

"எங்க, முத்துவக் காணல?" அக்கா கேட்டபோது, "அவனோட மொதலாளிக்கு அவன் பக்கத்திலேயே இருக்கோணும். அவருக்குப் பெரிய காடிய ஓட்டுறது நம்ம முத்துதான். அவனில்லாம அவருக்கு எதுவும் ஓடாது. செலசமயம், அவரு வீட்டுலயே தங்கிக்குவான். நாளைக்குக் கும்பாபிஷேகமில்ல, எங்கன விடப்போறாரு?"

முனியாண்டி சலித்துக்கொள்வதுபோலச் சொன்னாலும் குரலில் பெருமை இருந்தது.

"நாளைக்காவது பாக்கலாமா?" முத்துவின் அண்ணன்தான் கேட்டார். அவர் கிள்ளான் துறைமுகத்தில் வேலை செய்துகொண்டிருந்தார். அளந்துதான் பேசுவார்.

"நம்மதான் காலயிலேயே கோயிலுக்குப் போயிருவமெ. அங்கன வச்சுப் பாத்துக்கலாம்..."

கோயிலில் புதிதாகக் கட்டப்பட்டிருந்த மணி அடித்தது. வந்த கூட்டமும் தோட்டத்து உறவுகளும் கை, கால்களை அலம்பிவிட்டு, கோயிலுக்கு சாமி கும்பிடக் கிளம்பினார்கள்.

தூரத்தில், பத்துமலை கம்பீரமாகத் தெரிந்தது. சிகாம்புட் எஸ்டேட்டிலிருந்து பார்த்தால், காலைச் சூரியன் பத்துமலை பின்னுக்கிருந்துதான் எழுந்து வருவான்.

சண்முகம்பிள்ளை ஏற்பாடு செய்திருந்த நாதஸ்வரக் குழு உற்சாகமாக வாசித்தது. காரைக்குடியை பூர்வீகமாகக் கொண்ட சண்முகம்பிள்ளை, அவ்வட்டாரத்தில் பிரபலமான நாதஸ்வரக் கோஷ்டியைக் கும்பாபிஷேகத்துக்காகக் கொண்டு வந்திருந்தார்.

சண்முகம்பிள்ளை கேட்டுக்கொண்டதற்காக, இராமநாதபுரத்தில் பிரபலமான ஆசிரமத்து சுவாமிகள், தனது சிஷ்யர்களுடன் இந்தக் கும்பாபிஷேகத்திற்கு வந்திருந்தார். கடந்த சிலநாட்களாக சுவாமிகளின் சொற்பொழிவு தொடர்ந்து நடந்தவண்ணம் இருந்தது.

செந்தூல் ரயில்வே தொழிற்சாலையில் பணிபுரியும் ஆயிரக் கணக்கானவர்களில், ஐநூறு பேராவது அவரது சொற்பொழிவைக் கேட்க வந்துவிடுவார்கள். தோட்டத்து மக்களும், அக்கம்பக்கத்து மக்களும் சேர்த்து எப்படியும் ஆயிரம்பேர் திரண்டுவிடுவார்கள்.

இன்று, சுவாமிகளின் இறுதிச் சொற்பொழிவு. இன்றைய தலைப்பு "அழாவிட்டால் மனிதனால் சிரிக்கமுடியாது."

கும்பாபிஷேகம் முடிந்ததும் சுவாமி, ஓரிரு நாட்களில் புறப்பட்டுவிடுவார். சுவாமி, எந்தக் காலத்திலும் தனது பீடத்தை விட்டு வெளிநாடுகளில் தங்கியதில்லை.

இன்று சுவாமிகள் குரலில் ஏனோ, இதற்கு முன்பிருந்த உற்சாகம் இல்லை. தொடர்ந்து கூட்டத்திற்கு வந்தவர்களுக்கு அது தெரிந்தது. அதன் காரணத்தை சண்முகம்பிள்ளை மட்டுமே அறிவார். சொற்பொழிவிலும் மனம் ஒன்றாமல் கும்பாபிஷேகத்திலும் சந்தோசமற்ற நிலையில் அவரும் கூட்டத்தோடு கூட்டமாக சுரத்தின்றி 'அரகர மகாதேவா...' வைச் சொன்னார்.

"கீதை யுத்தம் நடக்கும் இடத்தை, திருதராஷ்டிரன் மூலமாக 'தர்மபூமி' என்று கூறுகிறது. யுத்தம் நடக்கும் இடம் எப்படி தர்மபூமியாக முடியும்?"

இந்தக் கேள்வியைக் கேட்டுவிட்டு சுவாமிகள் நிமிர்ந்தபொழுது, சண்முகம்பிள்ளை தனது இருப்பிடத்தை விட்டு எழுந்து வெளியேறிக்கொண்டிருந்தார்.

3

"பகவத் கீதை, எண்ணிக்கைக்கும் நம்பிக்கைக்கும் இடையில் நடக்கும் போராட்டமே. இதில் கௌரவர்கள் எண்ணிக்கையில் பலம்பெற்றவர்கள். பாண்டவர்கள் கிருஷ்ணன்மேல் நம்பிக்கை கொண்டவர்கள். இதில் யார் வெற்றிபெறுகிறார்கள்? எண்ணிக்கையை விட நம்பிக்கையே சிறந்தது என்பதை கீதை வலியுறுத்துகிறது!" கூட்டத்தில் யாருக்காகவோ கூறுவதுபோல குரலை அழுத்தமாக்கினார் சுவாமிகள்

"வாழ்க்கையில் எல்லோருமே சிரித்துக்கொண்டேயிருக்க நினைக்கிறார்கள். அது சாத்தியமா? உலகில் தொடர்ந்து சிரித்தவர்களுமில்லை; அழுதவர்களுமில்லை. பாண்டவர்கள், காட்டிலும் மேட்டிலும் பனிரெண்டு ஆண்டுகள் துன்பப்பட்டனர். அது அழுகையின் உச்சம். அதைவிட, ஓராண்டு அஞ்ஞாதவாசம் அதிகத் துன்பத்தைத் தரக்கூடியது. கடைசி ஓராண்டு, தங்களை ஒளித்துக்கொண்டு வாழவேண்டிய கடும் நிர்பந்தத்தைக் கொண்டது. அவர்கள் யாரென்று தெரிந்துவிட்டால் மீண்டும் பனிரெண்டு ஆண்டுகள் வனவாசம் செய்யவேண்டும் என்பது விதி. பாரதப் போரில், வில் வித்தையில் ஈடு இணையற்ற வீரனாகத் திகழ்ந்த அர்ச்சுனன், அரவாணியாக ஒளிந்து வாழும் நிலை ஏற்பட்டது."

சுவாமிகளின் பேச்சில் கூட்டம் மதிமயங்கிக் கிடந்தது.

சுவாமிகள் துவராடை அணிந்திருந்தாலும், அவரை முழுமுதல் ஆஸ்திகராகக் காணமுடியாது. வேதங்கள், சாஸ்திரங்களை கரைத்துக் குடித்ததுபோலவே மேற்கத்திய தத்துவங்கள் தொடங்கி, பெரியாரின் சுயமரியாதைக் கொள்கைகள் வரை அறிந்தவர். அவற்றின்மேல் ஆழமான விவாதங்களை நிகழ்த்தக்கூடியவர். சுவாமிகள், தொடர்ந்து பேசிக்கொண்டிருந்தாலும் கண்கள் பிரதான வாயிலை நோக்கியே இருந்தன. அவர், யாரையோ எதிர்பார்த்தபடி இருப்பது தெரிந்தது.

"கீதையில், தேடுதல் மிக நுட்பமான உத்தியாகப் பயன்பட்டுள்ளது. திருதராஷ்டிரன் கண்களை இழந்தவன். அவனுடைய அமைச்சன் சஞ்சயன் ஞானதிருஷ்டி பெற்றவன். தான் இருக்கும் இடத்திலிருந்தே, உலகின் எந்த இடத்திலும் நடக்கும் விசயத்தைச் சொல்லிவிடும் ஆற்றல்பெற்றவன். மகத்தான கீதையின் வரலாறு, ஒரு குருட்டு மன்னனின் ஆர்வத் துடிப்பிலிருந்து தொடங்குகிறது. கண்தெரியாத காரணத்தால் மனிதனின் ஆசைகளும் தேடல்களும் அழிந்துவிடுவதில்லை. உண்மையில் சொல்லப்போனால், தன்னைச் சுற்றி நடக்கும் விசயங்களை அறிந்துகொள்ள அவன் அதிக ஆர்வம் காட்டுகிறான். இச்சைகள் கண்களில் தோன்றுவதில்லை. மனதில்தான் தோன்றுகின்றன!" இப்படிக் கூறிவிட்டு, தனது கண்களை மீண்டும் வாயில்பக்கம் திருப்பினார்.

வாய் பேசிக்கொண்டிருந்தாலும், கோயிலுக்கு வெளியே சென்ற சண்முகம்பிள்ளை என்ன செய்கிறார்; ஏன், வெளியே போனார் என அறியும் ஆர்வத்தில், இப்போது திருதராஷ்டிரன் நிலையில்தான் இருந்தார் சுவாமிகள்.

சண்முகம்பிள்ளை பிரதான வாயில்வழியாக உள்ளே நுழைந்தார். அவருக்குப் பின்னே டிரைவர் முத்துவும் ஒரு அழகிய பெண்ணும் வந்தார்கள். அனைவரின் பார்வையும் அவர்களின் பக்கம் திரும்பின. கூட்டத்தில் பெண்கள் பகுதியில் 'குசுகுசு'வென சத்தம் கேட்டது. முன்வரிசையில் நகையலங்கார பொம்மையாக அமர்ந்திருந்த சுலோச்சனா அம்மாள், தனது கணவரோடு வந்த பெண்ணைக் கண்டதும் முகம் கடுகடுத்தார்.

"ஜெயா, அப்படிப் போய் உட்கார்..." சண்முகம்பிள்ளை காட்டிய இடத்தில் போய் அமர்ந்தாள் அவள். அவளின் வருகை, திடீரென்று ஆயிரம் வாட்ஸ் பல்ப் ஒன்றை எரியவிட்டதுபோல கூட்டத்தில் ஒளி பரப்பியது.

சண்முகம்பிள்ளை நல்ல சிவப்பு. வயது ஐம்பத்தைந்தை தாண்டினாலும் கையில் மோதிரங்கள், கழுத்தில் தடித்த சங்கிலி, கடிகாரம் கட்டும் கையில் பெரிய தங்கக்காப்பு, உயர்ந்த வாசனை திரவியத்தின் மணம் என்று, ஓர் அலங்கார புருஷராக மிடுக்கோடு இருந்தார். சண்முகம்பிள்ளையுடன் ஒப்பிடும்போது, சுலோச்சனா அம்மாள் நிறம் கம்மிதான். சொந்த அக்காள் மகள். சொத்து பத்துக்கள் குடும்பத்தைவிட்டு வெளியே போய்விடக்கூடாது என்ற கொள்கைப்படி, சொத்துக்காகவே சுலோச்சனாவை கரம்பிடித்தார்.

தங்கச் சரிகை பளபளக்கும் வண்ண வண்ணப் பட்டுப் புடவைகளில், நாளொரு நகையலங்காரத்துடன் சுலோச்சனா அம்மாள் கணவருடன் கோயிலுக்கு வரும்போதெல்லாம் பெரும் மகிழ்ச்சியில்தான் இருந்தார். அவருக்கு, அவ்வப்போது வரும் நோய்களும் குறைந்து விட்டதாகவே பார்ப்பவர்களிடமெல்லாம் சொல்லிவைத்தார். இப்போது எல்லாமே துடைத்தெடுக்கப் பட்டிருந்தது.

ஜெயா, ஏதும் அறியாதவள்போல் சுவாமிமீது வைத்த பார்வையை எடுக்காமல் இருந்தாள். முத்துவின்மேல் அனல் பார்வையை வீசியபடி அவனை முறைத்துப் பார்த்தார் சுலோச்சனா அம்மாள்.

“இந்த அறிவுகெட்டவன்தான் அவளைப் போய்க் கூட்டிக்கிட்டு வந்திருப்பான். முண்டம்... முண்டம்... இன்னைக்கு வீட்டுக்கு வா. உன்னை ரெண்டில் ஒன்னு பார்த்துடுறேன்!” மனதிற்குள் பத்திரகாளியானார் சுலோச்சனா. சண்முகம்பிள்ளை, ஏதும் அறியாதவர் போல் முன்வரிசையில் சுவாமிக்கு நேரெதிரே போய் தரையில் அமர்ந்துகொண்டார்.

கூட்டத்தின் பின்னே கைககட்டி நின்றுகொண்டிருந்த முத்துவை, சுலோச்சனா திரும்பிப் பார்த்தபோது, ‘நான் என்ன செய்வது?’ என்பதுபோல கையை விரித்துச் சைகை காட்டினான்.

“ஆமாம்... அவன் என்ன செய்வான்? நல்லநாளு பெருநாளுமா, இந்தத் தேவடியாளை கூட்டிக்கிட்டு வரச்சொல்லி இவர்தான் முத்துவை அனுப்பியிருப்பார். நொட்டுறதுக்கு நான் ஒருத்தி போதாதா?” சுலோச்சனா அம்மாள், மனதுக்குள் பொருமித்தள்ளினார்.

ஜெயாவின் காதுகளில் வைரத்தோடுகள் பளிச் பளிச்சென்று மின்னின. மூக்கில் இருந்த வைரம், அவள் அழகை மேலும் அதிகமாக்கியது. கூட்டத்தில் இருந்த பெண்களின் பார்வை முழுவதும் ஜெயாவின் பக்கமே இருந்தது.

“தளுக்கான அழகுதான். அவ போட்டிருக்கிற வைரமெல்லாம் முதலாளி வாங்கிக் கொடுத்ததாத்தான் இருக்கணும்...” யூனியன் தலைவர், பக்கத்தில் இருந்தவரிடம் கிசுகிசுத்தார்.

“எப்படி மின்னுது பாத்தீங்களா?” என்றார், நண்பர்.

அவரை ஏற இறங்கப் பார்த்தவர், “வெயில்ல வேல செய்யும்போது நம்ம வேர்வையும் அப்படித்தான்வே மினுக்கும்,” என, எரிச்சலாகச் சொல்லவும் நண்பர் அமைதியானார்.

“சுலோச்சனா அம்மாளைவிட ஜெயா அழகுதான். முதலாளிக்கு ஏத்த நெறம்.”

பெண்கள் மத்தியில், அந்த இருவரின் சரிகைச் சேலை பற்றியும் அணிந்திருந்த நகைகள் பற்றியும் ரகசியக் குரலில் ஒரு பட்டிமன்றமே நடந்துகொண்டிருந்தது.

"என்னதான் இருந்தாலும், ஜெயாவோட அந்த வைர மூக்குத்திக்கு இந்த பொதுக்கயோட ரெட்டவடச் சங்கிலி ஈடாவாது!"

"கறுப்பு நெறத்துக்கு பொதுக்கயோட வைரத்தோடு அழவுதான்!"

"பொதுக்கைக்கு வாயில் செவப்புத் தடவத் தெரியாதோ? சேலயப் பாரேன், மரத்துக்குச் சுத்திவச்சாபோல. கறுப்பு நெறத்துக்கு ஏத்த கலரா கட்டிவரக்கூடாது?"

"ஜெயாவப் பாரு, எவ்வளோ நாவரீகமா உடுத்திக்கிட்டு வந்திருக்கா!"

"ஆமாம்டி... தேவடியாளுக்கு உடுத்தச் சொல்லியா கொடுக்கணும்? அவ மூலதனமே ஒடுப்புதானடி. பேச வந்துட்டாளுங்க..."

"கால்லே தங்கக்கொலுசு போட்டிருக்காடி!"

சுலோச்சனாவுக்கு லயங்களில் 'பொதுக்க' என்ற பட்டப்பெயர் பிரபலம். பார்ப்பதற்கு தடித்த தோற்றமாக இருப்பதால் அந்தப் பெயர் நிலைபெற்றது. பெண்கள் பகுதியில் சலசலப்பு அதிகமானதால் சுவாமிகள், தமது குரலை உயர்த்திப் பேசினார். கோயில் குருக்கள், சுவாமிகள் சங்கடப்படுவதை அறிந்துகொண்டார்.

"வீட்டிலே போய்ப் பேசுங்களேன். நல்ல விசயம், இப்படி எப்போதாவதுதான் நடக்கும். அதையும் இதையும் பேசுறதுக்கா வந்தீங்க..." குருக்களின் குரலில் ஆத்திரம் தெரிந்தது. சுவாமிகளும் நிலைமையைப் புரிந்துகொண்டு மங்களம் பாடி சொற்பொழிவை முடித்துக் கொண்டார்.

சுவாமிகளுக்கு மாலை அணிவித்து, பொன்னாடை போர்த்தி, வெள்ளித்தட்டில் பூ, தேங்காய், பழம், வெற்றிலை பாக்கு வைத்த தட்டை அவரிடம் வணங்கியபடி வழங்கினார் சண்முகம்பிள்ளை. தட்டிலிருந்த பூவுக்குள் பெரிய பணக்கட்டும், தங்கக்காசுகளும் தலைகாட்டின.

சண்முகம்பிள்ளையின் மூத்த மகன் இராஜசுந்தரம், சாஷ்டாங்கமாக சுவாமிகளின் காலில் விழுந்து வணங்கினான். அவனைத் தூக்கி நிறுத்தி, தனது கழுத்திலிருந்த மாலையை அவன் கழுத்தில் போட்டார் சுவாமிகள். இதைச் சற்றும் எதிர்பாராத இராஜசுந்தரம் கண்கலங்கி நின்றான். சண்முகம்பிள்ளைக்கு இது எதிர்பாராத அதிர்ச்சியாக இருந்தது.

வேறு ஒரு தட்டை குருக்களிடமிருந்து வாங்கி, வெள்ளித்தட்டில் இருந்த பூ, பழம், தேங்காய் மற்றும் பிற பொருள்களோடு பணத்தையும் தங்கக்காசுகளையும் சேர்த்து வைத்தார். தனது சிஷ்யர்களில் ஒருவரை அழைத்து காதில் ஏதோ கிசுகிசுத்தார். விழா மேடையின் பின்புறம் அம்பாள் சந்நிதியின் வாசல் பக்கமிருந்த சுவாமிகளின் ஒரு சிறிய பெட்டியைத் திறந்து ஒரு கட்டுப் பணமும் ஒரு தங்கச் சங்கிலியையும் எடுத்துவந்து அந்தத் தட்டில் வைத்தார் சிஷ்யர்.

சுவாமிகள், ஏதோ மந்திரம் ஓதியவராக கண்மூடித் தியானித்தார். பிறகு இராஜசுந்தரத்தை அழைத்து அந்த வெள்ளித்தட்டை அவனிடம் நீட்டினார்.

"இது உனக்கான எனது தட்சணை..."

சுவாமிகள் இப்படிக் கூறியதும் சண்முகம்பிள்ளையும் இராஜசுந்தரமும் நிலைதடுமாறினார்கள். தட்டை வாங்குவதா, வேண்டாமா என்று முடிவெடுக்க முடியாத இக்கட்டானநிலையில் இராஜசுந்தரம், தன் தந்தையை ஏறிட்டுப் பார்த்தான். தான் அவருக்குக் கொடுத்ததற்கு மாற்றாக இப்படி மேற்கொண்டு பணத்தையும் சங்கிலியையும் கொடுக்கிறாரே என்று சங்கடத்துடன் நின்றார் சண்முகம்பிள்ளை.

சுவாமிகள் ஏன், அதை தட்சணைபோல் கொடுக்கிறார் என்பதை அவர் நன்றாகவே அறிவார்.

இராமநாதபுரம் சென்று, சுவாமிகளைச் சந்தித்து கோயில் கும்பாபிஷேகத்துக்கு அழைத்தபோது அவர், உடனே ஒப்புக்கொண்டது கூட சண்முகம்பிள்ளைக்கு ஆச்சரியம்தான். சுவாமிகளுக்கும் சண்முகம்பிள்ளைக்கும் நீண்டநாள் பழக்கம் இருந்தது. தமிழகம் போகும்போதெல்லாம் இராமநாதபுரம் சென்று சுவாமிகளை மடத்தில் சந்திக்காமல் இருக்கமாட்டார். சண்முகம்பிள்ளையின் குடும்ப விவகாரம் அனைத்தும் சுவாமிகளுக்குத் தெரிந்திருப்பது போலவே சண்முகம்பிள்ளைக்கும் சுவாமிகளைப் பற்றி ஏறக்குறைய தெரியும். ஆனால், சுவாமிகளைப் பற்றி யாரிடமும் வாய் திறந்ததில்லை.

மூவரும் அப்படியே நிற்பதை, கூட்டம் கலையாமல் பார்த்துக் கொண்டிருந்தது. சண்முகம்பிள்ளை கண்ணைக் காட்டி வாங்கிக் கொள்ளும்படி சொன்னார். இராஜசுந்தரம், குனிந்து பயபக்தியோடு தட்டை வாங்கிக்கொண்டான். சுவாமிகளின் கடைவாயில் ஒரு மர்மப் புன்னகை தோன்றி மறைந்தது.

அம்பாள், நெய்விளக்கின் ஒளியில் அமைதியாகப் புன்னகைபூத்து நின்றாள். சுவாமிகள், அம்பாள் இருக்கும் திசைநோக்கி கைகளைக் கூப்பி வணங்கினார். நெய்விளக்கில் 'பட் பட்'டென பொறிகள் தெறித்தன.

4

சுவாமிகள் விடைபெற்றபோது முத்துவை அழைத்து, "சுவாமிகள மொதல்ல வீட்டுல கொண்டுபோய் உட்டுட்டு வா," என்றார், சண்முகம்பிள்ளை.

"நான் ஆச்சாரமா இருக்கேன். நாளைக்கு கும்பாபிஷேகம். நீங்க வேறு ஆள அனுப்புங்க," என்றார், சுவாமிகள்.

முத்து வாய்மூடி நின்றான். இரண்டு ஆண்டுகளாக இப்படியான அனுபவங்கள் அவனுக்கு அதிகம். சண்முகம்பிள்ளையின் உறவினர்கள், அவரைச் சந்திக்கவரும் நண்பர்கள் பலமுறை இதைச் சொல்லியுள்ளார்கள்.

"என்னப்பா சண்முகம், வேறு ஆளு கிடைக்கலியா? அவன் பக்கத்திலயே எப்படி காருல உட்கார்ந்து போறியோ? செருப்பை வீட்டுக்கு வெளியே ஏன் வைக்கிறோம் தெரியுமா? கால்லே போடுறத கக்கத்திலே வைச்சிருக்கியே..." இப்படி, அவர்கள் பேசும்போது முத்து, எதுவுமே தெரியாதவன்போல் ஆகாயத்தைப் பார்த்துக்கொண்டு நிற்பான். இப்பவும் சுவாமிகள் சொன்னதைக் கேட்டு எங்கோ, எதையோ தேடுவதுபோல் தூரத்தில் பார்வையை ஓடவிட்டவாறு நின்றுகொண்டிருந்தான்.

"சுவாமிகள் வருத்தப்படக்கூடாது. நானே காரை ஓட்டி வர்றேன்," என்றார் சண்முகம்பிள்ளை. செவர்லேட் இம்பாலா காரின் கதவைத் திறந்துவிட்டு சுவாமிகளை பின்சீட்டில் அமரவைத்தார். சிஷ்யர்கள், கோயிலின் குருக்களுடன் தங்கிக்கொண்டார்கள்.

காரின் கதவை மூடிய சண்முகம்பிள்ளை முத்துவைப் பார்த்து, "நான் வீட்டுல கொண்டுபோய் உட்டுட்டு வர்றேன். நீயும் ஜெயாவும் இங்கயே இருங்க. பெறகு ஜெயாவ அவ ஊட்டுல கொண்டுபோய் நீ உட்டுட்டு வரலாம்," என்றார்.

முத்துவும் தலையை ஆட்டியபடி, சாலையோரத்தில் இருந்த தூங்குமூஞ்சி மரத்தடியில் போய் உட்கார்ந்து கொண்டான்.

காலையிலிருந்தே அவனிடம் பேசவேண்டும் என ஆர்வமாகக் காத்திருந்த அவனது அக்காவும் அண்ணனும், அவனை ஜெயாவுடன் பார்த்தபிறகு முகத்தைத் திருப்பிக்கொண்டு சென்றனர். முத்துவுக்குச் சங்கடமாக இருந்தது.

காரில் ஏறிய சுவாமிகள், பின்சீட்டில் சாய்ந்து உட்கார்ந்துகொண்டார். செவர்லேட் இம்பாலா ரகக் கார் அவருக்குப் பிடித்தமானது. அன்பர் ஒருவர் ஆசிரமத்துக்கு அப்படி ஒரு சிவப்பு நிற காரை வாங்கிக் கொடுத்துள்ளார். சண்முகம்பிள்ளை காரை ஓட்டியபடி கண்ணாடிவழியாக சுவாமிகளை உற்றுப் பார்த்தார். தாராளமாக அமர்ந்திருந்தார். எப்பொழுதும் அவர் முகத்தில் இருக்கும் ஒரு சாந்தமான நிலை மாறியிருந்தது. நிம்மதி இல்லாதவர்போல் காணப்பட்டார். குறுகலான சாலையை கார் பெரும்பகுதி மறைத்திருந்ததால் சைக்கிள்கள் ஒதுங்கிநின்று வழிவிட்டன. அத்தனை பெரிய கருப்புநிறக் காரை சண்முகம்பிள்ளை மட்டுமே பயன்படுத்துவதால் தொலைவிலேயே அதை அடையாளம் கண்டு மரியாதையாக காருக்குச் சிரித்து வைப்பவர்களும் உண்டு.

"பிள்ள, நான் சொன்னது பத்தி இதுவரை நீங்க எதுவும் பேசலியே. நானும் வந்து அம்பது நாளு ஆவப்போவுது. நாளக்கழிச்சி பொறப்படலாமுன்னுதான் இருந்தேன். ஆனா இராஜசுந்தரத்தோட கல்யாண விசயத்துல இறுதியான முடிவ எடுத்துட்டுத்தான் கெளம்புவேன். என்ன பிள்ள, பேசாம வர்றீங்க?"

"இல்ல சாமி. பையன் இப்பத்தான் படிப்ப முடிச்சிருக்கான். வந்து ரெண்டு மாசமாவுது. எஸ்டேட்டு முழுப் பொறுப்பையும் அவங்கிட்ட ஒப்படைக்க ஏற்பாடு செஞ்சிக்கிட்டு இருக்கேன். அதோடு, பகாங் மாநிலத்துல ஒரு தோட்டம் சல்லுசா வருது. அங்க கம்யூனிஸ்ட்டுங்க தொல்லை அதிகமாயிடுச்சுன்னு, வந்த விலைக்கு எஸ்டேட்ட விற்க வெள்ளக்காரன் தயாராயிட்டான். அதை வெலபேசி முடிஞ்சிபோச்சி. இந்த நேரத்துல, கல்யாணம் காட்சி வேலைகள எப்படிச் செய்யுறது?"

"இங்க பாருங்க பிள்ள... நான் உடனே செய்யுங்கன்னு சொன்னனா? இந்தக் கல்யாணத்துக்குச் சம்மதம் மட்டும்தான் கேக்குறேன். நீங்க சரின்னு சொல்லிட்டீங்கன்னா நானும் நிம்மதியா கப்பலேறிருவேன். இந்தக் கல்யாணம் நடந்தா நீங்க இதுபோல இருபது எஸ்டேட்டுங்கள வாங்கலாம். அதுக்கு நான் பொறுப்பு. ஆசிரமத்துப் பணம் பூசணம்பூத்துக் கெடக்குது. இப்போ, சென்னையில காலேஜுல படிக்கிற சிவஞானம் யாருன்னு

உங்களுக்கு நல்லாத் தெரியும். எனக்குப் பெறகு அவன்தான் ஆசிரமத்துக்கு வாரிசு. என்னைக் கேள்வி கேட்பாரில்ல. எனக்கும் வயசு ஆயிடுச்சு. ஒடம்பு முன்னமாரி இல்ல. மெட்றாஸுல டாக்டரா இருக்கிற விசாலத்துக்கு ஒரு வழிய ஏற்படுத்தணும். எல்லாம் வர்ற தை மாசத்துக்குள்ள நடந்தாகணும். நாந் துறவிதான். என்ன செய்யறது, மனுசனா பொறந்திட்டேன் பிள்ள. செலசமயம், இந்தக் காவியை கழட்டி வீசிப்புட்டு எங்காவது கண்காணாத எடத்துக்கு ஓடிடலாமுன்னு தோணுது...”

கலங்கிய கண்ணை கையாலும் தனது துண்டாலும் துடைத்து தர்மசங்கடமாகிவிட்டது.

எப்பொழுதும் சாதி, மதம் இல்லை என்று கூட்டங்களில் அழுத்தமாகவும் ஆவேசமாகவும் பேசும் சுவாமிகள், இன்று முத்துவை சாதி சொல்லி ஒதுக்கிவிட்டது, தன்னோடு தனிமையாகப் பேசத்தான் என்பதை சண்முகம்பிள்ளை உணர்ந்துகொண்டார்.

அதற்குமேல் காரை ஓட்ட சண்முகம்பிள்ளையால் முடியவில்லை. சிகாம்புட் மூன்றாவது மைலில் உள்ள மில்லியன் செட்டல்மெண்டில் உள்ள பங்களாவில்தான் சண்முகம்பிள்ளை வசித்துவந்தார். தோட்டத்திலும் ஒரு பங்களா இருந்தது. பக்கத்துத் தோட்டமான ‘பத்து’ எஸ்டேட்டையும் சேர்த்தே வாங்கியிருந்ததால், அங்கே உயரமான குன்றில் முன்பு வெள்ளைக்கார மேனேஜர் இருந்த பெரிய பங்களாவும் இருந்தது.

சண்முகம்பிள்ளை, காரைத் திருப்பி ‘பத்து’ எஸ்டேட் மண்சாலையில் ஓடவிட்டார்.

“ஏன், இங்கே போறீங்க பிள்ள... வீட்டுக்குப் போகலாமே!”

“வீட்டுக்குள்ள நிறையப்பேரு இருக்காங்க. சொந்தபந்தமெல்லாம் கும்பாபிஷேகத்துக்கு வந்திருக்காங்க. நாம மனம்விட்டுப் பேசமுடியாது. இங்க தோட்டக்காரனும் சமையல்காரனும் வாட்ச்மேனும்தான் இருப்பாங்க.”

சுவாமிகள் அமைதியானார். முன்பு இருந்த நிலைமாறி சற்றே தெம்புடன் காணப்பட்டார். ‘பத்து’ எஸ்டேட் ரயில்வே கேட்டைத் தாண்டி கார் மேட்டிலுள்ள பங்களாவை நோக்கிச் சென்றது. ஆயா கொட்டகையில் யாரோ நிற்பதுபோல் தெரிந்ததும் காரை நிறுத்தினார். ஒருமுறை, தோட்டத்து ஏழாம் நம்பர் நிறையில் கம்யூனிஸ்ட்டுகள் சில போஸ்டர்களை மரத்தடியில் ஒட்டி வைத்திருந்தார்கள். அதில் ஒரு வரி, அவரை மிகவும் கவர்ந்தது. கம்யூனிஸத்தில் அவருக்கு

அளவுக்கதிகமான வெறுப்பு இருந்தாலும் அந்த ஒரு வரி ஏனோ நினைவில் இருந்தது.

அதில், "எதிலும் சந்தேகப்படு - கார்ல் மார்க்ஸ்" என்று இருந்தது.

ஏற்கனவே சந்தேகக்கண் உள்ள சண்முகம்பிள்ளைக்கு, அந்த வரி மிகவும் பிடித்துப் போய்விட்டது. கார் கண்ணாடியைத் திறந்து, "யாரப்பா அது?" என்று ஒரு அதட்டல் போட்டார். தண்ணிப் பம்புசெட்டை கண்காணிக்கும் தேசிங்குதான் அவர்முன் வந்து நின்றான்.

"இங்கே என்ன செஞ்சிக்கிட்டிருக்கே, இந்த நேரத்தில...?"

"பம்புசெட்டு ரிப்பேராயிடுச்சு ஐயா... காலையில தோட்டத்துக்குத் தண்ணி வராது. நாளைக்கு கும்பாபிஷேகம். இந்த ஜனங்க, குளிச்சு முழுக தண்ணி வேணுமே. குய்யோ முய்யோன்னு ராத்திரி வந்து கதவைத் தட்டுச்சிங்க. அதுதான், ரிப்பேர் பண்ணிட்டு மருந்துத் தண்ணியையும் தெளிச்சுட்டு வந்தேனுங்க..."

"அதுக்கு யேன் ஆயா கொட்டகையில வந்து நிக்கிற?"

"ரிப்பேர் சாமானெல்லாம் இங்கே ஒரு அலமாரியிலதாங்கையா வச்சிருக்கேன். அதான், வேலை முடிஞ்சு சாமான்கள வச்சுக்கிட்டிருந்தேன். அதுக்குள்ள நீங்களும் வந்துட்டீங்க..."

"வச்சிட்டியா?"

"இல்லய்யா... இன்னும் அலமாரியில கொஞ்சம் சாமான்கள வைக்கணும்."

'எதிலும் சந்தேகப்படு.'

மீண்டும் அந்த வாக்கியம் சண்முகம்பிள்ளைக்கு ஞாபகம் வந்தது.

காரிலிருந்து டார்ச்லைட்டை எடுத்து ஆயா கொட்டகையை நோக்கி அடித்தார். இருளைக் கிழித்துக்கொண்டு ஒளிபாய்ந்த இடத்தில் அலமாரி தென்பட்டது. ஆனால் அலமாரி திறந்திருக்கவில்லை.

"என்னப்பா... அலமாரி சாத்தியிருக்கு? ரிப்பேர் சாமான்கள எடுத்து வச்சிக்கிட்டு இருக்குறதா சொன்னியே... அலமாரி தொறந்துதானே இருக்கணும்?"

"இல்லங்கய்யா... நீங்க கூப்பிட்டதும் கதவைச் சாத்தி வச்சுட்டு வந்தேன்."

இனியும் அவனிடம் கேள்வி கேட்டுக்கொண்டிருப்பதில் பயனேதும் இல்லை எனத் தோன்றியது. அதோடு, சுவாமிகள்வேறு பின்சீட்டில் இருந்தார்.

"சரி சரி, வேலயப் பாரு. காலயில கும்பாபிஷேகத்துக்கு வருவல்ல?"

"என்னங்கய்யா, இப்படிக் கேட்டுட்டீங்க... இது, நம்ம தோட்டத்து கும்பாபிஷேகமாச்சே. அதுலேயும், மவராசன் நீங்க அந்தக் கோயில எப்பிடி கட்டியிருக்கீங்க... நாங்கெல்லாம் வராமலா? மாரியாத்தாவை நாளைக்குக் கண்குளிரப் பாக்கணும்."

சண்முகம்பிள்ளை காரைக் கிளப்பி பங்களாவை நோக்கி ஓட்டினார். அவரின் மனதில் மற்றொரு சந்தேகம் இப்பொழுது வட்டமிட்டது.

டார்ச்லைட்டை அலமாரி இருந்த திசையில் மட்டுமே அடித்துவிட்டு, மற்ற இடங்களில் பார்க்காமல் விட்டுவிட்டதில் நொந்தவாறு, கேட்டின் வாயிலில் போய் காரை நிறுத்திவிட்டு ஹாரன் அடித்தார். பங்களாவின் முன்பக்கம் விளக்கு 'குப்'பென்று எரிய ஆரம்பித்தது. வாட்ச்மேன் முருகன் ஓடிவந்து, கேட்டின் கதவைத் திறந்தான். காரை உள்ளே செலுத்திய சண்முகம்பிள்ளை கண்ணாடி வழியாகப் பார்த்தார். சுவாமிகள் ஏதும் நடக்காததுபோல் நன்றாகச் சாய்ந்து உட்கார்ந்திருந்தார்.

சண்முகம்பிள்ளை கீழே இறங்கி பின்பக்கமாகச் சென்று, சுவாமிகள் வெளியே வர ஏதுவாக கதவுகளைத் திறந்தார். கீழே இறங்கிய சுவாமிகள், தாடியைத் தடவிக் கொண்டார். தாடி, சுவாமிகளுக்கு ஒரு கவசம்போல. முகத்தில் எந்தவிதமான உணர்ச்சிகளையும் அந்த அடர்ந்த தாடி மறைக்க உதவியது. அவரின் கண்கள் உணர்ச்சிகளையோ, ஆச்சரியங்களையோ, கோபதாபங்களையோ காட்டாமல் இருக்கும். அதற்காகவே அவர் தனிப் பயிற்சிகளை மேற்கொள்வார்போல என சண்முகம்பிள்ளை நினைத்துக் கொள்வதுண்டு.

உள்ளே ஹாலில் இருந்த பெரிய நாற்காலியில் அவரை அமரவைத்துவிட்டு, அவர் எதிரில் பணிவாக அமர்ந்தார் சண்முகம்பிள்ளை.

"குடிக்க ஏதும்..."

"பால் இருக்குமா?"

"எப்போதும் இருக்கும். நான் எந்த நேரத்துல எதைக் குடிப்பேன்னு தெரியாது. இங்கே சமையல்காரன் எல்லாமே வச்சிருப்பான்.

வடிவேலு... வடிவேலு...'' என்று குரல் கொடுத்தார் சண்முகம்பிள்ளை.

வடிவேலு, வாரிச் சுருட்டிக்கொண்டு அவர்முன் வந்து நின்றான்.

“சுவாமிகளுக்குப் பாலும் எனக்குப் பசும்பால் தேத்தண்ணியும் கொண்டு வா...'' வடிவேலு சமையலறையை நோக்கி ஓடினான்.

கொஞ்சம் விஸ்கி போடலாம் என்றுதான் சண்முகம்பிள்ளை நினைத்தார். ஆனால் காப்புக்கட்டிய இந்த நாற்பத்தேழு நாளும் விரதமாக இருந்துவிட்டு இப்போ, கடைசி ஒரு நாளைக்கு ஏன் சபலம் என்று விஸ்கியை மறக்க முயற்சித்தார்.

“சுவாமிகள் நாஞ் சொல்றத கொஞ்சம் பொறுமையா கேக்கணும். டாக்டர் விசாலத்த என் மகனுக்குக் கட்டிக்கொடுக்க நினைக்கறீங்க. ஆனா அந்தப் பொண்ணோட நெலம இப்போ என்னான்னு ஒங்களுக்கு நல்லாவே தெரியும். இந்தக் கல்யாணம் நடந்தா அவுங்க ரெண்டுபேரு வாழ்க்கையும் நிம்மதியா இருக்காது. பணம் காசு எங்கிட்டயும் இருக்கு. உங்ககிட்ட அதைவிட நூறு மடங்கு இருக்கு. மக்களோட செல்வாக்கு உங்களுக்கு எவ்வளவு அதிகமுன்னு எனக்கு நல்லாவே தெரியும். நாம ரெண்டுபேரும் சுவாமி, பக்தன்னு பழகல. மடத்துல, நீங்க ரெண்டாவது நிலையிலே இருந்தபோதே நமக்குள்ள பல விசயங்கள் ஒத்துப்போயிருக்கு. ஆனா, இந்தக் கல்யாண விசயத்துல நீங்க கொஞ்சம் யோசிக்கணும். எனக்கு அவன் ஒரே ஆம்பளப் புள்ள. மற்ற இரண்டு பொம்பளப் புள்ளகளைப் பத்தி எனக்குக் கவலையில்லை. இவன்தான் என் பரம்பரைய, என் தொழில மேலே கொண்டுவர வேணும். விசாலத்த கட்டிக்கிட்டா, அவனுக்கு நிம்மதி போயி அவனும் அதுபோலவே ஆயிட்டா, என் வருங்கால சந்ததியே குட்டிச்சுவராயிடும். அந்த ஒரு பழக்கம் மட்டும் இல்லாமல் இருந்திருந்தா நான் தங்கமுன்னு விசாலத்த ஏத்துக்கிட்டிருப்பேன். என் நெலமயிலே இருந்து கொஞ்சம் நெனச்சுப் பாருங்க சாமி...''

சண்முகம்பிள்ளை, சுவாமியின் முகத்தை நேரே நோக்கினார்.

“பிள்ள... என் நெலமயையும் விசாலத்தோட நெலமயையும் நல்லா புரிஞ்ச நெருக்கமான ஆளு நீங்க ஒருத்தர்தான். உண்மையிலயே சொல்லப்போனா, ஆசிரமத்திலகூட யாருக்கும் என்னோட தனி வாழ்க்க தெரியாது. சென்னையில படிச்சிக்கிட்டிருக்குற சிவஞானத்துக்குக் கொஞ்சம் அரசல்புரசலா செல விசயங்கள் தெரியுமே ஒழிய, முழுசும் தெரியாது. எல்லாமே தெரிஞ்ச ஆளு ரெண்டுபேருதான். ஒண்ணு நான்; அடுத்தது நீங்க. விசாலம், சிவஞானம் விசயம்

வெளியே தெரிஞ்சா ஆசிரமத்தின் பேரு சந்தி சிரிச்சிடும். ஏதோ தப்பு செஞ்சிட்டேன். நா எக்கேடு கெட்டாலும் எனக்குக் கவலயில்ல பிள்ள; எனக்கு ஆசிரமந்தான் பெருசு. ஜனங்க என்னையும் ஆசிரமத்தையும் ரொம்ப நம்புறாங்க. ஆசிரமத்துக்குக் கோடி கோடியா கொட்டிக் கொடுத்திருக்காங்க. என் பேருல சல்லிக்காசு கெடையாது. ஆனா சிவஞானம், விசாலம் பேருல நெறைய பணம் இருக்கு. விசாலத்த கல்யாணம் செஞ்சிக்கிட்டா, இராஜசுந்தரம் ஒரு ராத்திரில கோடீஸ்வரனா ஆயிருவான். ஏழு தலமொறைக்கும் ஒக்காந்து சாப்பிடற அளவுக்குப் பணம். உங்க பணம் இன்னும் பல மடங்கு பெருகிடும்."

"எனக்குக் கொஞ்சம் அவகாசம் கொடுங்க சாமி. எப்படியும் நீங்க போறதுக்குள்ள முடிவச் சொல்லிடுறேன்."

"அது, நல்ல முடிவா இருக்கணும் பிள்ள. ஒண்ணு சொல்றேன் பிள்ள... எனக்கிருக்கிற செல்வாக்குக்கு கண்ண மூடிக்கிட்டு தாலியைக் கட்ட ஆயிரம் பேரு வரிசை பிடிச்சு நிப்பானுங்க. மொகம் தெரியாதவனுக்கு விசாலத்தைக் கொடுக்கிறது என்ன ஞாயம்? என்னையும் என் பிரச்சனையையும் ஆதியோடு அந்தமா தெரிஞ்சவரு நீங்க. அதோட, சின்னப்பிள்ளையிலிருந்தே ராஜசுந்தரத்த எனக்குத் தெரியும். பிள்ள, இதிலே ரெண்டாவது முடிவு எடுத்துடாதீங்க," சண்முகம்பிள்ளையின் கையைப் பிடித்துக் கொண்டார் சுவாமி. பாலும் தேநீரும் வந்தது.

திடீரென்று, ஆயா கொட்டகை பக்கமிருந்து துப்பாக்கிகள் வெடிக்கும் சத்தம் கேட்டது. சண்முகம்பிள்ளை பதறியபடி ஜன்னல்வழியாக எட்டிப்பார்த்தார். ஜீப்புகளின் விளக்கை எரியவிட்டவாறு ராணுவத்தினர் குறுக்கும் நெடுக்குமாக ஓடிக்கொண்டிருந்தார்கள்.

5

*து*ப்பாக்கி வேட்டுச் சத்தம் கேட்ட சுவாமிகள் மிகவும் பதறிப் போனார். நல்ல விஷயம் பேசும்பொழுது இப்படி அபசகுணமாக நடக்கிறதே என்ற கவலை, அவரைப் பற்றிக்கொண்டது. உடனே சண்முகம்பிள்ளை, வீட்டு விளக்கை அணைக்கச் சொல்லி வடிவேலுவிடம் கூறினார். அவன் வருவதற்குள் அவரே பதற்றத்தில் ஓடிச்சென்று அணைத்தார். ராணுவ ஜீப்புகள் ஆயா கொட்டகையைச் சுற்றி வரிசையாக நின்றன. துப்பாக்கி வேட்டுகளின் சத்தம் நின்றுவிட்டது. ஆயா கொட்டகையின் பின்புறத்தில் ராணுவத்தினர் செடிகளுக்கிடையில் விளக்கடித்து எதையோ தேடிக்கொண்டிருந்தார்கள்.

இராஜசிங்கம் கிராணியாரின் வீடு, ஆயா கொட்டகையின் பக்கத்தில் இருந்தது. சன்னல் கதவுகளின் இடுக்குவழியாக, அங்கே என்ன நடக்கிறது என்பதை இராஜசிங்கம் பார்த்துக் கொண்டிருந்தார். டார்ச் விளக்குகள் இருளைக் கிழித்தபடி ஆங்காங்கே பளிச்சிட்டன. கிழக்குப் பக்கமாகயிருந்த தகரக் கொட்டகை தமிழ்ப் பள்ளி திடலைத் தாண்டி, ரெங்கசாமி வாத்தியாரின் வீடு இருட்டில் மூழ்கிக் கிடந்தது. கிராணி வீடு வரையிலும்தான் மின்சாரம். ரெங்கசாமி வீட்டில் கேஸ் லைட்டுதான். அது ஒற்றை ஆசிரியர் தமிழ்ப் பள்ளி. கிராணி வீட்டுக்கும் வாத்தியார் வீட்டுக்கும் முன்னூறு அடிகள்தான் இருக்கும்.

ராணுவத்தினர் எல்லா இடங்களையும் அலசிக்கொண்டிருந்தார்கள். ரெங்கசாமி வாத்தியார் வீட்டுக்குப் பின்னே ஒரு பெரிய மேடு இருந்தது. அதையொட்டி வரிசை பிடித்து நின்ற ரப்பர் மரங்களுக்கிடையில், நாலாபுறமும் டார்ச் விளக்கை அடித்து மனித நடமாட்டமுண்டா என்று தேடிய அவர்களுக்கு, தூரத்தில் ஒரு உருவம் வருவது தென்பட்டது.

"சாயா தேசிங்கு துவான்... குளம் ஆயர் போர் மேன்... ஜாங்கான் தேம்பா சாயா," என்று கையைத் தூக்கினான். கையில் ஒரு பெரிய பெட்டி இருந்தது. தேசிங்கை, ஒரு ராணுவவீரன் மடக்கிப் பிடித்தபோது,

அவன் கையிலிருந்து விழுந்த பெட்டியிலிருந்து பம்புசெட் ரிப்பேர் செய்யும் கருவிகள் சிதறியோடின. அதை காலால் நகட்டிப் பார்த்த ராணுவ வீரன், தேசிங்கை நெட்டித் தள்ளியவாறு ஜீப்புகள் நின்றிருந்த இடத்தில் கொண்டுவந்து நிறுத்தினான்.

என்ன விஷயம்... என்பதுபோல, கண்களால் கேள்வி கேட்டான் கேப்டன் ரோபர்ட்.

"இவன், மலைக்காட்டிலிருந்து இந்த இரவுநேரத்தில் தனியாக வருகிறான். நேற்றே ஏழு மணிக்குப் பிறகு வெளியே வரக்கூடாது என எஸ்டேட் மேனேஜரிடம் சொல்லிவிட்டோம். நான் சுட்டிருந்தால் அநியாயமாக இவன் செத்துத் தொலைந்திருப்பான்."

"இல்லை துவான். பம்பு செட்டு பழுதாயிடுச்சி. அதுதான், சரிசெய்துவிட்டு வந்தேன்," தேசிங்கு, தனக்குத் தெரிந்த மலாயில் திக்கித் திணறிப் பேசினான். கையை உயர்த்தி வணக்குவதுபோல பாவனையெல்லாம் காட்டவும் அவன் கோயிலைப் பற்றி ஏதோ சொல்கிறான் எனத் தெரிந்தது.

கேப்டன் ரோபர்ட், மலை பங்களாவை நிமிர்ந்து பார்த்தான். அவன் வரும்பொழுது தெரிந்த விளக்குகள் இப்பொழுது எரியவில்லை. துப்பாக்கிச் சூட்டு சம்பவத்தால் விளக்கை அணைத்திருக்கக்கூடுமென்று அனுமானித்துக் கொண்டான்.

"நான் நினைக்கிறேன், எஸ்டேட் முதலாளி மேலே பங்களாவில்தான் இருப்பாருன்னு. இவனை கூட்டிக்கிட்டுப் போய், இவன் சொல்றதெல்லாம் உண்மையான்னு கேட்டுக்கிட்டு வா," கேப்டன் ரோபர்ட், தேசிங்கை பாதி நம்பினான்.

உணவு விநியோகக் கட்டுப்பாடு, கடுமையாக அமலில் இருந்தது. ஒரு குடும்பத்துக்கு இவ்வளவு என்று அளவோடுதான் அரிசி, பருப்பு, சீனி இருப்பில் இருக்கவேண்டும். கூடுதலாக வைத்துக்கொள்ள ராணுவ அனுமதியைப் பெறவேண்டும். கல்யாணம், விழாக்காலங்களைக் காரணம்காட்டி, கொஞ்சம் அதிகம் வைத்துக்கொள்ளலாம். எஸ்டேட் கோயில் கும்பாபிஷேகம் என்பதால், குடும்பத்துக்கு ஒரு கந்தம் அரிசி கூடுதலாக அனுமதிக்கப் பட்டிருந்தது.

சிகாம்புட், டாமான் சாரா, ரவாங், பஞ்சார் பகுதிகளில் கம்யூனிஸ்ட்டுகளின் நடமாட்டம் அதிகமாகிவிட்டது என்பதை அறிந்த ராணுவம், அந்தப் பகுதிகளில் அடிக்கடி நடவடிக்கைகளில் இறங்கியது. கோயில் கும்பாபிஷேகம் நடப்பதனால், நிச்சயம்

அரிசி கம்யூனிஸ்ட்டுகளின் கைக்குமாறும் என்று ராணுவம் மோப்பம் பிடித்துவிட்டது. ஆனால் அன்று அங்கிருந்த குழு, உணவுத் திருட்டுக்கு வந்தவர்களாகத் தெரியவில்லை. கேப்டனுக்கு, சூடுபட்டு இறந்துபோனவர்களைப் பார்க்கும்போது சந்தேகம் வலுத்தபடி இருந்தது.

“இவனை ஜீப்பில் ஏத்திக்கிட்டு பங்களாவுக்குப் போ. கூடவே, மூணு பேரை கூட்டிக்க.”

துப்பாக்கிகளை லோடு செய்து வைத்துக்கொண்டு, மூன்று ராணுவவீரர்கள் ஜீப்பின் பின்புறம் ஏறிக்கொண்டார்கள். முன்சீட்டிலேயே தேசிங்கு உட்கார வைக்கப்பட்டான். ஜீப், பங்களாவுக்குள் நுழைந்து முன்வாசல் பக்கம் வந்து நின்றது. சன்னலின் வழியே இதைப் பார்த்து சண்முகம்பிள்ளை விளக்குகளைப் போட்டு கதவைத் திறந்தார்.

ஜீப்பிலிருந்து ராணுவ வீரர்களோடு தேசிங்கு இறங்கி நின்றான்.

முன்பு, தேசிங்கை நெட்டித்தள்ளிய ராணுவ வீரன் ஒரு மலாய்க்காரன். அவன், தேசிங்கின் கையைப் பிடித்து இழுத்துக்கொண்டு வந்து சண்முகம்பிள்ளையின் முன் நிறுத்தினான்.

“இவன், உங்களிடம் வேலை பார்க்கிறானா; என்ன வேலை செய்கிறான்...?”

“அவன், இங்கேதான் வேலை செய்றான், போர்மேன். பம்புசெட் காவலாளி. என்ன விஷயம் ஐயா?”

ராணுவ வீரன் எதுவும் பேசவில்லை. விறைப்பாக நடந்து தேசிங்கையும் அழைத்துக்கொண்டு ஜீப்பை நோக்கிப் போனான். சண்முகம்பிள்ளைக்கு எதுவும் புரியவில்லை. ஏன், அவன் யாரென விசாரித்தான் என்றும், அவன் தனது வேலையாள் என்றவுடம் ஏன், ஒன்றும் சொல்லாமல் புறப்படுகிறான் என்றும் தெரியாமல் குழம்பினார்.

சண்முகம்பிள்ளை வேகமாகப் படி இறங்கி நடந்துபோய் அந்த வீரனை அடைந்தார்.

“தயவுசெய்து, என்னை வெளியே கொண்டுபோய் விட்டுவிடுங்கள். இங்கே நடந்த கலவரத்தில் எனக்கு நிலைதடுமாறுகிறது. பயமாக இருக்கிறது. நாளைக்கு எனது தோட்டத்தில் கும்பாபிஷேகம் நடைபெறவிருக்கிறது. விடியக்காலையிலேயே நான் அங்கே இருக்க வேண்டும்.”

ராணுவ வீரன் தலையாட்டினான். சுவாமிகளை அழைத்துக்கொண்டு சண்முகம்பிள்ளை தனது காரில் ஏறி இயக்கினார். முன்னே ஜீப் செல்ல, பின்னே சண்முகம்பிள்ளையின் கார் மெதுவாக நகர்ந்தது.

தேசிங்கைப் பார்த்துவிட்டு பங்களாவிற்குத் திரும்பி ஒருமணி நேரம் ஆகிறதே... இவன் அப்போதே லயத்துக்குப் போய்விட்டானே? எப்படி இவர்களிடம் மாட்டினான்? என்று சண்முகம்பிள்ளை குழம்பினார். பின்சீட்டில் அமர்ந்திருந்த சுவாமிகள், வெளியே தலையை நீட்டி அந்த இருட்டில் எதையோ தேடினார்.

"கும்பாபிஷேகம் நாளுமா இப்படியா நடக்கவேண்டும். நிச்சயமா, இதையெல்லாம் காரணம்காட்டி பிள்ளை, திருமணப் பேச்சை முறித்துவிடுவாரு... "விதி! விதி!" என்று தலையில் அடித்துக் கொண்டார் சுவாமிகள்.

ஜீப், கேப்டன் ரோபர்ட்டின் முன்பாகப் போய் நின்றது. சல்யூட் அடித்து விபரங்களைச் சொன்னான் ராணுவ வீரன்.

கேப்டன் ரோபர்ட், சண்முகம்பிள்ளையின் காரின் அருகில்வந்து உள்ளே எட்டிப் பார்த்தான். சுவாமிகள் ஒரு சாக்குப் பைபோல சுருண்டு கிடந்தார்.

"நீங்க இந்த நேரத்தில் இங்கே வருகிறீர்கள் என, யாருக்கெல்லாம் தெரியும்?" என கேப்டன் ரோபர்ட் கேட்டார். அவர் பார்வையே சண்முகம்பிள்ளையை அச்சுறுத்தியது.

"யாருக்கும் தெரியாது" என்றவர், கொஞ்சம் யோசித்து, "என் டிரைவருக்குத் தெரியும்" என்றார்.

ஜீப்பில் இரு சீனர்கள் கம்யூனிஸ்ட் உடையில் இருந்தனர். அவர்கள் கண்களில் துளியும் அச்சமில்லை. சண்முகம்பிள்ளையையே அவர்கள் கூர்ந்து பார்த்தபடி இருந்தனர். அவர் சிலமுறை பார்வையை விலக்கி மீண்டும் பார்க்கும்போதெல்லாம் பார்வை அகலாமல் இருந்தனர்.

"இப்போ, எங்கே போகவேண்டும்?" கேப்டன் ரோபர்ட், சற்றே அதட்டலான குரலில் கேட்டான்.

"சிகாம்புட் எஸ்டேட். காலையில் அங்கே கோயில் கும்பாபிஷேகம். நான்தான் காப்புக்கட்டி இருக்கிறேன்," சண்முகம்பிள்ளை எதை எதையோ உளறினார்.

அவர் போகவேண்டிய இடம் மட்டும்தான் கேப்டன் ரோபர்ட்டுக்குத் தேவை.

"இந்த ஜீப்பை பின்தொடர்ந்து நீங்க போகவேண்டிய இடத்துக்குப் போங்க. அவுங்க உங்களை ஜாக்கிரதையா விட்டுட்டு வருவாங்க."

ஆயா கொட்டகை முன்பிருந்த புல்தரையில் மூன்று உடல்கள் கிடத்தி வைக்கப்பட்டிருந்தன. அதில் முனியனின் உடலும் இருந்ததைப் பார்த்த சண்முகம் பிள்ளைக்குப் பதறியது. அவன் தோட்டத்தில் வேலை செய்பவன். கோயிலுக்குக் கொட்டித் தருவதை தொழிலாளர்களுக்குக் கொடுக்கலாம் என்று சண்முகம் பிள்ளையை எதிர்த்து பலமுறை கேள்வி கேட்டுள்ளான். அவன், சாதாரண உடையில்தான் இருந்தான். அவன் கம்யூனிஸ்ட் இயக்கத்தில் இருக்கிறான் என்பதே பிள்ளைக்குத் தூக்கிவாரிப் போட்டது. காரின் விளக்கு வெளிச்சத்தில் துப்பாக்கிச்சூடு பட்ட இடத்தில் இரத்தம் வழிந்துகொண்டிருப்பது தெரிந்தது. இருவரின் தொப்பிகள் அகற்றப்படாமல் இருந்தன. ஆலிவ் கலரில் இருந்த உடுப்பு தாறுமாறாகக் கிழிந்திருந்தது. தொப்பியின் மேல்பாகத்தில் நட்சத்திர அடையாளமிட்ட முத்திரை, விளக்கு வெளிச்சத்தில் 'பளிச்'சென்று மின்னியது.

6

கார் புறப்படும் வரையில் தனியாக நின்ற ஜெயா, பிறகு மெதுவாக நடந்துவந்து முத்துவின் அருகில் நின்றாள். தொலைவில், காடு மண்டிக்கிடந்த பகுதியில் சில எருமைகள் மேய்ந்துகொண்டிருந்தன. இருளுக்குள் அவை தனித்த கருமையாய்த் தெரிந்தன.

கோயில் செடிகளிலிருந்து மெல்லிய மணம் வீசியது. மேலும் கோயிலில் கடந்த நாற்பத்தேழு நாட்களாக பூவும், நெய்யும் நிறைந்திருந்ததால் கோயிலை ஒட்டிய வட்டாரம் முழுவதும் ஒருவகையான இனிய மணம் வீசியது. வண்டுகள் ரீங்காரமிட்டபடி பறந்தன. வானில் சந்திரன் பிரகாசமாக ஒளிர்ந்தான். ஜெயாதான் பேச்சை ஆரம்பித்தாள்.

"என்ன முத்து, அந்த சாமியாரு உன்னைய சாதி வச்சுப் பேசுறான். நீ என்னவோ கல்லுளிமங்கனாட்டம் பேசாம இருக்கியே?"

முத்து, ஒன்றும் சொல்லாமல் மௌனமாக இருந்தது, ஜெயாவுக்குக் கோபத்தை அதிகரித்தது. அவன் முகத்தில் என்றும் இல்லாத பதற்றம்.

மீண்டும், "சூடுசொரணை வேணாமா?" என்றாள்.

"இங்க பாருங்க... நான் உண்டு, என் வேல உண்டுன்னு இருக்கேன். வீணா என்ன வம்புதும்புல மாட்டிவிடாதீங்க. இந்த எஸ்டேட்டுல மரம் வெட்டாம, கௌரவமான டிரைவர் வேல செய்றவன் நான் ஒருத்தன்தான். அதையும் கெடுத்துடாதீங்க..."

"கௌரவம், வேலையிலே மட்டும் இல்ல முத்து," ஜெயாவுக்குக் கோபம் குறையவில்லை.

"எனக்கு அதப்பத்தியெல்லாம் கவலயே கெடையாது. மொதலாளி என்னைய நம்பிக்கையா வச்சிருக்காரு. அவுங்க வீட்டுல என்னைய வித்தியாசமா நடத்துறதில்ல," அவன் கண்கள், கார் வரப்போகும் வழியையே பார்த்துக்கொண்டிருந்தது.

“அவுங்க வீட்டுக்குள்ள போயிருக்கியா?”

“இல்ல” என்றான்.

“ஏன் இல்ல?” - ஜெயாவின் பேச்சில் மெல்லிய கிண்டல் தெரிந்தபோது, முத்துவுக்கு எரிச்சலானது.

“எனக்குன்னு படுக்க, வீட்டுக்குப் பின்புறமா இருக்கிற அவுட் ஹவுசில இடமிருக்கு. சாப்பாடெல்லாம் சமையல்காரன் கொண்டுவந்து வச்சிடுறான். தெரியுமா?” அவன் சொற்களைத் திரட்டிப் பேசினான்.

“உன்னைய சமமா நெனச்சா, சாப்பாட்டை குசினியில வச்சுக் கொடுக்கலாம்தானே!...”

“அவுங்களுக்கு சமைச்சதைத்தான நானும் சாப்புடுறேன்...”

“வித்தியாசம், சாப்பாட்டில இல்ல முத்து, சாப்புடற இடத்துலதான் இருக்கு...”

அவன் பக்கத்தில் போய் உட்கார்ந்தாள் ஜெயா. முத்து, ‘சட்’டென்று எழுந்து நின்றுகொண்டான். ஜெயா, அவன் கையைப் பிடித்து இழுத்து பக்கத்தில் உட்கார வைத்ததும் கூச்சப்பட்டு நெளிந்தான்.

அவள் போட்டிருந்த சென்ட்டின் மணம் அவன் மூக்கில் ஏறியது. எத்தனையோ முறை தனியாக, அவளைப் பல இடங்களுக்கு அழைத்துச் சென்றுள்ளான். விலகித்தான் நடப்பான். பின்சீட்டில் அமர்ந்தபடி, அவள் பார்த்த படங்களின் கதைகளை வளவளவென்று பேசிக்கொண்டு வருவாள். சந்தோசம் மிகுந்தால் பாட்டுப் பாட ஆரம்பித்துவிடுவாள்.

“மந்திரிகுமாரி பாத்தியா முத்து?” ஒவ்வொருமுறையும் இப்படித்தான் பேச்சை ஆரம்பிப்பாள்.

“இல்ல. இங்கதான் வேல சரியா இருக்கே. ஞாயித்துக்கெழமகூட உங்களப் பாக்க கெளம்பிடுறாரு. உங்களப் பாக்க வரும் போதெல்லாம் நான்தான் கார ஓட்டணும். அவர இறக்கிவிட்டுட்டு, வேற எடத்துல மறவா போய்க் காத்திருப்பேன். சொன்ன டைமுக்கு வந்து ஏத்திக்கணும்.”

“அந்தப் படத்திலே, தன்னை வஞ்சிக்க நெனச்சவன மலையிலேருந்து மந்திரிகுமாரி தள்ளிடுறாங்க. பொம்பளைன்னா அப்படி துணிச்சலா இருக்கணும்...”

“அப்படின்னா, சுலோச்சனா அம்மாள் முதலாளியை உருட்டித் தள்ளிக் கொன்னுடனுமுன்னு சொல்றீங்களா?” அப்படிச் சொல்லிய பிறகு, நாக்கை கடித்துக்கொண்டான் முத்து. ஒரு கல்லை எடுத்து கடுப்புடன் தூர வீசினான்.

“அது அவுங்களப் பொறுத்த விசயம். எங்கிட்ட அப்படி வஞ்சகமா நடந்துக்கிட்டா நடக்குறதே வேற!”

ஜெயா காரில் வரும்பொழுது இப்படியெல்லாம் பேசுவதை வெளியில் மூச்சுவிடமாட்டான்.

இந்த இருட்டில் ஜெயா, அவனை உரசியபடி அமர்ந்துகொண்டு கையைப் பிடித்திழுத்தது முத்துவுக்கு தர்மசங்கடமாகியது.

“நானும் நீயும் எத்தனை வருசமா பழகுறோம், ஏன் இப்படி கூச்சப்படுற?”

“இல்லீங்க, எனக்கு இப்படியெல்லாம் பழக்கமில்லீங்க...”

“இதுவர நீ பொண்ணத் தொட்டதே இல்லையா? இந்த எஸ்டேட்டுல எத்தன குட்டிங்க இருக்காளுங்க. ஒருத்தியக்கூடவா நீ தொட்டதில்ல. என்னடா இது, கதையா இருக்கு...”

“கதையுமில்ல, கத்திரிக்காயுமில்ல... நான் யாரையும் அப்படிப் பாக்கிறதில்லைங்க. எஸ்டேட்டு தமிழ் ஸ்கூல்ல எல்லாமே அண்ணன் தங்கச்சியாதான் இருப்போமுங்க.”

“எல்லாரும் அக்கா, தங்கச்சின்னா எவளக் கட்டிக்குவே?”

“அது அப்பா, அம்மா பார்த்துக்குவாங்க...”

“கிழிச்சே! வயசிருக்கும்போது அனுபவிக்கணும். உங்க மொதலாளியைப் பாத்தியா? அந்தப் பொதுக்கை பத்தலன்னு என்னையும் சேத்து வச்சிக்கிட்டாரு. எனக்கென்ன பணத்துக்குப் பணம், நகைநட்டு எல்லாம் கெடைக்குது. கொஞ்சநேரம் தண்ணியைப் போட்டுட்டு வந்து படுத்தா அவ்வளவுதான். படுக்கிறதும் தெரியாது ஏந்திரிக்கிறதும் தெரியாது...”

“நீங்க அப்படியெல்லாம் சொல்லக்கூடாது. உங்கள ராஜாத்தி மாதிரி வெச்சிருக்காரு. ஊரு உலகத்துல, அவருக்குப் பின்னால எவ்வளவு கேவலமா அவரைப் பத்தி பேசிக்கிறாங்க தெரியுமா? அவருக்கும் அது தெரியாம இல்ல. ஆனா, அதுக்காக உங்கள விட்டுடலையே. நல்லாத்தான வச்சிருக்காரு. சொந்தப் பொண்டாட்டியைக்கூட அவரு அப்படிப் பார்க்கிறது இல்ல...”

“இப்ப அதெல்லாம் இல்லைன்னு யார் சொன்னா? நகக்கடை பொம்மையில ஆயிரத்தெட்டு நகை பூட்டி வைச்சிருக்கான், கடக்காரன். அதோட மதிப்பு பொம்மைக்குத் தெரியுமா என்னா?”

இப்படி வேகமாகப் பேசிய ஜெயா, அவன் கைகளோடு தனது கையைக் கோர்த்துக்கொண்டாள்.

“இங்க பாரு முத்து, என்னத் தப்பா நெனைக்காத. உன்னைய எத்தனமுற என் கண்முன்னாலயே உன்னோட மொதலாளி அடிச்சிருக்காரு. அப்பவும் சேத்துல போட்ட கல்லா பொதைஞ்சி போயிடுறியே தவிர, கோவமா அதிலேருந்து எழமாட்டேங்கிறியே...”

“அப்படியெல்லாம் சொல்லாதீங்க. இது அவரு போட்ட பிச்ச. வெவரம் தெரிஞ்ச நாளுலேருந்தே அவரோட சோத்தத் தின்னு வளந்த உடம்பு. என்னை அடிக்க அவருக்கில்லாத உரிமையா? சின்னப்புள்ளையிலே எங்கப்பா சோறு போட்டாரு, என்னைய அடிச்சாரு... இப்போ முதலாளி சோறு போடுறாரு, அடிக்கிறாரு...”

“சோறு போடுறவனெல்லாம் அடிக்கலாம்னு ஆயிட்டா, அதோ தெரியுதே சையது காக்கா கட, அவனும் உன்னை ஏன், எதுன்னு கேட்காம அடிக்கலாம்; வாங்கிக்கிறியா?” ஜெயாவின் குரலில் ஆவேசம் ஏறியது.

அப்பொழுது, பினாங்கு நோக்கிச் செல்லும் பாசஞ்சர் வண்டி ரயில்வே கேட்டைத் தாண்டி வேகமாகப் போனது.

ரயில் போனதும் கேட்டைத் திறந்தார், ஜாகாகாரர்.

கேட்டின் அந்தப் பக்கமிருந்து ஊத்தாங்காரர்களை ஏற்றிக்கொண்டு போலீஸ் ஜீப் ஒன்று தோட்டத்தை நோக்கி வந்தது. அந்த ஜீப்புக்குப் பின்னே சண்முகம்பிள்ளையின் கார் தயங்கித் தயங்கி உள்ளே நுழைந்தபோது முத்து, சட்டென எழுந்துகொண்டான்.

முதலாளியுடன் போலீஸ் ஜீப்பையும் பார்த்ததும் முத்துவுக்கு வியர்த்துக் கொட்டத் தொடங்கியது.

7

ராணுவ ஜீப், தூங்குமூஞ்சி மரத்தடியில் போய் நின்றது.

ஜீப்பிலிருந்து இறங்கிய ராணுவ வீரன், ஜெயா மற்றும் முத்து இருவரின் முன்பாகப் போய் நின்றான்.

"இப்ப மணி என்ன? இந்த நேரத்தில, நீங்க எப்படி இங்கேயிருக்கலாம்? கம்யூனிஸ்ட்டுகள் தோட்டத்தில புகுந்துட்டாங்க. இரண்டுபேரும் சாகப்போறீங்களா? திரும்பிப் போங்க சீக்கிரமா..."

ராணுவ வீரனின் அதட்டல் குரலைக் கேட்டு முத்து கதிகலங்கிப் போனான். ஜெயாவின் முகத்தில் பயம் படர்ந்தது. நிலைமை மோசமாவதற்குள் காரைவிட்டு இறங்கி வேகமாக அவர்களை நோக்கி ஓடிவந்தார் சண்முகம்பிள்ளை.

"அவன், என் டிரைவர்தான். எனக்காகத்தான் காத்திருக்கிறான்" எனப் பணிவாகக் கூறினார்.

"இவனுக்குத்தான் நீங்க எங்க போறீங்கன்னு தெரியும்னு சொன்னீங்களா?" கேப்டன் குறுக்கிட்டார். முத்துவைக் கூர்ந்து பார்த்தவர், "அவர், பத்து எஸ்டேட்டுக்குப் போறத நீ யாரிடமாவது சொன்னாயா?" என்றார், ஆங்கிலத்தில் அதட்டலாக.

முத்துவுக்கு 'பத்து' எஸ்டேட் என்பது மட்டும் புரிந்தது. "பத்து எஸ்டேட்டா? ஐயா நீங்க மில்லியன் செட்டல்மெண்டுக்கு போறதாத்தான் நான் நெனச்சிக்கிட்டு இருந்தேன்" என்றான், அப்பாவியாக.

சண்முகம்பிள்ளை நினைவுக்கு வந்தவராக, "ஆமாம்... ஆமாம்... நான் புறப்படும்போது வீட்டுக்கென சொன்னேன். எந்த வீடு எனச் சொல்லவில்லை" என ஆங்கிலத்தில் பணிவாகச் சொன்னார்.

கொஞ்சநேரம் எதையோ யோசித்த காப்டன், "சீக்கிரம் கிளம்புங்கள்..." என்று கடுமையாகக் கூறினார்.

ஜெயாவை முன்புறம் சீட்டில் அமரச்சொல்லிவிட்டு சண்முகம்பிள்ளை சாமியாருடன் பின்சீட்டில் அமர்ந்துகொண்டார். கார் சாவியை

முத்துவிடம் தரும்பொழுது அதில் ஒரு முரட்டுத்தனம் தெரிந்தது. கார் திரும்பி ரயில்வே ரோட்டைத் தாண்டி சிகாம்புட் சாலையில் ஈப்போ ரோட்டை நோக்கி ஓடியது. காரில் யாரும் யாருடனும் பேசவில்லை. மலாய் பள்ளிக்கூடத் திடலைத் தாண்டியதும் சண்முகம்பிள்ளை மெதுவாகப் பேசினார்.

"இன்னைக்கு இப்படி அபசகுணமா நடந்திடுச்சி. பாக்கக்கூடாததை எல்லாம் பாத்தாச்சு. 'பத்து' எஸ்டேட்டுல மூணு பொணத்தப் பாத்தோமில்ல. இப்போ, நாலாவது ஏன், அஞ்சாவது பொணத்தயும் பார்க்கப் போறேன்."

"என்ன பிள்ள... காலையிலே மங்கல கும்பாபிஷேகம் நடக்கப் போறது. நீங்க பாட்டுக்கு பொணம் பொணமுன்னு பேசிக்கிட்டிருக்கீங்க..." என்று சுவாமிகள் பதறினார்.

"பன்னியைக் குளிப்பாட்டி நடு ஊட்டுள்ள வைச்சாலும், அது பீ தின்னத்தான் போவும் சாமி!"

சண்முகம்பிள்ளை, தூங்குமூஞ்சி மரத்தடியில் பார்த்ததை இப்படி வார்த்தையால் கொட்டுகிறார் என்பதை சுவாமிகள் உணர்ந்து கொண்டார். கார், மலாய் பள்ளியைத் தாண்டியதும் செங்கல் சூளை பக்கமாக நகர்ந்தது. இடதுபக்கம் செங்கல்லுக்கு மண்ணெடுத்த இடங்களில் வட்ட வட்டமாக நீர் குட்டையாகத் தேங்கி நிற்பது அந்த நிலவொளியில் தெளிவாகத் தெரிந்தது. வலதுபக்கம் கிச்சாப் தயாரிக்கும் கொட்டகைகள் வரிசையாக இருந்தன.

பெரிய பெரிய மண் சாடிகளில் கிச்சாப் உருவாகி, ஒருவித மணத்தை அந்த வட்டாரம் முழுதும் பரப்பிக்கொண்டிருந்தது. மங்கு பீங்கான் செய்யும் கோ பென் ஹாட் கம்பெனியில் இரவு வேலை நடந்துகொண்டிருந்ததால் எல்லா இடத்திலும் விளக்கு எரிந்துகொண்டிருந்தது. சண்முகம்பிள்ளை, காரை நேராக வீட்டுக்கு ஓட்டச் சொன்னார். தனது பங்களாவை அடைந்ததும், சுவாமிகளை கீழே இறக்கி வீட்டினுள் அழைத்துச் சென்ற அவர், சிறிது நேரத்தில் மீண்டும் காரில் ஏறி அமர்ந்துகொண்டு,

"ஜெயா வீட்டுக்குப் போ..." என்றார்

முத்து, காரை செந்தூலுக்கு விட்டான். ஜெயாவை, செந்தூல் கம்போங் சிம்பாடாக் பகுதியில் ஒரு மலாய்க்காரரின் வீட்டை வாடகைக்கு எடுத்துத் தங்கவைத்திருந்தார். ஜாலான் ஹஜி சாலேவில் இருந்த ரயில்வே ஸ்டேசனைத் தாண்டியதும் ஒரு பெரிய தூங்குமூஞ்சி மரம் வந்தது.

“கார அந்த மரத்தடியில நிப்பாட்டுடா!” என்று அதட்டினார்.

ஏதோ நடக்கப்போகிறது என்பதை அறிந்ததுபோல ஜெயா, பொறுமை இழந்தவளாக கார் சீட்டில் நெளிந்துகொண்டிருந்தாள். முத்து காரை நிறுத்தினான். காரைவிட்டு இறங்கிய சண்முகம்பிள்ளை, முன்சீட்டுக் கதவைத் திறந்து முத்துவை வெளியே இழுத்து வயிற்றிலும் முகத்திலும் குத்தினார். உதட்டில் பல் குத்தி ரத்தம் வழிந்தது. முத்து, வலி தாங்காமல் முனங்கினானேயொழிய வாய்விட்டுச் சத்தம் போடவில்லை. தொடர்ந்து அடி விழுந்தது. அத்தனை அடியையும் வாங்கிக்கொண்டு மரம்போல நின்றான். வாயிலிருந்தும் உதட்டிலிருந்தும் ரத்தம் கொட்டிக் கொண்டே இருந்தது.

“நாயே, நீ கெட்ட கேட்டுக்கு இவ வேணுமா? நன்றி கெட்டவனே... எவ்வளவு நாள் நடக்குது?” முத்துவை, மாறி மாறி அறைந்தார்.

“என்னங்க... என்ன, ஏதுன்னு விசாரிக்காம இப்படி அடிச்சா எப்படி? நிறுத்துங்க... அடிக்கிறத நிறுத்துங்க,” என்றாள் ஜெயா.

“நீ என்னாடி கேள்வி கேக்கிறது. தேவடியாளை கொண்டுவந்து சீராட்டி வைச்சிருக்கேன் பாரு... என்னையச் சொல்லணும். உன்னை வைக்கவேண்டிய இடத்திலே வைக்கணும்டி.”

“அனாவசியமா பேசாதீங்க! நான் அவனுக்குத் தைரியம் சொல்லிக்கிட்டிருந்தேன்... மனுசனா ஆகணுமுன்னு யோசனை சொன்னேன்.”

“யோசனைய வாயில சொல்லணும்டி நாயே! கையை அவன் கை மேலே போட்டு என்னடி பேச்சுவேண்டிக் கிடக்குது? வாழ்க்கைக்கு யோசனை சொன்னியா, படுக்கைக்குச் சொன்னியா?”

சண்முகம்பிள்ளை அப்படிப் பேசியதும் ஜெயாவுக்கு ‘சுருக்’கென்றது. முத்துவின் கைமேல் தனது கை இருந்ததை அவர் பார்த்துவிட்டார் என்பதை அறிந்ததும் நிலைமையை எப்படியும் சமாளிக்க வேண்டுமென்று நினைத்துக் கொண்டாள்.

“எதையும் விசாரிக்காம முத்துவையும் என்னையும் சந்தேகப்படுறது என்ன ஞாயம்?” அவள் குரலை உயர்த்திப் பேசினாள்.

“என்னடி, கதை அளக்கிறே?”

“அவன் ஒரு அப்பாவி. சூதுவாது தெரியாதவன். உங்களிடம் அவன் எவ்வளவு விசுவாசமா நடந்திருக்கான். கொஞ்சங்கூட நீங்க அவங்கிட்ட அன்பா இருக்கீங்களா? நீங்க அவன இப்படி எத்தனைமுற

அடிச்சிருக்கீங்க... ஒருமுறையாவது உங்கள எதிர்த்துப் பேசியிருப்பானா? காலச் சுத்திவர்ற நாயா ஒழைக்கிறான். அவனுக்கு ஆறுதலாப் பேசினேன். ஒரு தம்பிய கையைப் பிடிச்சுப் பேசக்கூடாதா?"

தம்பி என்றதும் சண்முகம்பிள்ளை அவனை அடிப்பதை நிறுத்தினார். அவர், தனது செயலுக்குச் சங்கடப்படுவதுபோல் இருந்தது. கண்கள் இன்னும் சிவந்திருந்தன. காரின் அருகில் சென்றவர், அவர்கள் முகத்தைப் பார்க்க விரும்பாததுபோல திரும்பிக் கொண்டார்.

சண்முகம்பிள்ளையின் வண்டி நடுரோட்டில் நிற்பதைப் பார்த்த ஓரிரு வாகன ஓட்டிகள் வாகனத்தை நிறுத்தி, சண்முகம்பிள்ளையின் கோப முகத்தைப் பார்த்ததும் இடத்தைவிட்டு விரைந்தபடி இருந்தனர். முத்துவுக்கு அவமானமாக இருந்தது. அதில் யாராவது, தன் தோட்டத்துக்காரர்களாக இருந்தால் எப்படி முகத்தில் விழிப்பது எனச் சங்கடமாக உணர்ந்தான்.

"காருல ஏறுங்க..." சண்முகம்பிள்ளையின் குரலில் சுரத்தில்லாமல் இருந்தது.

தனது சட்டையால் முகத்தைத் துடைத்துக் கொண்டான் முத்து. சட்டை முழுதும் ரத்தம். அவன் கண்களில் கண்ணீர் இல்லை. ஏதோ, பந்து விளையாட்டில் தோற்றது போலத்தான் இருந்தான்.

எத்தனையோ முறை ஜெயாவின் முன்பும், அவள் இல்லாத வேறு இடங்களிலும் முத்துவை அவர் வரைமுறையில்லாமல் அடித்துள்ளார். முத்துவின் ஒரு பிடியை அவர் தாங்கமாட்டார். அடிக்கும்போதெல்லாம் தன்னிடம் சம்பளம் வாங்கும் சாதாரண டிரைவர் என்ற எண்ணமே சண்முகம்பிள்ளைக்கு மேலோங்கி நிற்கும். எந்தச் சூழ்நிலையிலும் அவர் அடிக்கும்போது அதைக் குனிந்து வாங்கிக்கொண்டு போகும் முத்துவின் எதிர்ப்பின்மையே சண்முகம்பிள்ளைக்கு பெரிய பலத்தைக் கொடுத்துவிட்டது.

காரில் ஏறியதும் பையிலிருந்து ஐம்பது வெள்ளியை எடுத்து முத்துவிடம் நீட்டினார் சண்முகம்பிள்ளை.

"பரவாயில்லீங்க, வேண்டாமுங்க..." இப்படிச் சொல்லியபடி, பின்பக்கம் திரும்பிப் பார்க்காமலேயே காரை ஓட்டினான் முத்து.

சண்முகம்பிள்ளை திடுக்கிட்டார். எப்பொழுது அடித்தாலும் அதுபற்றி அவர் பெரிதுபடுத்துவதில்லை. இன்று ரத்தம் வரும்வரை

அடித்ததும், முத்துவின் சட்டை கிழிந்துபோனதும், சகோதரன் என்று ஜெயா சொன்னதும், அவரை கொஞ்சம் அசைத்தது.

“பரவாயில்லை முத்து, ஐயா கொடுப்பதை வாங்கிக்க. காலையிலேயே புதுச்சட்டை வாங்கிக்க. நாளைக்கு கும்பாபிஷேகம்தானே. புதுச்சட்டையோடு வாயேன்...” ஜெயா, இப்படிக் கூறியதும் கண்ணாடியில் அவளைப் பார்த்தான் முத்து.

“எனக்கு ஐயா வீட்டிலே வேறுசட்டை இருக்கு. காலையிலே அதைப் போட்டுக்குவேன். இப்ப காசெல்லாம் வேணாம்.”

“அந்தப் பணத்தை வாங்காமல் தனது எதிர்ப்பை முதன்முறையாக அவன் தெரிவிக்கிறானா?” இன்னைக்கு அவனிடம் சொன்ன புத்திமதி வேலை செய்வதாகவே ஜெயா நினைத்தாள்.

ஜெயா சொல்லியும் அவன் பணம் வாங்காமல்போனதைப் பார்த்த சண்முகம்பிள்ளை சற்றே திடுக்கிட்டார். எதையும், எப்பொழுதும் பணத்தைக் கொடுத்துச் சமாளித்துவிடலாமென்ற திடமான கொள்கை வைத்திருந்தார் அவர்.

சண்முகம்பிள்ளையின் எல்லா அந்தரங்க விஷயங்களும் முத்துவுக்கு அத்துப்படி. ஆனால், இதுவரை அவன் யாரிடமும் அதுபற்றி மூச்சுவிட்டதில்லை. பணம் வாங்காதது அவரை வெகுவாகச் சீண்டியது. “வச்சிக்கோ” என, பணத்தை அவன் பாக்கெட்டில் திணித்தார். அவன் அதை எடுத்துப் பின்பக்கமாக அவரிடமே நீட்டினான்.

“வேணாங்க மொதலாளி! நீங்கதான அடிச்சீங்க. இது எனக்கு என்ன புதுசா?”

எது செய்தாலும் வாயைத் திறக்காதவன், இப்படிப் பேசியது சண்முகம்பிள்ளைக்கு என்னவோ செய்தது. அந்த ஐம்பது வெள்ளியைச் சடக்கென்று திருப்பித் தந்தது தன்னை முகத்தில் காறி உமிழ்ந்ததுபோல் உணர்ந்தார்.

ஜெயாவின் வியப்பு, மெல்ல மகிழ்ச்சியாக மாறியது.

8

அன்றிரவு, ஜாலன் ஹாஜி சாலேயின் மரத்தடியில் முத்துவை அடித்தது, பிறகு பணம் கொடுத்தது, அதை அவன் வாங்க மறுத்தது என எல்லாமே சண்முகம்பிள்ளையைக் கோபமுறச் செய்திருந்தன.

சிகாம்புட் எஸ்டேட்டின் தூங்குமூஞ்சி மரத்தடியில் ஜெயாவும் முத்துவும் இருந்த அந்த இரவுநேர நெருக்கம், அவரை இன்னமும் ஏதோசெய்துகொண்டுதான் இருந்தது. ஆத்திரம் அடங்கியபாடில்லை. ஆத்திரம் கொஞ்சம்கொஞ்சமாக அவமானமானது.

ஜெயா, 'தம்பி' என்று சொன்னபோது கொஞ்சம் அடங்கிய அவரது மனம், மீண்டும் அந்த வார்த்தையில் சந்தேகம் எழ முன்பைக்காட்டிலும் ஆக்ரோஷமானது. முட்டாளாக்கப்படுவது அவமானமாக இருந்தது. அதை அடக்கிக்கொண்டு, காலையில் கும்பாபிஷேகம் இருப்பதால் மனதை அதில் செலுத்த முற்பட்டார் சண்முகம்பிள்ளை.

விடிகாலை நான்கு மணிக்கெல்லாம் சுவாமிகளுடன் கோயிலுக்குப் புறப்பட்டார்.

முத்து, உடை மாற்றிக்கொண்டு டிரைவர் ஆசனத்தில் அமர்ந்திருந்தான். முகமும் உதடுகளும் வீங்கியிருந்தன. கோயிலில் எப்படி, தன் உறவுகளை எதிர்கொள்வது எனச் சங்கடமாக இருந்தது.

காரில் வந்தமர்ந்த சுவாமிகள், சண்முகம்பிள்ளையைத் திரும்பிப் பார்த்தார். அவரோ, ஏதும் நடக்காததுபோல் மௌனம் காத்தார்.

கார், சிகாம்புட்டை நோக்கிப் போனது. அந்த அதிகாலை நேரத்தில் வெள்ளி இலேசாக முளைத்திருந்தது.

ரப்பர் மரங்கள் தலையில் பச்சைத் தலைப்பாகை கட்டிக்கொண்டு இவர்களை வரவேற்கக் காத்திருப்பதுபோல் இளங்காற்றில் தலையாட்டி வரவேற்றன. தோட்டத்து லயங்களில் மண்ணெண்ணெய்

விளக்குகள் மினுக்கட்டான்பூச்சிபோல மினுக் மினுக்கென்று ஒளி வீசின. பொதுக் குளியலறைகளில் பெண்களின் கலகல ஓசை கேட்டது.

வயதான ஒருவர், விடிந்தும்விடியாத அந்தக் காலைக்குளிரில் அந்தப் பெண்களுடன் நீர்வாரி தலையில் கொட்டியவாறு குரலெடுத்துப் பாடினார்:

கையாலே பூ வெடுத்தா - மாரிக்கு

காம்பழுகிப் போகும்முன்னு

விரலாலே பூவெடுத்தா

வெம்பிடு மென்று சொல்லி

தங்கத் துரட்டி கொண்டு - மாரிக்கு

தாங்கி மலரெடுத்தார்

வெள்ளி துரட்டி கொண்டு

விதமலர்கள் தானெடுத்தார்

எட்டாத பூ மலரை - மாரிக்கு

ஏணி வைத்துப் பூவெடுத்தார்

பத்தாத பூ மலரைப்

பரண் வைத்துப் பூ வெடுத்தார்

அந்தக் கிழவியின் குரலில், மாரியம்மனுக்குப் பூப்பறிக்கும் அழகை சுவாமிகள் ஒரு கணம் நின்று கேட்டார்.

தங்கத் துரட்டி கொண்டு - மாரிக்கு

தாங்கி மலரெடுத்தார்

என்ற வரிகளை சுவாமிகள் திரும்பத் திரும்பப் பாடினார்.

சண்முகம்பிள்ளை, சுவாமிகள் பாட்டில் லயித்து நிற்பதைப் பார்த்து கொஞ்சம் அதிசயப்பட்டார்.

இருவரும் கோயிலை அடைந்தபொழுது அர்ச்சகரும் சுவாமிகளின் சிஷ்யர்களும் கும்பாபிஷேக வேலைகளில் மும்முரமாக இருந்தனர்.

கோயில் வேலைகளை நோட்டமிட்ட சண்முகம்பிள்ளை, மீண்டும் காருக்கு வந்து "போயி ஜெயாவக் கூட்டிக்கிட்டு வா!" என்றார்.

அவரை நிமிர்ந்துபார்த்த முத்து, பிறகு அமைதியாக எங்கோ பார்வையைச் செலுத்தியவாறு இருந்தான். கார் கிளம்பாமல் இருப்பதைப் பார்த்த சண்முகம்பிள்ளை, "என்ன?" என்று கேட்டார்.

"நா போவ மாட்டேன் முதலாளி!" என்றவாறு, அவர் பக்கம் திரும்பாமலேயே பதில் சொன்னான்.

இதுவரை, தான் கிழித்த கோட்டைத் தாண்டாதவன், முதன்முறையாக தனது கட்டளையை மறுத்துப் பேசுவதை அவரால் நம்பவே முடியவில்லை. தீயை மிதித்தவர்போல் அவர் உடல் பதறியது.

"யேன்"?

"நேத்திலேருந்தே நான் முடிவு பண்ணிட்டேன். இனி, தனியா அவுங்கள காரில் ஏத்த வேணாமுன்னு. அது ஒங்களுக்கும் அவுங்களுக்கும் நல்லது. எனக்கும் நல்லது. வீணா எதற்கு அடி வாங்கணும்?"

தன்னிடம் வேலைக்கு வந்ததிலிருந்து முத்து இப்படிப் பேசியதை அவர் கேட்டதில்லை. அவனை காரிலிருந்து இழுத்துப்போட்டு நாலு மிதி மிதிக்க நினைத்தார். கோயில் கும்பாபிஷேகம் அதுவுமாக, அதிலும் கோயில் வாசல்முன் எதுவும் நடந்துவிடக் கூடாது என்பதில் சற்றே கவனம் சென்றதால் தன்னை அடக்கிக் கொண்டார்.

முத்து, வீங்கிப்போன தனது உதட்டை மறுஉதட்டால் தடவிக் கொண்டிருந்தான். கோயிலில் கூட்டம் கொஞ்சம் கொஞ்சமாக கூடிக்கொண்டிருந்தது. செந்தூல் ரயில்வே ஒர்க் சாப்பின் முதல் சங்கு காதைக் கிழித்துக்கொண்டு போனது.

அப்பொழுது சுலோச்சனா அம்மாளும் பிள்ளைகளும் மற்றும் சண்முகம்பிள்ளையின் உறவுகளும் வெள்ளை நிற மெர்தடிஸில் வந்திறங்கினார்கள். காரைக்குடி நாதஸ்வரக்காரரின் இனிய இசை மெல்ல மெல்ல மேல் உச்சத்துக்குப் போனது. தவிலின் ஓசை தோட்டத்தைக் கிடுகிடுக்க வைத்தது.

சற்றுமுன்பு அங்கிருந்த அமைதி கொஞ்சம் கொஞ்சமாகக் குறைந்தது.

முத்துவிடம் எதுவும் பேசாமல், விறுவிறுவென்று தனது மனைவி வந்த காரை நோக்கிப் போனார் சண்முகம்பிள்ளை. சுலோச்சனா, சேலையைச் சரிப்படுத்துவதில் இருந்தாள். இராஜசுந்தரம் வேட்டி ஜிப்பாவுடன் கோயிலைநோக்கி நடந்தான்.

“சரி சரி, நேரமாயிடுச்சி. எல்லாரும் கோயிலுக்குப் போங்க,” என்றார் பிள்ளை.

சுலோச்சனா, அவர் முகத்தை ஏறெடுத்துப் பார்க்கவில்லை. ‘தளுக்புளுக்’கென்று கோயிலைநோக்கி நடந்தார். அவரோடு காரில் வந்த அனைவரும் சேர்ந்துகொண்டார்கள்.

சுலோச்சனா வந்த வெள்ளை நிறக் கார் வீட்டு உபயோகத்துக்காக சண்முகம்பிள்ளை வாங்கியது.

“டேய், ஆறுமுவம்... நீ போயி ஜெயாவ செந்தூல்லேருந்து உடனே கூட்டிட்டு வந்திரு. கும்பாபிஷேக வேலைங்க ஆரம்பிக்கப் போவுது,” என்றார். டிரைவர் ஆறுமுகத்துக்கு ஆச்சரியமாக இருந்தது. முத்துவைத் தவிர வேறு யாரையும் ஜெயாவோடு அவர் அனுப்பியது இல்லை. இன்று தன்னை அனுப்புவது அவனுக்குக் கொஞ்சம் பெருமையாகவும் இருந்தது. சண்முகம்பிள்ளையின் அந்தரங்கத்தில் முதன்முறையாக அவனுக்கு ஒரு சிறிய வாய்ப்பை வழங்கியதாகவே அவன் நினைத்தான்.

“சரி, மொதலாளி...” என்றவாறு, வெண்குதிரையைப் போல காரை திருப்பினான் ஆறுமுகம். புதிய கார் துள்ளியது. சண்முகம்பிள்ளை, முத்து இருந்த காரை ஒருமுறை கடுகடுத்த முகத்தோடு திரும்பிப் பார்த்தவாறு கோயிலை அடைந்தார்.

யாகசாலையில் யாகங்கள் நடந்துகொண்டிருந்தன. ஆனால், சண்முகம்பிள்ளையின் மனம் எங்கெங்கோ தாவிக்கொண்டு ஒரு நிலையில் நிற்காமல் தவித்தது. தன்னைப் பற்றியும் தனது வாழ்க்கை, குடும்பம், சொத்து பத்து, வாங்கவிருக்கும் புதுத்தோட்டம், சுவாமிகளின் வேண்டுகோள் என்று விரிந்த சிந்தனை கடைசியில், ஜெயா - முத்து என்று வந்து நின்றது. “அவள், தம்பி எனச் சொன்னது உண்மையாக இருக்குமா” என, அப்போது அந்த நிமிடம் தோன்றியது.

அவருக்குப் பரிவட்டம் சூட்டினார்கள். அது சிவப்பு நிறத்திலான துண்டு. அதைப் பார்த்ததும் அவருக்கு நேற்று இரவு அந்த மூன்று பிணங்களின்மேல் இருந்த இரத்தக் கறையும் முத்துவின் உதட்டில் வழிந்த இரத்தமும் நினைவுக்கு வந்தன. நினைவுகளை அவர் மறக்க முயன்றார். மறக்க நினைப்பதுதான் முன்னேவந்து நின்றது.

அவரின் மகன் இராஜசுந்தரத்திற்கும் பரிவட்டம் கட்டினார்கள். யாகசாலை பூசைகள் முடிந்து, தமிழகத்தின் நதிகளிலும்

கோலாசிலாங்கூரிலும் எடுத்து வரப்பட்ட புனிதநீர் நிறைந்த குடங்களை குருக்கள்மார்கள் தலையில் சுமந்து, கட புறப்பாடு தொடங்கியது. மேளதாள இசையுடன் முதலில் கோபுர அபிஷேகத்துக்கான நீரை சுமந்திருந்த குருக்கள், கோபுரத்தை நோக்கி சாரத்தின்வழியாக மேலே ஏறினார். அவரைத் தொடர்ந்து உதவியாளர்கள் ஏறினார்கள். அதேநேரத்தில், அம்மன் சன்னதி கலசத்துக்கு அபிஷேகம் செய்ய மற்றொரு குருக்கள் குடத்துடன் மேலே ஏறினார். அவருடன் சண்முகம்பிள்ளையின் ஒரே மகன் ஏறினான். சண்முகம்பிள்ளை, தனது ஒவ்வொரு அடியையும் எண்ணியெண்ணி வைத்தார். சாரத்தின்வழி மேலே ஏறஏற இவரும் எதிலிருந்தோ விடுபட்டதுபோல் சிறகசைத்துப் பறக்க முயன்றார்.

சண்முகம்பிள்ளை இயந்திரம்போல இயங்கினார். சுவாமிகள் மிகக் கூர்மையாக அவரை பார்த்துக்கொண்டிருந்தார். பிள்ளையிடம் ஏதோ ஒரு மாற்றத்தை பரிவட்டம் கட்டியதும் ஏற்பட்டதை அவர் கவனிக்கத் தவறவில்லை.

கோபுரக் கலசத்தின் அபிஷேகத்தை எதிர்பார்த்தபடி, கீழே நின்றிருந்த மக்கள் தலைக்குமேல் கையெடுத்துக் கும்பிட்டபடி, மேலிருந்து தீர்த்தம் தெளிக்கப்படும் பொழுது அந்தப் புனிதநீர் தங்கள்மேல் படவேண்டுமென்று பிரார்த்தனை செய்து கொண்டிருந்தார்கள்.

சண்முகம்பிள்ளை மேலே போனதும் கண்ணை மூடியவர்தான் திறக்கவே இல்லை. அகண்ட பிரபஞ்சவெளியை அடைவதற்கு ஒரு கடல் புறா சிறகசைப்பதுபோல் அவரின் நினைவுகள் சிறகசைத்தன. அவர் வேறு உலகத்தில் இருந்தார். கும்பாபிஷேகம் முடிந்து தீர்த்தம் மேலிருந்து தெளிக்கப்பட்டபொழுது கூட்டத்தில் அதிக நெரிசல் ஏற்பட்டது. சண்முகம்பிள்ளை கண்திறந்து கீழே நோக்கினார். கூட்டத்தில், தனது மனைவி மக்கள் நிற்பதைப் பார்த்த அவர் ஒரு மூலையில் ஜெயாவும் கை கூப்பி நிற்பதைக் கண்டார்.

கோயில் அடிவார மரத்தடியில், காருக்குப் பக்கத்தில் முத்து நின்றுகொண்டிருந்ததைப் பார்த்ததும் அவருக்குச் சங்கடமாகியது. இவன், ஏன் கும்பாபிஷேகத்தை விட்டு விலகி நிற்கிறான்? தன்மேல் உள்ள கோபத்தை இப்படிக் காட்டுகிறானா? தெய்வத்திடம் இவனுக்கு என்ன கோபம்?

சாரங்களின் வழியே அனைவரும் இறங்கிவந்தார்கள். தொடர்ந்து பிள்ளையார், அம்மன், முருகன் ஆகிய தெய்வங்களுக்குக்

குடங்களிலிருந்த புனிதநீரை வார்த்து கும்பாபிஷேகம் செய்தனர். பூசைகளும் தீபாராதனைகளும் தொடர்ந்தன. சண்முகம்பிள்ளை முழுக் கவனத்தையும் பூசையில் கொண்டுவர முயற்சி செய்தார்; முடியவில்லை.

முத்துவின் புதிய போக்கு அவருக்குப் பிடிபடாததாக இருந்தது. அவனுடைய மாற்றத்துக்கு ஜெயாதான் காரணமோ எனத் தோன்றியது.

கோயிலில் அன்னதானம் ஆரம்பமாகியது. செட்டிநாட்டுச் சமையலில் சகலவகையான காய்கறிகளுடன் நெய் மணந்தது. குருத்துவாழை இலைகளில் வைக்கப்பட்ட வெஞ்சணங்களில், செட்டிநாட்டுக்கே உரிய குழிப்பனியாரமும் அவியலும் தோட்டத்து மக்களுக்குப் புதிதாக இருந்தன. ஜப்பானியர் ஆட்சிக் காலத்தில் மரவள்ளிக் கிழங்கை அவித்துச் சாப்பிட்டு நாக்கு வறண்டவர்களுக்கும், கம்யூனிஸ கால நெருக்கடியில் சமையல் பொருட்களே கிடைக்காத நிலையில் உடல் வற்றியவர்களுக்கும் இப்படி, அன்னதானத்தில் பரிமாறும் பதார்த்தங்களைப் பார்த்து கண்கள் ஈரமானது. பந்தியில் இடம்பிடிக்க ஒவ்வொருநாளும் தள்ளுமுள்ளு நடந்தது. சோற்றைத் தொட்டு வணங்கி மக்கள் மனம் குளிர்ந்தனர்.

பாயாசத்தில் எப்போதாவது தென்படும் முந்திரிப் பருப்பும் உலர்ந்த திராட்சையும் கைவைத்த இடமெல்லாம் அகப்பட்டன. அப்பளமும் வடையும் பாயாசத்தில் பிணைந்து சாப்பிடும்பொழுது தனி ருசி. தோட்டத்து மக்களுக்கு சண்முகம்பிள்ளை கடவுளாகவே தெரிந்தார்.

சண்முகம்பிள்ளையும் சுவாமிகளும் கோயிலின் முன்பக்கமிருந்த குருக்களின் அறையில் சாப்பிட்டார்கள். தனியாக ஒதுக்கப்பட்ட இடத்தில் சுலோச்சனா, இராஜசுந்தரம், பிள்ளையின் உறவுகள் அனைவரும் வரிசையாக அமர்ந்து சாப்பிட்டார்கள். ஜெயா, தனியாக தோட்டத்து மக்களுடன் 'சமபந்தி'யில் உட்கார்ந்து கொண்டாள்.

ஒலிபெருக்கியில் கே.பி.சுந்தராம்பாள் 'ஞானப்பழ'த்தைப் பிழிந்துகொண்டிருந்தார்.

சண்முகம்பிள்ளை அவசர அவசரமாகச் சாப்பிட்டுவிட்டு கோயிலின் வாசலில் வந்து நின்றார். அவரின் பார்வை முத்துவை நோக்கிப் பாய்ந்தது. முத்துவுடன், போர்மேன் தேசிங்கு ஏதோ பேசிக்கொண்டிருந்தான். பிறகு இருவரும் சையது காக்கா கடையை நோக்கி நடந்தார்கள். முத்துவும் தேசிங்கும் சாப்பிடாமல்கூட

போகிறார்களே என்ற ஆதங்கத்துடன், அவர்கள் சென்ற திசையைப் பார்த்துக்கொண்டிருந்தார் சண்முகம்பிள்ளை.

தேசிங்கு, முத்துவிடம் ஏதோ கடுமையாகப் பேசுவதுபோலத் தெரிந்தது. தனக்காகப் பரிந்து பேசுகிறானா என நினைத்தபோது சண்முகம்பிள்ளைக்கு நிம்மதியாக இருந்தது. நேற்று அவன் உயிரை இராணுவத்திடமிருந்து காப்பாற்றியதை நினைத்துக்கொண்டார்.

9

“எல்லாமே பாழாச்சு...” என்ற தேசிங்கு, கடும் கோபத்தில்தான் இருந்தான்.

“நா என்னண்ணே செய்யமுடியும்? என்னையவே சடக்குல உட்டுட்டுப் போய்ட்டாரு...” முத்து, தலையைக் குனிந்தபடியே பேசினான்.

“முத்து... உன்னால நேத்து மூணுபேரு செத்திருக்காங்க.”

“அண்ணே... அதுக்கு நான் எப்படி பொறுப்பாவ முடியும்? மொதலாளி பொறப்பட்டதுமே ஒண்ணுக்குப் போறதாச் சொல்லி உங்ககிட்ட வந்து, அவரு எங்க போயிருக்கலாமுன்னு சொன்னேன். நிச்சயமா, அவரு வீட்டுக்குப் போகமாட்டாருன்னு எனக்குத் தெரியும். ஒண்ணு, இந்த எஸ்டேட் பங்களாவுக்குப் போவணும். அப்படி இல்லன்னா, பத்து எஸ்டேட் பங்களாவுக்குப் போவணும்...”

“நீ பிடிவாதமா கூடப்போயிருந்தா அவ்வளவுநேரம் காத்திருக்க வேண்டி வந்திருக்காது. நீ வண்டிய கொஞ்சம் தெச மாத்தி, காட்டோரமா ஓட்டி வந்திருந்தா காரியம் ரொம்ப சாதாரணமா முடிஞ்சிருக்கும்...”

தேசிங்கின் கோபம் கொஞ்சம்கொஞ்சமாக விரக்தியானது. முத்து, அதற்குமேல் ஒன்றும் பேசவில்லை. ஒருவகையில், அன்று அவன் காரை ஓட்டாதது கூட நிம்மதியாகவே இருந்தது. தேசிங்கு சொல்வதுபோலச் செய்தால், தன்மேல் நிச்சயம் சந்தேகம் திரும்பும். தன் குடும்பத்தின் நிம்மதியே விலகும். அப்பாவுக்கு இதெல்லாம் பிடிக்காது என அவன் அறிந்தே வைத்திருந்தான்.

“இந்த ஒரு நாளைக்காக ரெண்டு வருஷமா காத்துக்கெடந்தோம். கும்பாபிஷேகத்துக்கு ஒரு நாளைக்கு முந்தி அந்தச் சாமியாரையும் மொதலாளியையும் தூக்கியிருந்தா கேட்டது கெடைச்சிருக்கும். பணக் கொழுப்பெடுத்தவனுங்க. பாத்தல்ல, மாறிமாறி தட்டுல பணக்கட்ட வச்சி நீட்டுறத... யார் ஊட்டுப் பணம்?”

தேசிங்கு பேசுவதெல்லாம் சரியாக இருந்தாலும் முத்துவால் அதற்குப்பிறகு நடக்கப்போவதை யோசிக்க முடியவில்லை. அவர் தனியாள் என்பதால் எதுவும் செய்வார் என நினைத்துக் கொண்டான்.

"கியாட்டையும் சுன்னையும் புடிச்சிட்டாங்களே," முத்து, பேச்சை திசைதிருப்ப முயன்றான்.

"அவனுங்க வாயத் தெறக்கமாட்டானுங்க. அப்படியே தெறந்தாலும் சோத்துக்காக வந்தோமுன்னு சொல்லிடுவானுங்க. போலீஸ் நம்பணும்" என்றவன், முத்துவின் முகத்தை உற்றுப் பார்த்தான். உதடுகள் வீங்கி, கண்ணின் ஓரம் இரத்தம்கட்டியிருந்தது.

"நீ அவசரப்பட்டிருக்க வேணாம் முத்து. இன்னும் அடி வாங்கியிருக்கலாம். ஒண்ணும் செத்துர மாட்ட..." என தேசிங்கு சொல்லிக்கொண்டிருக்கும்போதே கடை வரவும் அமைதியானார்கள்.

காக்கா கடையின் வெளியில் போடப்பட்டிருந்த பிராஞ்சாவில் அமர்ந்தார்கள். கடையிலிருந்த சிலர் நெருக்கமாக அமர்ந்து ரகசியக்குரலில் பேசிக்கொண்டிருந்தனர். முத்துவும் தேசிங்கும் கடைக்குள் நுழைந்ததும் அவர்கள் பேச்சு சட்டென்று நின்றது. அவர்கள் பேசிக்கொண்டிருந்தது, நேற்று நடந்த சூட்டுச்சம்பவம் பற்றிதான் எனத் தேசிங்கு அனுமானித்துக்கொண்டான். முத்துவையும் தேசிங்கையும் ஏற இறங்கப் பார்த்துவிட்டு அவர்கள் தங்கள் பேச்சைத் தொடர்ந்தனர். கடையில் சையது காக்காவைக் காணவில்லை. பாத்திமா மட்டுமே இருந்தாள். கடையில் திருவிழாவுக்கு வந்த முதியவர் ஒருவர் சாப்பிட்டுக் கொண்டிருந்தார். கோயிலில் கூட்டம்; கடைப்பக்கம் ஆளில்லை.

"ரெண்டு சாயா போடு!" தேசிங்கு, உள்பக்கமாகப் பார்த்துக் குரல் கொடுத்தான்.

பாத்திமா எப்பொழுதும் கடையின் வெளிப்புறம் வருவதில்லை. யாராவது வேற்று ஆளைப் பார்த்துவிட்டால் போர்த்தியுள்ள முக்காட்டை படக்கென்று இறுக்கிக்கொள்வாள். தனியாக உள்ளே டீ கலக்கும்பொழுதும் முக்காடு இல்லாமல் இருந்ததில்லை.

தேநீரைக் கொண்டுவந்து வைத்துவிட்டு அவள், குசினிப் பக்க கதவோரத்தில் போய் நின்றுகொண்டாள். அங்கிருந்தபடி, தேசிங்கு அமர்ந்திருக்கும் மேசையைப் பார்க்க முடியும். கோயிலில் தேங்கியிருந்த குப்பைகள் மாட்டுவண்டிகளில் குவிக்கப்பட்டு எடுத்துச் செல்லப்பட்டபோது 'குப்'பென வாடை எழுந்தது.

சை. பீர்முகம்மது ● 61

“எங்க... சையது காக்காவைக் காணோம்?” தேசிங்கு கேள்விக் குறியோடு உள்ளே குசுனிப் பக்கம் எட்டிப்பார்த்தான்.

“அவரு சாமான் வாங்க செந்தூலுக்குப் போயிருக்கிறார். வர்ற நேரம்தான்!” என்று கூறியவாறு, ரயில்வே கேட்டில் பார்வையைச் செலுத்தினாள். மலாயாவுக்கு வந்த புதிதில் அதிகம் மலையாளம் கலந்து பேசியவள், இப்போது தமிழில் நன்கு தேறியிருந்தாள்.

“நேத்து காக்கா உங்கிட்ட சத்தம் போட்டுட்டிருந்தாரே... என்ன விசயம்?” தேசிங்கு அவளைப் பார்த்துக் கேட்டான்.

பாத்திமாவின் முகம் சற்று கலவரமடைந்தது.

“கடையிலே அரிசி, பருப்பு, சீனி, தேத்தூள், பால் டின்னெல்லாம் சீக்கிரமே முடிஞ்சுபோயிடுது. ஆனா, கல்லாவிலே அதுக்கேத்த வசூல் இல்லேன்னு சத்தம் போட்டுக்கிட்டிருந்தார். நானும் பதிலுக்குப் பேசினேன். நான் என்ன எல்லாத்தையும் கப்பல்லே கேரளாவிலே இருக்கிற எங்க உம்மா வீட்டுக்கா அனுப்பிட்டேன்? காலையிலே அடுப்புப் பத்தவச்சா ராத்திரி கடை அடைக்கிறவரை நெருப்பிலே வேகவேண்டியிருக்கு. ஆலப்புழாவிலிருந்து இவரை கட்டிக்கிட்டு வந்ததிலிருந்து இதே கதிதான். வருசத்திலே ரெண்டு பெருநாளைக்கு மட்டும் கடை சாத்துவாரு. அதுவும் தொழுகைக்குப் போயிட்டு வந்து சாப்பிட்டுவிட்டு படுத்துடுவாரு. ஒரு மனுசி நான் இருக்கேங்கிற எண்ணமே அவருக்கு இல்ல. நான் எப்பவும் குசுனி வேலைகளைப் பார்க்கணும். வாப்பாவும் - உம்மாவும் ஊரிலே எப்படி இருக்காங்களோ? நெறைய சீதனம் வாங்கிக்கிட்டுதான் என்னை கல்யாணம் செய்துக்கிட்டார். அவ்வளவு கொட்டிக் கொடுத்தும் இங்கே வேலைக்காரிபோலதான் இருக்கிறேன்,” பாத்திமாவின் குரல் தழுதழுத்தது.

யாருடைய முகத்தையும் ஏறெடுத்துப் பார்க்காத பாத்திமா, தேசிங்கிடம் மட்டும் மனம்விட்டுப் பேசுவதைப் பார்த்த முத்து ஆச்சரியப்பட்டான். பாத்திமாவின் முகத்தைக்கூட சரியாக அவன் பார்த்ததில்லை. இன்றுதான் இவ்வளவு அருகில் அவளைப் பார்க்கிறான்.

வெள்ளைக்கலரில் முழுக்கை ரவிக்கை. கேரள முஸ்லீம் பெண்கள் அணியும் விதத்தில் இருந்தது. கழுத்தில் காசுமாலை போல கருப்பு மணி கோர்த்து பூசாந்திரம் தொங்கியது. சிவந்த உடல். வெய்யிலையே பார்க்காத உடம்பு. கேரளத்தில் குர்ஆனில் எல்லா பாகங்களையும் முடித்தவள். ஆறாம் வகுப்புவரை மலையாளம் படித்தவள்.

சையது காக்காவின் தூரத்து உறவு. உறவு என்பதற்காக காக்கா சீதனத்தைக் குறைக்கவில்லை. இருபது பவுன் நகையும் முப்பதனாயிரம் ரொக்கமும் வாங்கிய பிறகுதான் பாத்திமாவின் கழுத்தில் கருகமணி ஏறியது.

"ஒங்களுக்குத் தெரியுமா தேசிங்கண்ணே, எங்க முஸ்லீம்ங்க சீதனம் வாங்கப்படாது. பொண்ணுக்குத்தான் மாப்பிள்ளை கொடுக்கணும். ஆனா இந்த வீணாப்போன நம்பூதிரிங்க, பொண்ணுங்களிடத்திலே சீதனம் வாங்கப்போய் இப்போ கேரளா முழுக்க அது பழக்கமாச்சி. எந்த மதம்; எந்த சாதின்னு கணக்கில்ல. ரோசங்கெட்டவனுங்க. எல்லா படவா பயலுகளும் கை நீட்டிக்கிட்டு நிக்கறான். வெட்கம், மானமில்லே இவனுங்களுக்கு. எங்க கிராமத்திலே எத்தனை குமரிகள், வயசாகியும் கல்யாணம் நடக்காமே மோட்டுவளயப் பாத்துக்கிட்டிருக்கு தெரியுமா தேசிங்கண்ணே?" பாத்திமாவின் கண்களில் நீர்முட்டியது.

"சரிதான், விடு பாத்திமா... இப்ப யேன் கண்கலங்குறே... ஒனக்குதான் கல்யாணம் ஆயிடுச்சே!" தேசிங்கு சமாதானம் செய்தான்.

"இது கலியாணம் இல்லண்ணே, செற! கேரளாவிலேயிருந்து கனவோட பெனாங்கு வந்து எறங்கி இங்கே கடைக்கு வந்தேன். அவ்ளோதான்... அதோ, தெரியுதே ரயில் சடக்கு... அதைக்கூட இன்னியவரைக்கும் தாண்டுனதில்ல. "முக்காட்டைப் போடு, முக்காட்டைப் போடு"ன்னு சொல்றதிலே, பொண்ணை அடக்கி வைக்கிறதிலே கவனமா இருக்காங்க. செல சமயங்கள்ல, இத நெனச்சா இந்த முக்காட்டைக் கிழிச்சி வீசிட்டு தெருவிலே இறங்கி நடக்கலாமென்னு தோணுது!" பாத்திமா, உணர்ச்சிவசப்பட்டுப் பேசினாள். அவளின் குரலில் விக்கலும் சேர்ந்துகொண்டது.

தேசிங்கின் நிலைமை தர்மசங்கடமாகிவிட்டது. முத்து, அவளின் அந்தக் கோப வெளிப்பாட்டைப் பார்த்து அதிர்ச்சியடைந்தான். அவன் வீட்டு லயத்துக்குமுன்னே ரோட்டைத் தாண்டினால் சையது காக்காவின் கடை. வீட்டு பிராஞ்சாவில் உட்கார்ந்து பார்த்தால் கடை நன்றாகத் தெரியும். இத்தனை வருடங்களில் பாத்திமாவை அவன் சரியாகக்கூட பார்த்ததில்லை. அவளின் குரலை "சாயா ரெடி" என்று மட்டும் கடைக்குப்போன நாட்களில் கேட்டுள்ளான். அந்த அடுப்பறைக்குள் ஒரு எரிமலையும் சேர்ந்து எரிந்து கொண்டிருந்ததை இன்றுதான் நேரில் பார்க்கிறான்.

சையது காக்கா, கடையில் இல்லாத இந்த நேரம், தேசிங்கு வந்ததும் அவளுக்கு நல்ல வாய்ப்பாகிவிட்டது.

"எங்க வாப்பா, அச்சா நிலத்தையும் வீட்டையும் அடமானம் வச்சு, எவ்வளவோ கஷ்டப்பட்டு மலாயா மாப்பிள்ளை, பொண்ணு நல்லாயிருக்குமுன்னு நெனச்சு இந்த மனுசனுக்குக் கட்டிக்கொடுத்தார். நான் இங்கே நெருப்பிலே வேவுறதைப் பார்த்தா உசிரையே விட்டுடுவாரு. எங்க உம்மா, பொத்திப்பொத்தி பூவா, பொன்னா வளர்த்தாங்க. பூவும் கருகிப்போச்சு, பொன்னும் உருகிப்போச்சு..." அவள் கண்கள், ரயில் சடக்கின் மேலேயே இருந்தன. கலங்கிய கண்களை முக்காட்டில் துடைத்தாள்.

அவள் முகம் சட்டென்று மாற்றம்கண்டது. கண்களைத் துடைத்துக்கொண்டு கிசுகிசுக்கும் ரகசியக் குரலில் தேசிங்கை நோக்கிக் கேட்டாள்:

"நேத்து, பத்து எஸ்டேட்டுல மூணு பேரைச் சுட்டுட்டாங்களாமே! உண்மையா?" கேட்டுவிட்டு, ஒருமுறை சுற்றும்முற்றும் பார்த்துக் கொண்டாள்.

"ஆமா. நான் பொழைச்சதே பெரியபாடாப் போச்சு. ரயில்வே லைன்லயே ஓடி இங்கே வந்து சேர்ந்தேன். இன்னும் வீட்டுக்குப் போகலே. அப்படியே முத்து வீட்டிலேயே தங்கிட்டேன்."

பாத்திமா, முத்துவை சந்தேகக் கண்கொண்டு பார்த்தாள்.

"இவென், முதலாளி வீட்டு டிரைவராச்சே..." என்று இழுத்தாள்.

"முத்து, சண்முகம்பிள்ளையோட டிரைவர்தான். அவனோட மொகத்தப் பாத்தியா?"

பேச்சு வேகத்தில் அவனது முகத்தை அவள் சரியாகப் பார்க்கவில்லை. அவன் உதடுகள் வீங்கி, காயத்துடனிருப்பது இப்பொழுதுதான் அவள் கண்களுக்குத் தெரிந்தது.

"அட, அல்லாவே... ஏன் இப்படி ஆச்சு? யாரு அடிச்சது? ஆர்மிகாரனுங்க அடிச்சானுங்களா?"

"எல்லாம் மொதலாளிதான். இன்னிக்கு மட்டுமா இப்படி அடிச்சிருக்காரு... இவன் வேலைக்குச் சேந்த நாள்முதலா இப்படித்தான் அடிவாங்கிச் சாவுறான்."

"ஏம்பா தம்பி, முதலாளி அடிக்கிறப்போ திருப்பி நாலு வாங்கு வாங்கினா அந்த ஆளு கேரள அப்பளம்மாதிரி சுக்குநூறா ஒடஞ்சு போயிடமாட்டானா? இப்படி வெபரம் கெட்டத்தனமா அடி வாங்கிக்கிட்டு நிக்கிறியே... அணைக்குறதுக்குத்தாம்பா ஆண்டவன்

கையைக் கொடுத்திருக்கான்... ஆனா, ஆபத்து வந்தா அடிக்கிறது தப்பில்ல..."

கடையின் மூலைமேசையில் அமர்ந்து தேநீர் குடித்துக்கொண்டிருந்த முதியவரும் இளைஞனும் பணம் செலுத்திவிட்டுப் புறப்பட்டனர். கதை பேசிக்கொண்டிருந்த மற்றவர்களும் எழுந்துசென்றனர். எல்லோரது நடையிலும் பதற்றமும் வேகமும் கூடியிருப்பதாக முத்து நினைத்தான். நேற்றையச் சம்பவம், கோயில் கும்பாபிஷேக உற்சாகத்தை குறைத்துவிட்டாற்போல இருந்தது. கடை காலியான பிறகே மூவரும் இயல்புநிலைக்கு வந்தனர்.

"புதுசா..." என்று, கண்ஜாடை காட்டி தேசிங்கு கேட்டான்.

"கும்பாபிஷேகத்துக்கு யார்யாரோ வர்றாங்க. நா என்னாத்த கண்டேன்..." என்றாள்.

"நீ வாங்குற ஒவ்வொரு அடியும் மூலதனம்" என தேசிங்கு, மர்மமான குரலில் முத்துவிடம் பேசத் தொடங்கினான்.

"இனி, முடிஞ்சவரைக்கும் பொறுத்துக்கிறண்ணே."

"நீ இருக்குற எடந்தான் ஒனக்கு கவசம். அதுக்காக கொஞ்சம் பொறுத்துக்கலாம். அவசரப்படாத. நீ செய்யவேண்டியது ஒரே காரியந்தான்" என்ற தேசிங்கிடம், கண்சாடையில் பாத்திமா ஏதோ கேட்டாள். தேசிங்கு "ஆமாம்" என்பதுபோல் தலையை ஆட்டினான். பாத்திமாவின் முகத்தில் மலர்ச்சி ஏற்பட்டது.

"பாத்துக்குங்க, எசகுபிசகாகிவிடப் போகிறது. இது கம்பிமேலே நடக்கிறமாதிரி..."

"அதெல்லாம் நான் பாத்துக்கிறேன். நீ, நான் சொன்னதை செஞ்சி வை. இன்னைக்கி வேண்டாம். ராத்திரி கும்பாபிஷேகத்துக்காக படம் போடுவாங்க. ஆள்நடமாட்டம் ஜாஸ்தியா இருக்கும். பிறவு நான் செல்றேன். முனியனுக்கு பதிலா இனி முத்துதான் வருவான். பாத்துக்க. இப்ப கூட்டிக்கிட்டுப் போய் இடத்தைக் காட்டிடு. போ, முத்து... பாத்திமாவோட போய் எடத்தைப் பாத்துக்க. இருட்டிலே விளக்கு இல்லாம வரணும். சரியா இடத்தைப் பாத்து வச்சிக்க, போ..." தேசிங்கு, ரகசியமான குரலில் உறுதியாகக் கட்டளையிட்டான்.

முத்து எழுந்து பாத்திமாவோடு அடுப்படியைத் தாண்டி பின்புறமாகச் சென்றான். போன பத்து நிமிடத்தில் திரும்பிவந்து, ஏதும் அறியாதவன் போல் தனது நாற்காலியில் அமர்ந்துகொண்டான்.

தேசிங்கு, அவனை ஏறிட்டுப் பார்த்து, "என்ன?" என்றான்.

"சரிதான்!" என்று கூறியவாறு, கோயிலை நிமிர்ந்து பார்த்தான். சுலோச்சனா, கோயில் படிக்கட்டுகளைத் தாண்டமுடியாமல் தனது உடலைத் தூக்கிக்கொண்டு இறங்கி வந்துகொண்டிருந்தார். "மெதுவா மெதுவா" என்று கூறியவாறு, அவரின் சுற்றத்தார்கள் அவர் பின்னே வந்தார்கள்.

முத்து, "நான் வர்றேன்க்கா..." என்று கூறியவாறு கடையைவிட்டு வெளியேறினான். பின்னாலேயே தேசிங்கும் வெளியேறி முத்துவுக்கு எதிர்த்திசையில் நடந்தான். பாத்திமா, மேசையில் கையூன்றி நின்றவாறு அவர்கள் செல்வதை பார்த்துக் கொண்டிருந்தாள். சையது காக்கா, தன் பெரிய சைக்கிளை தள்ளிக்கொண்டு தண்டாவாளத்தைக் கடந்து வருவது தெரிந்ததும் அவள் பின்கட்டுக்குச் சென்றாள்.

முத்து, காரின் அருகில் போய் நின்றுகொண்டான். சண்முகம்பிள்ளை தனது மனைவி, பிள்ளைகள் மற்றும் உறவினர்களை வேறு ஒரு காரில் ஏற்றிவிட்டு கார் நகரும்வரை அங்கேயே நின்றார். பின்னர் கோயிலுக்குச் சென்றவர், ஜெயாவோடு வந்து முத்துவின் முன்னே நின்றார். முத்து பணிவாக, காரின் பின்கதவைத் திறந்துவிட்டான். அது, அவருக்கு மகிழ்ச்சியைத் தந்தது. ஒன்றும் பேசாமல் காரில் ஏறினார்.

கார் ரயில்வே கேட்டைத் தாண்டியதும், "எங்கே?" என்று கேட்டான் முத்து.

"ஜெயா வீட்டுக்கு..." என்று கரகரத்த குரலில் கட்டளையிட்டார்.

"துரைக்கு, ரொம்பத் திமிரு வச்சுப்போச்சோ... சாமி கும்பிடவும் வரலே, அன்னதானத்திலும் கலந்துக்கலே... ஏண்டா...?"

ஒன்றும் பேசாமலிருப்பதே சரியென அமைதியாக இருந்தான் முத்து. தேசிங்கு எச்சரித்தது, மீண்டும்மீண்டும் நினைவுக்குவந்தது. காரியம்தான் முக்கியம். இடையிடையில் மாட்டுவண்டிகள் வேகத்தை மட்டுப்படுத்தின. நிதானமாக காரைச் செலுத்தினான்.

"என்னடா திமிரா... எங்கடா இதெல்லாம் கத்துக்கிட்ட, நாதாரிப்பயலே... வாயத் தொறந்து பேசுடா... உண்டு இல்லேன்னு பண்ணிப்போடுவேன்... ஆமா!" சீட்டில் இருப்புக்கொள்ளாமல் எகிறினார் பிள்ளை.

மன்னிப்புக்கேட்டு சமாதானம் செய்யலாம் எனத் தோன்றினாலும் நா எழவில்லை. இவ்வளவு அசிங்கப்பட்டு இவரிடம் கிடைக்கும் பாதுகாப்புத் தேவையா எனத் தோன்றியது முத்துவுக்கு.

வழியை மறித்துக்கொண்டு சென்ற மாட்டுவண்டியை ஒதுங்கச் சொல்லி ஹாரனை அழுத்தினான். அந்தச் சத்தம் கொஞ்சம் தெம்பை வரவழைத்தது. வண்டிக்காரன் மாட்டுக்கு ரெண்டு அடி கொடுத்து சாலையோரமாக நகர்த்தினான்.

“நான் சரியில்லாட்டி, கணக்கத் தீர்த்திடுங்க மொதலாளி...”

இப்படிச் சொன்னது அவனுக்கே அபத்தமாகப்பட்டது. தேசிங்குக்குத் தெரிந்தால் கோபப்படக்கூடும் என நினைக்கையில் சங்கடமாக உணர்ந்தான்.

எதிர்பாராத முத்துவின் இந்தப் பேச்சால் சண்முகம்பிள்ளை சீட்டில் அப்படியே சாய்ந்துவிட்டார். அவன் எதிர்த்துப் பேசவில்லை. ஆனால் அவன் பேச்சில் ஒரு திமிர் இருப்பதாக உணர்ந்தார். அந்தத் திமிர் அவருக்கு உவக்கவில்லை. உடல் ‘வெடவெட’ வென்று ஆடியது. ஆத்திரத்தின் உச்சத்திலிருந்தார். கடந்த பத்து நாட்களாகவே அவர் சரியாகத் தூங்கவில்லை. அதிலும் நேற்றிரவு ‘பத்து’ எஸ்டேட்டில் நடந்த அந்த கம்யூனிஸ்ட் தாக்குதலுக்குப் பிறகு இந்த நேரம்வரை அவர் தூங்கவேயில்லை. உடல் பலவீனம் அவரை மேலும் படபடப்புக்கு உள்ளாக்கியது.

“பொறுமையா இருங்க. இப்ப என்ன நடந்துபோச்சு... வீட்டிலே போய் கொஞ்சநேரம் தூங்குங்க, எல்லாம் சரியாயிடும்...” ஜெயா இப்படிப் பேசினாலும் மனதுக்குள் அவள் சலங்கை கட்டி ஆடினாள். அவளுக்கு ஒன்று மட்டும் நிச்சயமாகத் தெரிந்தது. நேற்று தான் சொன்னதினால் மட்டும் இப்படிப் பேசவில்லை. இவனுக்கு யாரோ ரொம்பநாளாகவே சாவி கொடுத்துள்ளார்கள் என்று. அவளுக்கு எங்கெங்கோ எண்ணங்கள் சென்று திரும்பின.

சண்முகம்பிள்ளை ‘நறநற’வென்று பற்களைக் கடித்தார். அவர் ஆத்திரத்தின் உச்சத்தில் இருக்கும்பொழுது அப்படிச் செய்வார்.

முத்து, ஏதும் நடக்காததுபோல் காரைச் செலுத்தினான். சிகாம்புட் 3ஆம் கட்டையின் பழைய மரப்பாலத்தில் ஆற்றுவெள்ளம் தேங்கி நின்றது. பக்கத்து கம்பம் முழுதும் வெள்ளம். கொஞ்சம் மழை பெய்தாலும் இந்த இடத்தில் இப்படித்தான். போதாததற்கு, ஈய லம்பத்து நீரைவேறு திறந்துவிட்டுவிடுவார்கள். அருகிலிருந்த

மரஆலை வரையிலும் வெள்ளம்நின்றது. ஹஜி யூசுப்பின் பழத் தோட்டத்திலும் இரண்டடிக்கு வெள்ளம் ஏறியிருந்தது. அத்தாப்பு மரங்களை வேலிபோல் நட்டிருந்தார்.

சண்முகம்பிள்ளை, ஏதோ ஒரு முடிவோடு இருப்பதுபோல் சீட்டில் சாய்ந்தபடி இருந்தார். அவரின் படபடப்பு குறைந்திருந்தது. ஜெயா, அவரின் கையை எடுத்து தன் கைமேல் வைக்கப் போனாள். ‘படக்’கென்று கையை உதறினார் பிள்ளை.

10

ஜெயாவை, கம்போங் சிம்பாடாக்கில் இறக்கிவிட்ட பிறகு முத்துவிடம் 'பத்து' எஸ்டேட்டுக்கு போகச் சொன்னார் சண்முகம்பிள்ளை. அவன் எதுவும் பேசாமல் காரை ஈப்போ ரோடு வழியாக சிகாம்புட் வளைவில் திருப்பினான்.

"நேரா 'பத்து' எஸ்டேட் நீர்வீழ்ச்சிக்குப் போ."

சண்மும்பிள்ளையின் குரலில் பழைய முதலாளித்தனம் தானாகவே குடியேறிக்கொண்டது. மனம் நிலைகொள்ளாமல் இருந்தது. ஒருமுறை, ஒரே ஒருமுறை முத்துவிடம் பழைய பணிவைக் கண்டுவிட்டால் அது அடங்கிவிடலாம். ஆனால் அவர் மனம், அது அத்தனை எளிதானதல்ல என்பதுபோல உறுத்திக்கொண்டே இருந்தது. ஜெயா இல்லாத தனிமையில் அவன், வீம்பான பார்வை குறைந்து விடக்கூடும் எனத் தோன்றியது. பின்னர், இது எல்லாமே தனது கற்பனை மட்டுமா என நினைத்துக் குழம்பினார். ஆனால் அண்மைக் காலமாக அவனது மாற்றத்தை சண்முகம்பிள்ளை கூர்ந்து கவனித்தே வந்தார். இப்படி, இவன் பேசுவதற்குமுன் எங்கெல்லாம் அதன் சிந்தல்கள் தென்பட்டன என நினைவுகளைச் சேகரிக்கத் தொடங்கினார். ஜெயாவோடு அவன் நெருக்கமாக அமர்ந்திருப்பதைப் பார்த்தபிறகு எழுந்த கோபம் இன்னமும் அடங்கவில்லை.

ஜாலான் ஹஜி சாலேயில் அவனை அடித்தது போதவில்லை என்று அவர் மனம் சொல்லியது. அப்போது ஜெயா தடுக்காவிட்டால் இன்னும் ஆத்திரம் தீர ஒரு கை பார்த்திருக்கலாம். ஒருவேளை, அப்படி வலுவாக அடித்திருந்தால் இப்படி எதிர்த்துப் பேசியிருக்க மாட்டானோ என்ற குழப்பம் எழுந்தது. கொஞ்சநேரம் மனதை அமைதியாக இருத்த முயற்சி செய்தார். உண்மையில் முத்து, தன் கைமீறிச் செல்கிறானா அல்லது அவனிடம் எழும் சாதாரண ரோசம் தன்னை வதைக்கிறதா என தனக்குத்தானே கேட்டுக்கொண்டார். "பன்னிக்கு என்ன ரோசம்?" என முனகிக் கொண்டார்.

சை. பீர்முகம்மது ● 69

கார் ரப்பர் தோட்டத்தின் வழியாக செம்மண் சாலையில் குலுங்கிக் குலுங்கி அருவியை நோக்கிப் போனது. கார், அருவி வரை போகாது. ஒரு கிலோமீட்டருக்கு அப்பால் காரை நிறுத்திவிட்டு ஒற்றையடிப் பாதையில் நடந்தேதான் அங்கு போகவேண்டும். இவர் ஏன், இந்த நேரத்தில் அருவிக்குப் போகிறார். குளிப்பதற்கும் மாற்று உடை எடுத்து வரவில்லை. ஒருவேளை, இது சுவாமியின் கட்டளையா? ஏதும் சடங்காக இருக்குமா? என்று குழம்பிய நிலையில் காரை ஓரமாக அந்த எஸ்டேட் சாலையில் நிறுத்தினான் முத்து.

காரை விட்டு கீழே இறங்கிய பிள்ளை, அவனையும் தன்னோடு வரும்படி அழைத்தார். காரை பூட்டிவிட்டு அவருக்குப் பின்னே நடந்தான் முத்து. பள்ளி விடுமுறை நாட்களிலும் சனி, ஞாயிறுகளிலும் அந்தச் சிறிய நீர்வீழ்ச்சியில் ஏகப்பட்ட கூட்டம் இருக்கும். மேல் புறமாக அகண்ட குளம்போன்ற இடம்; அதிக ஆழமில்லாமல் சிறுவர்களுக்கும் நீச்சல் பழகுபவர்களுக்கும் வசதியாக, இயற்கையே செய்து கொடுத்த இடம். கீழே சற்று இருநூறு அடி தள்ளி உயரமான இடத்திலிருந்து நீர்வீழ்ச்சி அழகான, ஆழமான இடத்தை ஏற்படுத்தியிருந்தது. மேலே பாறையிலிருந்து 'தொபுக்கடி' என்று குதித்து, அந்த இடத்தை ஒருவர் கடந்தபிறகே மற்றவர் குதிக்க முடியும். சிறிய இடமாக இருந்ததால் ஒரே நேரத்தில் இருவர் குதிக்க முடியாது. கோயில் கும்பாபிஷேகம் முடிந்த களைப்பில் அன்று எல்லோரும் வீட்டில் இருந்தார்கள். ஆட்கள் இல்லாமல் மௌனித்திருந்தது சூழல்.

சண்முகம்பிள்ளை வேகமாக நடந்துசென்று நீர்வீழ்ச்சிக்கு இறங்கும் பாதையில் ஒரு ரப்பர் மரத்தடியில் உட்கார்ந்துகொண்டார். முத்து, அவருக்குச் சற்றே தள்ளி மரத்தில் சாய்ந்தவாறு நின்றான். மனம் படபடவென வந்தது. இத்தகைய ஒரு தருணத்திற்காகத்தான் தேசிங்கு காத்திருக்கிறான் என்பதை நினைத்துக்கொண்டான். யாராவது தன்னைப் பின்தொடர்ந்து வருகிறார்களா எனத் திரும்பிப் பார்த்துக் கொண்டான். நீர்வீழ்ச்சியில் இரண்டு மலாய்ச் சிறுவர்கள் சத்தம் போட்டுக் குளித்துக் கொண்டிருந்தார்கள். பாய்ந்து விழும் நீர்வீழ்ச்சியின் சத்தத்தையும் தாண்டி அந்த சிறுவர்களின் ஆர்ப்பரிப்பு கேட்டுக் கொண்டிருந்தது.

சண்முகம்பிள்ளை படபடத்த நிலையில் இருந்தார். தனது செல்வாக்கு அதிலும் இந்தக் கோயிலைக் கட்டியபிறகு சுற்றுவட்டாரத்தில் தனக்கேற்பட்டிருக்கும் மரியாதை எல்லாவற்றையும் நினைத்துப்

பார்த்தார். பொதுக்காரியங்களுக்கு வாரிவாரிக் கொடுத்ததால் அவருக்கு 'வள்ளல்' என்ற பட்டத்தையே கொடுத்திருந்தார்கள். அவர் கலந்துகொள்ளும் பொதுநிகழ்ச்சிகளைப் படம்பிடித்து பத்திரிகைகளில் போட்டு, அவரிடம் அன்பளிப்பு வசூல்செய்வதில் சில பத்திரிகை நிருபர்களும் துணையாசிரியர்களும் முன்னணியில் இருந்தார்கள்.

மலாயாவிலிருந்து வந்த பத்திரிகையிலும் அவரது படமும் சுவாமிகளின் படமும் கோயில் கும்பாபிஷேகச் செய்திகளும் சிறப்பாக வந்திருந்தன. ஆனால் இவை எதுவும் அவருக்கு சந்தோஷத்தைக் கொடுக்கவில்லை. அத்தனை சந்தோஷத்தையும் தன்னிடம் அடிமையாக வேலைசெய்த நாய்போன்ற ஒருவனின் சின்னஞ்சிறிய எதிர்ப்பு நசுக்கிவிட்டதாகவே மனதிற்குள் குமைந்துகொண்டார். அவரால் அதை தாங்கிக்கொள்ளவே முடியவில்லை. எல்லாவற்றையும் மீறி கும்பாபிஷேகம் முடிந்து பல பிரபலங்கள் தன்னைச் சந்திக்கக் காத்துக்கொண்டிருக்கையில், எதிலும் மனதை ஒன்றவிடாமல் இப்படி தன்னை அலைக்கழியவிட்டவன் மேல் ஆத்திரம் பொங்கி எழுந்தது. முத்து, பிள்ளையை நிமிர்ந்து பார்த்தபொழுது அவர் கடுகடுத்த முகத்துடன் கையில் ஒரு ரப்பர் மரக்கிளையை ஒடித்து எடுத்துக் கொண்டு அவனை நோக்கி வெறித்தனமாக வந்தார்.

நிலைமையை ஊகித்துக்கொண்ட முத்து, அவரின் தாக்குதலுக்குத் தயாராக நின்றுகொண்டான். தேசிங்கு சொன்னது நினைவுக்குவந்தது. கைகளை இறுக்கிக் கட்டிக்கொண்டான். சண்முகம்பிள்ளை ரப்பர் கழியால் கண்மூடித்தனமாக அவனைத் தாக்கினார். அது உடைந்து கையிலிருந்து நழுவியதும் ஆத்திரம் இன்னும் அதிகரித்தது.

"என் சோத்தை தின்னுட்டு என்னையே எதிர்த்துப் பேசுறியா? ராஸ்கல், இன்னைக்கு ரெண்டுல ஒண்ணு தெரியாம இந்த இடத்தைவிட்டு உன்னைப் போக விடமாட்டேன்."

பலம்கொண்ட மட்டும் அவன் முகத்தில் குத்தினார், பிள்ளை. கை வலித்தது. மீண்டும் பொறுக்கியெடுத்த தடித்த கம்புடன் அவர், தனது கையை ஓங்கியபொழுது முத்து அவரின் கையைப் பிடித்தான். அவர் அதிர்ச்சியிலிருந்து மீள்வதற்குள் முறுக்கினான். இதை அவர் கொஞ்சமும் எதிர்பார்க்கவில்லை. எந்தநேரமும் தன்னை அடித்து விடுவான் என்று அவர் நினைத்தார். ஆனால் அவன் ஒன்றும் செய்யாமல் கையை விடுவித்துவிட்டு தள்ளிச் சென்றான். அவன் கரங்களின் வலு, சண்முகம்பிள்ளைக்கு பயத்தைக் கொடுத்தது. ஒற்றைக்

கையால் அவனால் அவ்வளவு லாவகமாக தன்னை அடக்கமுடிவதை அவரால் ஏற்கவே முடியவில்லை. அவன், தன் கையைப் பிடித்ததையே அவரால் பொறுத்துக்கொள்ள முடியவில்லை.

“உன்னை என்ன செய்றேன் பாரு? என் கையைப் பிடித்து முறுக்குற அளவுக்கு நீ வளந்திட்டியாடா நாயே... இன்னைக்கு ரெண்டிலே ஒண்ணு பார்க்காம விடமாட்டேன்...”

மீண்டும் சக்தியை திரட்டிக்கொண்டு ஓங்கிய கையைப் பிடித்து உதறித் தள்ளினான் முத்து. அவன் தள்ளிய வேகத்தில் அப்படியே தரையில் சாய்ந்தார் பிள்ளை. முத்துவின் சட்டை கிழிந்து, வாயில் இரத்தம் கொட்டியது. நீர்வீழ்ச்சியில் குளித்துக் கொண்டிருந்த பையன்கள் மேலே ஓடிவந்தார்கள். அவர்களுக்கு அது நல்ல வேடிக்கையாக இருந்தது. தாங்கள் வருவதற்குள் அந்தச் சண்டை நின்றுபோனது அவர்களுக்கு வருத்தமாக இருந்தது.

“போங்கடா... இங்கிருந்து போங்கடா...” என்று சண்முகம்பிள்ளை கையில் குச்சியுடன் அவர்களை விரட்டினார். அவர்தான், அந்தத் தோட்டத்து முதலாளி என்பது அந்தப் பையன்களுக்குத் தெரியும். அவர்கள் ‘பத்து’ எஸ்டேட் நுழைவாயிலில் உள்ள சீக்கியருக்குச் சொந்தமான கம்பத்தில் குடியிருப்பவர்கள்.

முத்துவுக்கு வலி தாங்கவில்லை. ஏற்கனவே செந்தூலில் வைத்து பிள்ளை அடித்ததும், இப்பொழுது ரப்பர் கம்பால் அடித்ததும் அவனுக்கு உடல் முழுதும் சொல்லமுடியாத அளவுக்கு ரணமாகியது. அப்படியே சென்று தேசிங்கின் முன்னே நிற்கவேண்டுமென நினைத்தான். மெல்ல அவன் நரம்புகளில் உஷ்ணம் பரவுவதை உணர்ந்தான். உடல், அவன் கட்டுப்பாட்டை மீறி நடுங்கிக் கொண்டிருந்தது. தாக்குதலுக்கு உள்ளான ஒரு மிருகத்தின் வன்மம் அவனுக்குள் பரவியது. தொடர்ந்து அங்கிருந்தால் ஏதும் விபரீதம் நடக்கக்கூடும் என்ற பயம் அவனுக்கு ஏற்பட்டது.

முத்து, பாக்கெட்டில் இருந்த கார் சாவியை எடுத்து அவர்முன் விட்டெறிந்தான். “இன்னையிலிருந்து நான் வேலையிலிருந்து விலகிக்கிறேன். நான் உங்களுக்கு டிரைவராக இருக்கத்தான் சம்பளம் கொடுக்கிறீங்க, என்னை அடிக்கிறதுக்கு இல்ல...” சாவியை வீசிய வேகத்திலேயே படபடவென்று பேசினான் முத்து. மேலும் என்னென்னவோ சொல்ல மனம் துடித்தது. ஆனால் வார்த்தைகள் தொண்டையில் தடைப்பட்டு நின்றன. மூச்சு வாங்கியது. விருட்டென திரும்பி வேகமாக நடந்தான்.

"சாவியை இப்படித் தூக்கி வீசிவிட்டுப் போறானே? கொஞ்சம்கூட மரியாதை இல்லாமல்..." சண்முகம்பிள்ளையின் உடல் கொதித்தது. அவரால் முத்து செய்த அவமரியாதையைத் தாங்க முடியவில்லை. எல்லாமே தலைக்குமேல் போய்விட்டது.

அவரின் உடல் நெருப்பாகக் கொதித்தது. தன் செல்வாக்கு, பணம், முதலாளி என்ற தன்மை அனைத்தையும் முத்து, அந்தச் சாவியை வீசியதுபோல் முகத்தில் அறைந்துவிட்டுச் செல்வதாகவே அவருக்குப்பட்டது.

தனது ஆடைகளைக் களைந்து, உள்ளாடையுடன் அந்த நீர்வீழ்ச்சியில் போய் விழுந்தார் பிள்ளை. அந்தக் குளிர்ந்தநீரும் அவரின் வருகையால் சூடேறிக்கொதித்ததாகவே அவருக்குப்பட்டது.

"இப்போ, எங்கே போவான்? கார் பக்கம் போய் நிற்பான். இல்லை, ஜெயா வீட்டிற்குப் போய்விடுவானோ? சிகாம்புட் எஸ்டேட்டுக்குப் போய்விடுவானோ?" எதையும் நிச்சயப்படுத்த முடியாமல் நீரில் மூழ்கிமூழ்கி தனது சூட்டைத் தணித்தார் பிள்ளை.

நீரிலிருந்து ஏறிவந்து ஆடைகளை அணிந்துகொண்டபொழுது, "முத்து, ஜெயா வீட்டிற்குத்தான் போவான்" என்று நினைத்த மாத்திரத்தில், வேகமாக காரை நோக்கிப் போனார்.

முத்து, காரைத் தாண்டி அந்த செம்மண் சாலையில் வேகமாக நடந்து கொண்டிருந்தான். அவன் போகும் பாதை ஜெயா வீட்டுக்கானதல்ல என்பது புரிந்தவுடன் சங்கடமாக இருந்தது. தான், ஏன் இப்படியெல்லாம் நடந்துகொள்கிறோம் என நினைக்கும்போது மனம் கனத்தது. காரை சற்று அருகே செலுத்தி அவன் முகத்தைப் பார்த்தார். மனதில் எங்கோ 'சுருக்'கென்றது. காயங்கள் கடுமையாக இருந்தன.

'பத்து' எஸ்டேட் சாலையும் சிகாம்புட் சாலையும் இணையும் இடத்திற்கு வந்துவிட்ட முத்து, எதிரே வந்த 'லொடக் சீத்தாராம்' பஸ்ஸில் தொத்தி ஏறிக்கொண்டான். அந்தச் சாலை சந்திப்பில் காரை நிறுத்திவிட்டு 'லொடக் சீத்தாராம்' சென்ற திசையைப் பார்த்துக்கொண்டே நின்றார் பிள்ளை. அவரின் மனதைப்போலவே அந்த பஸ்ஸும் லொடக்... லொடக்... கென்று பேரிரைச்சலுடன் சிகாம்புட் எஸ்டேட்டை நோக்கிப் போய்க்கொண்டிருந்தது.

11

பேருந்தில் இருந்தவர்கள் முத்துவை வினோதமாகப் பார்த்தனர். யாருக்கும் அவனிடம் பேச தைரியம் வரவில்லை. நேற்று கிழிந்த உதடு, மேலும் கிழிந்து ரத்தம் சொட்டிக்கொண்டிருந்தது. இடது கண் வீங்கி, விழியை மறைத்து விகாரமாக இருந்தது. வலது கரத்தில் தோல் பிளந்து ரத்தக்கோடு தெரிந்தது. சட்டை கிழிந்து, உடலில் ஆங்காங்கே ஒட்டியிருந்தது. காய்ந்த இலைகள் சில, சட்டையில் ஒட்டியிருந்ததை அப்போதுதான் முத்து கவனித்தான். அவற்றை தட்டிவிட்டான். யாரையும் பார்க்காமல் முகத்தை சன்னலோரம் வைத்துக்கொண்டான். எதிர்திசையில் அடிக்கும் காற்று கொஞ்சம் ஆறுதலாக இருந்தது.

சண்முகம்பிள்ளையிடமிருந்து தன்னை விடுவித்துக்கொண்டதை கொஞ்சம் நிம்மதியாக உணர்ந்தான். ஆனால் அது, திடீரென்று இப்படியான சூழலில் வந்து அமையும் என்று அவன் எதிர் பார்க்கவில்லை. தன் வாழ்வில் ஏற்படவிருந்த பெரும் களங்கம் ஒன்றிலிருந்து நழுவிச் சென்றதாகவே அவனுக்குத் தோன்றியது. மூன்று ஆண்டுகளுக்கு முன், சண்முகம்பிள்ளைக்கு டிரைவராகச் சேர்ந்தது முதல் அவன் கழுத்தைப் பிடித்துக்கொண்டு சுற்றிய வேதாளம் ஒன்றிடமிருந்து விடுபட்டுவிட்டதாகவே தோன்றியது.

தேசிங்கு ஆரம்பத்தில் போராட்டங்கள் பற்றி கூறியபோதெல்லாம் உற்சாகமாகவே இருந்தது. இந்திய தேசிய இராணுவத்தில் பிரிட்டிஷாரை அவன் எதிர்த்த கதைகளும் விடுதலைக்காகப் போராடிய தீவிரமும் அவனை வெகுவாக உசுப்பிவிட்டது. அவன் வீட்டில் ஏராளமான நூல்கள் இருந்தன. பெரும்பாலான இரவுகளில் அவன் நூல்களை வாசித்து விளக்க, முத்து கேட்டுள்ளான். பிரிட்டிஷாரை நாட்டிலிருந்து விரட்டவேண்டும் என்பதும், அவர்களுக்குத் துணையாக இருக்கும் ஈய லம்ப முதலாளிகளையும், தோட்ட முதலாளிகளையும் கொல்லவேண்டும் என்பதும் அவன் மனதில் விதைக்கப்பட்டது, தேசிங்கு வீட்டில்தான்.

74 ● அக்கினி வளையங்கள்

சுற்று வட்டாரங்களில் உள்ள பெரும் முதலாளிகள் பலரின் வாகனங்கள் செல்லும் தோட்டச் சாலைகளில் மரங்களை வீழ்த்தி, அவற்றைத்தடுக்கும் கொரில்லாதாக்குதல்கள் நடந்துகொண்டிருந்தன. பிரிட்டிஷாருக்கு ஆதரவாக இருப்பதா, கம்யூனிஸ்ட்டுகளுக்குப் பயந்து வாழ்வதா என்ற குழப்பத்திலேயே பல முதலாளிகள் தோட்டங்களை அவசர அவசரமாக விற்றுவிட்டு பிரிட்டனுக்கும், ஐரோப்பிய நாடுகளுக்கும் திரும்பினர். இந்தநிலையில்தான், சண்முகம்பிள்ளையின் நிழல்போலத் திரிந்த முத்து தேசிங்கின் மூலமாக கம்யூனிஸ சித்தாந்தங்களால் கவரப்பட்டான்.

கோயில் கும்பாபிஷேகம் முடிந்தவுடன் சண்முகம்பிள்ளையை ஒப்படைப்பதாக முத்து, வாக்குறுதி கொடுத்திருந்தான். தோட்டத்தில் நடக்கும் ஒரு திருப்பணியை நிறுத்துவது, மக்களின் வெறுப்பைச் சம்பாதிக்கவைக்கும் என்ற அச்சம் அவனுக்கு இருந்தது. மேலும் அவனால் கடவுள்மீதிருக்கும் அச்சத்தையும் முற்றிலுமாக விடமுடியவில்லை. ஜப்பானியர் ஆட்சியிலும், அதற்குப் பிறகு பிரிட்டிஷார் அமல்படுத்திய ஊரடங்கு உத்திரவினாலும் பல வருடங்கள் ஒழுங்காக உணவு கிடைக்காத மக்களுக்கு, இந்த கும்பாபிஷேகமே கொஞ்சம் விடுதலை உணர்வைக் கொடுக்கும் என தேசிங்கும் கருதியதால், கும்பாபிஷேகம் வரை பொறுத்திருக்க அவர்கள் தயாராகயிருந்தனர். ஆனால் கும்பாபிஷேகத்துக்கு முதல் நாளே அவரையும் சாமியாரையும் காட்டுக்குள் கடத்திச் சென்று, தேவையான அரிசி மூட்டைகளைக் கேட்டுவாங்கும் திட்டமெல்லாம் அவன் எதிர்பாராதது.

“தோ பாரு முத்து, கும்பாபிஷேகத்துக்காக வாங்குன அரிசி மூட்ட ஏராளமா இருக்கு. நாளையிலேருந்து திரும்ப கெடுபிடிங்க ஆரம்பிச்சிடும். கூடுதலா அரிசி தோட்டத்துக்குள்ள வராது. மூட்டைய அடுக்கி வச்சிருக்குற எடத்தச் சுத்தி காவல் போட்டுருக்கானுங்க. இப்ப, இவனுங்கள கடத்துனாதான் அடுத்த செல வாரத்துக்காவது சாப்பாட்டுக்கு பெரச்சன வராது. புரிஞ்சிக்க...” என்று தேசிங்கு சொன்னபோது அவனுக்கும் சரியென்றேபட்டது. ஆனால் மூட்டைகள் கிடைத்த பிறகு சண்முகம்பிள்ளையைக் கொன்றுவிட்டு, சாமியாரை மட்டும் விட்டுவிடும் அவர்களின் இன்னொரு திட்டத்தை முத்து அறிந்திருக்கவில்லை.

★★★

லொடக் சீத்தாராம் பஸ்ஸில் முத்து ஏறியவுடன், சண்முகம் பிள்ளையின் மனம் தடுமாறியது. தான், அவனை இரண்டாவது

முறை அடித்திருக்கக்கூடாதோ என்று நினைத்தார். தனது கையில் சம்பளம் வாங்கும் ஒருவன், தான் காலால் இட்ட வேலைகளைத் தலையால் செய்பவன், ஜெயாவுடன் நெருக்கமாக இருந்ததை அவரால் பொறுத்துக்கொள்ள முடியவில்லை. தனது முன்னேற்றம், இரகசியம், அனைத்திலும் ஏதோ ஒருவகையில் முத்து பங்கேற்றிருப்பதை நினைத்தபொழுது, முத்துவை எப்படியும் சமாதானம்செய்து தன்னோடு வைத்துக்கொள்ளவேண்டுமென்று முடிவெடுத்தார்.

ஜெயா ஒருவளால்தான் அவனைச் சமாதானப்படுத்த முடியும் என்று நினைத்த மறுகணம், காரை கம்போங் சிம்படாக்கை நோக்கி ஓட்டினார். பயணம் முழுவதும் மனக்குழப்பமாக இருந்தது.

உண்மையில், தான் முத்துவை நினைத்து வருந்துகிறோமா எனப் பலமுறை கேட்டுக்கொண்டார். "அவன் முகத்திலும் உடலிலும் உண்டாகியிருக்கும் காயங்கள் கொஞ்சநேரம் துணுக்குறவைத்தது உண்மைதான். ஆனால் அதற்குப் பிறகு மெல்லியதாய் கொஞ்சம் சந்தோஷம் எட்டிப் பார்த்ததே அதன் பெயர் என்ன?"

சண்முகம்பிள்ளைக்கு இப்போது அது நினைவுக்கு வந்தபோதும், உதட்டின் ஓரம் மலர்வதை பிரக்ஞை சொன்னபிறகு இழுத்து முகத்தைச் சாதாரணமாக வைத்துக்கொண்டார். அவர் மனம் எதை எதிர்பார்க்கிறதென கொஞ்சம்கொஞ்சமாக அவருக்கே புரிந்தது. அவன், மீண்டும் தன் காலடியில் கிடக்கவேண்டும். அவன் காலடிக்கு வரும்வரை இறங்கிச்செல்வதில் தவறில்லை. ஒரு கட்டத்தில், தன் காலடி மட்டுமே சொர்க்கம் எனப் பழைய நிலைக்கு முத்து வருவான். அப்போது அவனை அடித்து விரட்ட வேண்டும். அவன், தன் காலைப் பிடித்துக் கெஞ்சவேண்டும். இப்போது சண்முகம்பிள்ளைக்கு தெளிவாகப் புரிந்தது. அவர் மனம், எது நடந்தால் அமைதியாகுமென அறிந்துகொண்டபின் காரை வேகமாகச் செலுத்தினார். அவன், தன் காலில் விழுந்து கெஞ்சப்போகும் தருணத்தை நினைக்க நினைக்க சண்முகம் பிள்ளைக்குச் சந்தோஷமாக இருந்தது.

அவர், ஈப்போ ரோட்டிலிருந்து ஜாலான் ஸ்டேசனில் திரும்பியபொழுது செந்தூல் ரயில்வே ஒர்க் ஷாப்பின் மதியச் சங்கு ஒலித்தது. ஒர்க் ஷாப்பின் ரயில்வே கேட்டிலிருந்து திமுதிமுவென்று சைக்கிள் மணிகள் ஒலிக்க தொழிலாளர்கள் வெளியேறிக் கொண்டிருந்தார்கள். சைக்கிளின் கைப்பிடிகளில் சுடுதண்ணீர்

போத்தல்களும் தோல்பைகளும் தொங்கிக்கொண்டிருந்தன. ரயில்வே கேட்டுக்குமுன்னே இருந்த பள்ளத்தை ஒட்டிய சாப்பாட்டுக் கடையில் கூட்டம் அலைமோதியது. பல சைக்கிள்கள் செந்தூல் பாசாவில் உள்ள ரயில்வே குவாட்ரசை நோக்கி வேகமாகப் பாய்ந்து சென்றன. பதினைந்து நிமிடங்களில் ஜாலான் ஸ்டேசன் காலியாகி விட்டது. பிள்ளை காரை மெதுவாக ஓட்டிக்கொண்டு போனார்.

ஜாலான் ஹஜி சாலேயில் திரும்பும்பொழுது, அன்றிரவு அந்த தூங்குமூஞ்சி மரத்தடியில் முத்துவை அடித்தது சடாரென்று ஞாபகத்துக்கு வரவே மனம் சற்று தடுமாறியது.

அவனை சகோதரன் என்று ஜெயா சொன்னது உண்மையாக இருக்குமோ? அவரிடம் எந்தப் பதிலும் இல்லை. ஆனால் இப்போது ஜெயா, ஒரு கருவி என்பதை மட்டும் தீர்மானித்துக் கொண்டார்.

கம்போங் சிம்படாக்கை அடைந்ததும் ஜெயாவின் அறைக்கதவைத் தட்டினார் பிள்ளை. நேற்றிரவு அதிகநேரம் கண் விழித்ததால் சோர்வாகக் கட்டிலில் படுத்திருந்த ஜெயா, “யாரது?” என்று கேட்டவாறு கதவைத் திறந்தாள்.

கதவைத் தள்ளிக்கொண்டு அறையினுள் நுழைந்த பிள்ளை, கட்டிலில் அமர்ந்தார்.

பிள்ளை எப்பொழுது வருவாரென்று சொல்லமுடியாது. அதுவும் கோயில் கும்பாபிஷேகம் தொடங்கிய நாளிலிருந்து அவரின் வருகை குறைந்துவிட்டது. வாரத்திற்கு இரண்டு, மூன்று நாட்கள் எப்படியும் வந்துவிடுவார். வரும்பொழுதே கையில் விஸ்கி பாட்டிலும் கோழி இறைச்சிப் பிரட்டலும் கொண்டு வந்துவிடுவார். அப்படி, அவர் வந்தாலே ஜெயாவும் ஆயத்தமாகிவிடுவாள்.

கட்டிலில் வந்தமர்ந்த பிள்ளையின் கையில் விஸ்கியோ, வேறுபொருட்களோ இல்லாததைப் பார்த்த ஜெயா, வேறு ஏதோ காரியத்துக்கு வந்துள்ளார் என்பதை அரைகுறையாக அறிந்து கொண்டாள். கட்டிலில் அவர் பக்கத்தில் போய் அமர்ந்த ஜெயா, அவர் முகத்தை ஏறிட்டுப் பார்த்தாள். தலை நனைந்திருப்பதைப் பார்த்தவள் பதறியெழுந்து துண்டை எடுத்துத் துவட்டிவிட்டாள். அவரின் கையை எடுத்து தன் கையோடு பிணைத்துக்கொண்டு “என்ன?” என்பதுபோல் பார்வையாலேயே கேள்வி கேட்டாள்.

“இன்னைக்கு நடக்கக்கூடாதது நடந்துடுச்சி. முத்து கோவிச்சிக்கிட்டுப் போயிட்டான். நீதான் அவனை சமாதானப்படுத்தணும்” என்றுகூறிய பிள்ளை, நீர்வீழ்ச்சியில் நடந்ததைக் கூறினார்.

“அன்னைக்கே முத்துவ அடிச்சிட்டீங்க. நீங்க கொடுத்த பணத்தையும் அவன் வாங்கிக்கல்லே. இப்படி, இன்னைக்கும் அவனை மாட்டை அடிக்கிறாப்பிலே அடிச்சிருக்கீங்க. அவன், இனிமே எங்கே வேலைக்கு வரப்போறான்?”

“நீதான் ஜெயா அவன சமாதானப்படுத்தி வழிக்குக் கொண்டு வரணும். ஏதோ ஆத்திரத்திலே அப்படி ஆயிப்போச்சு...”

“ஆமா... நீங்க அவனோட என்னையச்சேத்து நினைக்கிறதாலேதான் இப்படி நடந்துக்கிறீங்க. அவன் ஒரு அப்பாவிங்க. ரொம்பநாளா உங்ககிட்டே இருக்கான். அவனும் ஒரு மனுசனா வரணுமுன்னுதான் அவனுக்குப் புத்திமதி சொன்னேன். பெட்டிப்பாம்பா உங்ககிட்ட அடங்கிக் கிடக்கிறவனை இப்படி அடிச்சிருக்கீங்க. இதுவே என் அண்ணன் சாமிநாதனா இருந்தா உங்க நிலமை என்னவாயிருக்கும்? அடங்கிப் போறவனை மட்டுந்தான் உங்களால அடிக்கமுடியும்?”

ஜெயா பேசப்பேச பிள்ளைக்கு சங்கடமாக இருந்தது. கொஞ்ச நேரத்தில் அந்த வார்த்தையில் அவர் இயலாமையை சுட்டிக் காட்டுவதாகத் தெரிந்தபோது அவமானமாக உணர்ந்தார். ஆனால் வாய் திறக்காமல் அவள் பேசுவதைக் கேட்டுக் கொண்டிருந்தார். “ஜெயா ஒரு பொறி” என மனம் அரற்றிக்கொண்டே இருந்தது.

“இப்போ அவன் எஸ்டேட்டுக்குப் போயிருப்பான். ரத்தமும் கறையுமா அவனைப் பார்க்கும் தோட்டத்துச் சனங்க என்ன, ஏதுன்னு கேட்காமலா இருப்பாங்க? உங்களுக்கு எதிரா திரும்பிட்டாங்கன்னா என்ன செய்வீங்க? கம்யூனிஸ்ட்டுங்க நடமாட்டம் அதிகமாச்சி. மூணு பேரை சுட்டுக் கொன்னுட்டாங்க. தோட்டத்து சனங்களோட அவங்களுக்கு ஏதோ தொடர்பு இருக்கு. அன்னைக்கு ‘பத்து’ எஸ்டேட்டுக்கு அவங்க ஏன் வரணும்? கொஞ்சம் யோசிச்சிப் பாருங்க. போஸ்டர் ஒட்டி பிரச்சாரம் பண்றாங்க. அதுவும் உங்க ரெண்டு தோட்டத்திலும் போஸ்டர் அதிகமாயிடுச்சி. இப்பப் போயி அவனை அடிச்சிருக்கீங்க. இதையே காரணமா வச்சு கம்யூனிஸ்ட்டுங்க ஒங்களுக்கு எதிரா திரும்பிட்டா நெலமை என்னவாகும்?”

பிள்ளையின் முகத்தில் கலவரம் கூடியது. ஆனானப்பட்ட பிரிட்டிஷ் அரசே கம்யூனிஸ்ட்டுகளின் நடவடிக்கைகளில் கதிகலங்கிப் போயிருக்கிறார்கள். கவச வாகனத்துடன்தான் நடமாடுகிறார்கள். சர் ஹென்றி கெர்னியை பிரேசர் மலைப்பகுதியில் சுட்டுக் கொன்று விட்டார்கள். இதையெல்லாம் நினைத்தபொழுது பிள்ளைக்கு நடுக்கம் ஏற்பட்டது.

“ரெண்டு மாசத்துக்கு முன்ன, ஈப்போ சீன லம்ப மொதலாளி ஒருத்தன போட்டுத் தள்ளுனத மறந்துட்டீங்களா?” ஜெயா விடுவதாகயில்லை.

“ஜெயா, நடந்தது நடந்துடுச்சி. இனி, அப்டி நடக்காம பாத்துக்குறேன். நீதான் அவன சமாதானப்படுத்தணும். உன்ன நா எவ்வளோ தூரம் லவ் பண்றேன் தெரியுமா? அன்னைக்கு உன் கை அவன்மேல இருந்தத பார்த்தப்ப எனக்கு தலைக்குமேல ஏறிட்டது. ஞாயப்படி பார்த்தா, நான் உன்னயத்தான் தண்டிச்சிருக்கணும். ஆனா...” கொஞ்சம் நிதானித்தார். இப்படி யெல்லாம் பேசுவது அவருக்கு சங்கடமாகத்தான் இருந்தது. ஓர் அற்பமான புழுவிடம் இறைஞ்சுவதுபோல மனமெல்லாம் கூசியது. தன் இதயத்தைத் தானே குத்திக் கிழிப்பதுபோல உணர்ந்தார்.

“ஜெயா, முத்து போற வேகத்தப் பாத்தா அவன் வேலைக்கு வரமாட்டான்னு நெனைக்கிறேன். நீ பொறப்படு. நாம ரெண்டுபேருமா போயி கூப்பிட்டா அவன் வந்திடுவான்.”

அவன் வரவேண்டும் வரவேண்டும் என மனம் உஷ்ணமாக அலறியது. அவருக்கு தன்னை அந்தரமாக உணரவே வியப்பாகயிருந்தது. உண்மையில், எதுதான் தனது முகம் என ஆச்சரியப்பட்டார். புறப்படும் அவசரம் இல்லையென்றால் அவளிடம் உறவுகொள்ளவும் செய்திருப்பார். அது, அவளை மறைமுகமாகப் பழிதீர்த்த நிம்மதியை யாவது கொடுத்திருக்கும். “எல்லாவற்றுக்கும் காரணம் இவள்தான், இவள்தான்...” என மனம் அரற்றினாலும், அவள்முன் கனிந்த முகத்துடன் நின்றார்.

★★★

ரப்பர் மரங்களின் இலை இடுக்குகளில் மறைந்திருந்த ரப்பர் கொட்டைகள் பட்பட்டென்று வெடித்துச் சிதறும் ஓசை விட்டுவிட்டு கேட்டுக்கொண்டிருந்தது.

அது இலையுதிர் காலம். இலைகளை இழந்த மரங்கள் நிர்வாணத்தில் துறவுபூண்டு நின்றன. லயத்தின் வராந்தாவில் கிடந்த பிராஞ்சாவில் படுத்துக் கிடந்தான் முனியாண்டி. லயத்தைத் தாண்டி பள்ளத்துப் பக்கமாகயிருந்த அசாப்புக் கொட்டகையில் கூரைவழியாக வெளிக்கிளம்பும் புகை, ஆகாயத்தில் எப்போதும் கைகளைத் துழாவியபடி மிதந்து கொண்டிருக்கும். இன்று கும்பாபிஷேகத்துக்காக கிடைத்த விடுப்பில் தோட்டமே அசையாதது போல உணர்ந்தார்.

லயத்துக்கு முன்பு பிரதான சாலையைத் தாண்டியிருந்த காக்கா கடையில் சீட்டுப் போடும் சத்தமும் “ராணி, ராஜா, ஜோக்கர்” என்ற பெயர்களும் அடிபட்டுக்கொண்டிருந்தன. அவர்கள் ‘904’ விளையாடிக் கொண்டிருந்தார்கள். பக்கத்தில் இன்னொரு கோஷ்டி ‘504’ல் மூழ்கியிருந்தது. தோற்றவர்களின் காதில், பயன்படுத்தாத சீட்டை மடித்து குணுக்கு வைத்திருந்தார்கள்.

தோற்றதற்கு அடையாளமாக, ஜெயிக்கும் வரையிலும் இந்தக் ‘குணுக்கு’ வைப்பது சடங்கு. சம்பளம் போட்டு ஒரு வாரத்திற்குக் காசு வைத்து விளையாடுவார்கள். பிளாஞ்சா அன்று, இரண்டு மூன்று நாட்கள் நோட்டாகவும், பின் சில்லறைக் காசு வைத்தும், பிறகு ‘குணுக்கு’க்கும் திரும்பிவிடும் ஆட்டம்.

கணபதி மூன்றுமுறை காதிலே குணுக்கு ஏத்திப்போட்டு இறக்கி விட்டான். ஆட்டத்தின் வேகம் அனைவரின் குரலிலும் ஒலித்தது.

சையது காக்காவின் கை ஓயாமல் அவர் மனைவி பாத்திமா கலக்கிவைக்கும் தேத்தாரேவைக் கொண்டுவந்து ஆர்டர்படி கொடுத்துக் கொண்டிருந்தது. கோயில் கும்பாபிஷேகத்துக்காக ஆளுக்கு இருபது வெள்ளி பிளாஞ்சாவாகக் கொடுத்திருந்தார் சண்முகம்பிள்ளை.

கோயில் குளத்துக்கு மட்டுமல்லாது; பள்ளிக்கூடம், தர்ம காரியங்களுக்கு எப்பொழுதும் அவர் கை சுணங்கியது இல்லை. என்ன, கூட்டத்தில் மாலை போட்டு அதைப் பத்திரிகையிலே எப்படியும் வரவழைத்துவிட வேண்டும். படமும் மாலையும் இல்லையென்றால், அடுத்தமுறை அவரிடம் போகமுடியாது.

ஒவ்வொரு வீட்டிலும் இரண்டு அல்லது மூன்றுபேர் பால்மரம், வெளிக்காடு, ஸ்டோர், அசாப்புக் கொட்டகை என்று வேலை பார்ப்பதால், சில்லறைகளின் சலசல சத்தம் தோட்டம், லயம் முழுவதும் கேட்டது.

வியர்க்க விறுவிறுக்க சைக்கிளின் பின்பக்கம் வெற்றிலை முட்டிகளை வாழையிலையில் இறுகக் கட்டி, தலை உயரத்துக்குமேல் அடுக்கிவைத்த சைக்கிளை மிதித்தவாறு மலாய் கம்பம் பக்கமாகயிருந்து வந்தார் பக்கிரிசாமி. அவருக்குப் பின்னே, இன்னும் உயரமாகக் கட்டிய வெற்றிலையுடன் மூச்சுவாங்க சைக்கிளை மிதித்துக்கொண்டு வந்தார் வெற்றிலைக்கார முதலாளி அப்துல்லா. வெற்றிலை கோயிலுக்குத்தான் சென்றது.

இருவரும், சையது காக்கா கடைக்குமுன்னே சைக்கிளை நிறுத்தினார்கள். வழிந்த வேர்வையைத் துடைத்தபடி கடைக்குள் அமர்ந்தனர்.

"என்ன காக்கா... சாப்பிட என்ன இருக்கு?"

"பெராட்டா ரொட்டி, மீ கோரேங் இருக்கு. சாப்பாடும் இருக்கு. என்ன வேணும்?"

"ஆமா... நீ ஊரிலேருந்து வந்தப்போ ஆக்குன மீன் கறிய இன்னும் பத்து வருசமா சுடவெச்சி விக்கிற, இதுல சாப்பாடு ஒரு கேடு... ரெண்டுபேருக்கும் சூடா பெராட்டா ரொட்டி போடு!" பக்கிரிசாமி, தனது ஆர்டரையும் அப்துல்லாவின் ஆர்டரையும் கொடுத்தார். பக்கிரிசாமி, எப்போதுமே இப்படி எடக்குமடக்காக பேசுவது வழக்கம். சையது காக்கா எதுவும் பேசாமல் உள்ளே சென்று ரொட்டி போட ஆரம்பித்தார். உள்ளே கழுத்தை நீட்டி எட்டிப்பார்த்த பாத்திமாவிடம் இரண்டு சாயா போடச் சொன்னார். பக்கிரிக்குத் தனியாக ஒரு கண்ணாடி டம்ளர் இருந்தது. அதை அவரே வாங்கிக் கொடுத்திருந்தார். அதில்தான் அவர் குடிப்பார்.

கோவிலில் கட்டப்பட்டிருந்த தோரணங்கள் தலையை தொங்கப்போட்டுக்கொண்டு காற்றில் ஊஞ்சலாடின. வாழை மரங்கள் வெய்யிலில் வாடித் தொங்கின. கோயில் கலசத்தின்மேல் இராஜபார்வையுடன் மேல்நோக்கி இருந்த தர்ப்பப்புல் கட்டு வெய்யிலில் காய்ந்துபோயிருந்தது.

காரைக்குடி ஸ்தபதியின் ஓவியங்கள் கோயிலை மிக அழகாக மாற்றியிருந்தது. வண்ணங்களின் வாசம் இன்னும் அகன்று விடவில்லை. பிராஞ்சாவில் படுத்துக்கிடந்த முனியாண்டியின் பார்வை கோயிலை நோக்கியும், சாலையின் மறுகோடியை நோக்கியும் மாறி மாறி படர்ந்தது.

முதல்நாள் இரவு முத்துவோடு ஜெயா உரசியபடி அமர்ந்திருந்ததைப் பார்த்தபிறகு முனியாண்டிக்கு நிம்மதியில்லாமல் ஆகிவிட்டது.

"ஜெயா, பெரிய இடத்து விஷயம். அவ அவுசாரி. அவள் ஏன், முத்துவை அப்படி உரசி நடக்கணும். தொட்டுத்தொட்டு பேசணும்? அவளுக்குத்தான் நாளுக்கு ஒரு ஆம்பள வேணும். இவனுக்கு அறிவு எங்கன போச்சு? முதலாளிக்குத் தெரிஞ்சா என்ன ஆவும்?" குழம்பியபடி படுத்திருந்தான் முனியாண்டி.

லயத்துச் சிறுவர்கள் ஆடுபுலி ஆட்டத்தை வராந்தாவில் சத்தத்துடன் விளையாடிக் கொண்டிருந்தார்கள். பெண் பிள்ளைகள் தரையில் கோடு கிழித்து 'ஒத்தையாரெட்டையா' ஆடிக்கொண்டிருந்தார்கள். பின்பக்கமாக கல்லைத் தூக்கிப்போட்டு அது, தரையில் சரியாக விழுந்ததும் அங்கேயும் திருவிழா கூச்சல் கேட்டது.

சை. பீர்முகம்மது ● 81

மேட்டிலிருந்த மேத்தியூஸ் கிராணியின் வீட்டு ரேடியோவில் 'கிருஷ்ணா, முகுந்தா'வை தியாகராஜ பாகவதர் பாடிக்கொண்டிருந்தார். முனியாண்டியின் மனம் எதிலும் ஒன்றவில்லை.

இரவு நேரத்தில் வராந்தாவில் அமர்பவன், குரலெடுத்து பாகவதரின் பாட்டுகளைப் பாடுவான். பாகவதரின் 'சங்கதிகள்' அவனுக்கு முழுமையாகத் தெரியாவிட்டாலும், அவரைப்போல பாட முயற்சிப்பான். கோலாலம்பூர் சென்ட்ரல் தியேட்டரிலும், இந்துஸ்தான் தியேட்டரிலும் அவன் பாகவதரின் ஒரு படத்தைக்கூட தவற விட்டதில்லை. எப்படியும் பஸ் ஏறிப்போய் முண்டியடித்து டிக்கெட் எடுத்துவிடுவான். முன்சீட்டு கிடைப்பது அவ்வளவு சுலபமில்லை.

படம் பார்த்துவிட்டு வீடு திரும்பும் முன் முனியாண்டி, திரையரங்கின் பக்கத்திலேயே இருந்த சீனக்கடையில் ஒரு போத்தல் பீர் குடிக்க மறப்பதில்லை. படம் பார்க்கவரும் சாக்கில் அவன் அமைத்துக்கொள்ளும் சலுகையாக அது அமைந்திருந்தது. தினமும் குடிக்கும் கள்ளைவிட நுரைத்துக்கொண்டு வரும் இந்த பீரில் அவனுக்கு அலாதிப் பிரியம் இருந்தது. முருகாயி எடுத்து வைக்கும் சாப்பாட்டைச் சாப்பிட்டபிறகு, வெளியே பிராஞ்சாவில் அமர்ந்துகொண்டு, ஒரு சுருட்டைப் பற்றவைத்து இழுத்துவிட்ட பிறகு அன்று பார்த்த படத்தின் பாட்டுப் புத்தகத்தைப் பிரித்து வைத்துக் கொண்டு பாட ஆரம்பித்துவிடுவான்.

லயத்திலும் அக்கம்பக்கத்திலும் அந்த இரவு நேரத்தில் ஏற்பட்டிருக்கும் அமைதியில், இவன் குரல் மட்டுமே கேட்கும். எப்போதேனும் செய்தி கேட்க ரேடியோவை திறக்கும் மேத்தியூஸ்கூட, ரேடியோவை அடக்கமாக வைத்துவிடுவார்.

'மன்மத லீலை'யைப் பாடினான் என்றால், மேத்தியூஸ் ரேடியோ 'பட்'டென்று ஒடுங்கிக்கொள்ளும். இன்று ரேடியோவில் தொடர்ந்து பாகவதரின் பாடல்களைப் போட்டுக்கொண்டிருந்தார்கள். 'அன்னையும் தந்தையும் தானே...' பாடல், கணீரென்று பாகவதரின் வெண்கலக் குரலில் ஒலித்தது. முனியாண்டியின் மனம் எதிலும் செல்லவில்லை. எதைப் பற்றி நினைத்தாலும் ஜெயாவின் முகமும் முத்துவின் முகமும் அன்று கண்ட காட்சியுமே முன்வந்து நின்றன.

"முதலாளி வீட்டில் இரவில் தங்கிவிடுவதாக முத்து சொல்வதெல்லாம் பொய்யாக இருக்குமோ? அவள் வீட்டில் தங்கிவிடுகிறானா? நேற்று அவன் வீட்டுக்கு வரவில்லை. அவளுடன் இருந்தானா? வந்திருந்த அவனது சகோதரர்களைக்கூட வழியனுப்ப வரவில்லை. கோயிலிலும்

முகம் கொடுக்காமல், காக்கா கடையில் போய் அமர்ந்துவிட்டான். இன்னைக்கு ரெண்டில் ஒன்னு கேட்டுடணும்."

வேட்டியை இழுத்துக்கட்டிக்கொண்டு சையது காக்கா கடைப்பக்கம் போனான் முனியாண்டி. சீட்டுக் கோஷ்டி இவன் வருகையை பெருத்த குரலெடுத்து வரவேற்றது.

"வா, ஒரு கை சீட்டுப் போடு..." என்று சொல்லியபோது, பக்கத்தில் இருந்த நாற்காலியை இழுத்துப் போட்டார் சங்கச் செயலாளர்.

"காக்கா, முனியாண்டிக்கொரு சாயா போடய்யா..."

வெற்றிலைக்கார அப்துல்லாவும் பக்கிரிசாமியும் தனியாக அமர்ந்து ரொட்டி சானாயைச் சாப்பிட்டுக் கொண்டிருந்தனர்.

மனதிலிருந்த பாரத்தைச் சீட்டு விளையாட்டில் இறக்கிவிட நினைத்தான் முனியாண்டி. எவ்வளவு முயன்றும் சீட்டில் மனம் ஒன்றவில்லை. தப்புத்தப்பாக விளையாடினான்.

"என்ன முனியாண்டி, இன்னைக்கு என்ன ஆச்சு? தோக்கவே மாட்டியே... முதல்ல சாயாவை குடி, சூடு ஏறும்..." நண்பன் ஒருவன் உற்சாகப்படுத்தினான்.

இரண்டு மூன்று சுற்றிலேயே முனியாண்டிக்கு காதில் குணுக்கு ஏறிவிட்டது. சீட்டு விளையாட்டில் இன்று அது அதிசயம். அவன் எப்பொழுதுமே தோற்றதில்லை. அவன் தங்கள் பக்கம் சேரவேண்டுமென்று அனைவரும் விரும்புவார்கள்.

அப்துல்லாவும் பக்கிரிசாமியும் கிளம்பினார்கள். பக்கிரிசாமிக்கு இந்தக் கூட்டத்தைப் பார்த்தாலே ஒம்புவதில்லை.

அந்த நேரத்தில் 'லொடக் சீத்தாராம்', தனது வழக்கமான முழக்கங்களுடன் தோட்டத்தில் புகுந்து, காக்கா கடைமுன் வந்து நின்றது. அதிலிருந்து முத்து இறங்கினான்.

"வழக்கமா, காரை வீட்டுக்குத்தானே கொண்டுவருவான். இன்னைக்கு என்ன ஆச்சு?" யாரோ ஒருவரின் குரல் ஆச்சரியமாகக் கேட்டது. தொலைவிலிருந்து பார்த்தபோது, சட்டையில் ஆங்காங்கு சிவப்பு படர்ந்திருப்பது தெரிந்தது. செம்மண் சேற்றில் விழுந்துவிட்டானா என உற்றுப் பார்த்தபடி, தொழிற்சங்க செயலாளர் ஆர்டர் செய்த சாயாவை பருகினார் முனியாண்டி.

அப்பொழுது, தோட்டத்து ரயில்வே கேட்டைத் தாண்டி சண்முகம்பிள்ளையின் கார் வேகமாக உள்ளே புகுந்தது. காரை

சண்முகம்பிள்ளை ஓட்டிவந்தார். அவருக்குப் பக்கத்தில் ஜெயா உட்கார்ந்திருந்தாள். கார், நேராக முனியாண்டியின் வீட்டின்முன் வந்து நின்றது.

காரைவிட்டு இறங்கிய ஜெயாவும் சண்முகம்பிள்ளையும் லயத்தில் இறங்கி நடந்தார்கள்.

"முத்து... டேய் முத்து..." சண்முகம்பிள்ளையின் குரலில் பதற்றம் இருந்தது.

சையது காக்கா கடையிலிருந்து இதைக் கவனித்துக்கொண்டிருந்த முனியாண்டி, ஆட்டத்தைப் பாதியில் நிறுத்திவிட்டு வேகமாக ரோட்டைத் தாண்டி வந்தான்.

முத்து, வெளியில் இருந்த பிராஞ்சாவில் முகத்தை உள்பக்கமாக வைத்துப் படுத்திருந்தான். போட்டிருந்த உடையைக்கூட கழற்றவில்லை. முதலாளியும் ஜெயாவும் நின்றுகொண்டிருந்தனர்.

"டேய் முத்து... வாடா... நடந்த விசயத்தை ஜெயா சொன்ன பெறகுதாண்டா எனக்குத் தெரியும். கோவிச்சுக்காதடா... எல்லாத்தையும் மறந்திடு, வாடா..." சண்முகம்பிள்ளையின் உடலிலும் குரலிலும் பதற்றம்.

ஜெயா முதுகுப் பக்கமாய் போய் அவனைத் தட்டினாள்.

அவன் திரும்பி எழுந்து உட்கார்ந்தான். முத்துவின் உடம்பில் ஏற்பட்டிருந்த இரத்தக்கறையைப் பார்த்த ஜெயாவுக்கு 'திக்'கென்றது. "இப்படிப் போட்டு அடிச்சிருக்கிறானே பாவி..." என்று நினைத்துக்கொண்டாள்.

"நடந்ததை மறந்திடு முத்து. முதலாளி ரொம்ப வருத்தப்படுறாரு. இனிமே, இப்படி நடக்காது..." ஜெயா, அவனை சமாதானப்படுத்தும் விதமாகப் பேசினாள்.

"என்னடா ஆச்சு முத்து?" முனியாண்டி பதறியபடி உள்ளே நுழைந்தான். பின்பக்கம் குசுனியில் இருந்த முருகாயி ஓடிவந்தாள்.

"என்னடா இது... முருகாயியின் குரல் லயம் முழுவதும் கேட்டது.

சண்முகம்பிள்ளை, "சத்தம் போடாதீங்க..." என்றார்.

முனியாண்டி தலையும் புரியாமல் வாலும் புரியாமல் நின்றான். முருகாயி கொஞ்சம் விட்டால் அழுது ஊரைக்கூட்டுவதுபோல குமுறிக்குமுறி வாய்க்குள் அழுதுகொண்டிருந்தாள்.

சண்முகம்பிள்ளை, ஒரு இருநூறு வெள்ளியை எடுத்து முனியாண்டியிடம் கொடுத்து “செலவுக்கு வச்சுக்க... அவனுக்கு கோழிசூப்பு வச்சுக் கொடு...” என்று கூறியவாறு முத்துவைப் பார்த்தார். முத்து, முனியாண்டியிடம் கண்சாடை காட்டி, அந்தப் பணத்தை வாங்க வேண்டாம் என்றான்.

முனியாண்டிக்கு தர்மசங்கடமாக இருந்தது.

“இல்ல முதலாளி... வீட்டுல நிறைய கோழி நிக்குது... பணம் எதுக்குங்க, வேண்டாம்...” என்றான். முத்து இரத்தக்கறையோடு இருப்பதும் இவர் பணம் கொடுப்பதும் எப்பொழுதும் தனது லயத்துப்பக்கம் வராத ஜெயா வந்திருப்பதும் அவனுக்கு ஆச்சரியத்தைத் தந்தது. அதேவேளையில், முத்துவின் இந்த நிலைமைக்குக் காரணத்தை ஓரளவு யூகிக்கவும் முடிந்தது.

“இன்னைக்கு நீ ஓய்வு எடுத்துக்க, நாளைக்கு வேலைக்கு வந்தா போதும். முத்து, நடந்ததை தயவுசெய்து மறந்திடு...” பிள்ளை, நிறுத்திநிறுத்திப் பேசினார். அவரின் குரலில் குற்றவுணர்வு தெரிந்தது.

“இல்ல முதலாளி. நான் வேலைக்கு இனி வரமாட்டேன். நீங்க வேற நல்ல டிரைவரா பாத்துக்குங்க. நான் ஈப்போ ரோட்டிலிருக்குற பாகிஸ்தான்காரங்கிட்ட வெளியூர் டாக்சி ஓட்டப்போறேன். அப்பாக்கும் வயசாயிடுச்சி. இனி, மலைக்காட்டிலே மரம் சீவ முடியாது. நான்தான் சம்பாரிச்சு அவுங்களைக் காப்பாத்தணும். ரெண்டொரு நாள்ளே மூனாங்கட்டை வங்காளிக் கம்பத்துல ஒரு வீட்டைப் பார்த்துக்கிட்டு நாங்க போயிடுவோம்.”

அவன் இப்படிப் பேசுவானென்று பிள்ளை மட்டுமல்ல; ஜெயாவும் எதிர்பார்க்கவில்லை. முனியாண்டியும் முருகாயியும் பிரமித்து நின்றார்கள். காலம்காலமாக அந்தத் தோட்டமும் அங்குள்ள மக்களும் அவர்களுக்கு வாழ்க்கையின் ஓர் அங்கமாகி விட்டிருந்தன. அந்தத் தோட்டத்தைவிட்டு போகப்போகிறோம் என்று அவர்கள் நினைத்துப் பார்க்கவில்லை. முத்து, அப்படிப் பேசியதைக் கேட்டபொழுது இருவருக்கும் ஆச்சரியமாக இருந்தது. “பிள்ளையார் பிடிக்கப்போய் குரங்கான கதையாகிவிட்டதே” என்று, பிள்ளை வருந்தினார்.

“சரி முத்து, நீ வேணுமுன்னா டாக்சி ஓட்டப் போ. அவுங்க இங்கேயே வேலை செய்யட்டும். மலைகாட்டுக்கெல்லாம் போகவேணாம். பால் கொட்டாயிலேயே வேலை போட்டுத்தாரேன்.

உனக்கு எப்ப, எங்கிட்ட வரணுமுன்னு தோணுதோ அப்போ வந்தாலும் நான் ஏத்துக்குவேன். என்னமோ தெரியல முத்து; என் நேரம் இப்படி நடந்துக்க வச்சிடுச்சு. உண்மையைச் செல்றேன் முத்து, உன்ன இப்போ என் சகோதரனாத்தான் நினைக்கிறேன்..." இப்படிச் சொன்னபொழுது பிள்ளை உணர்ச்சிவசப்பட்டவராக இருந்தார்.

ஜெயா, வாய் திறக்கவில்லை.

இங்கே முத்துவின் லயத்து வராந்தாவில் இவர்கள் வந்ததையும் பேசிக்கொண்டிருப்பதையும் சையது காக்கா கடையிலிருந்து தேசிங்கு தேநீர் பருகிக்கொண்டே நோட்டமிட்டவாறு இருந்தான்.

கடையின் உள்பக்கமாக குசினியில் வேலையாக இருந்த பாத்திமாவின் கண்கள் அடிக்கொருதரம் வெளியே எட்டிப் பார்த்தவண்ணமாக இருந்தன.

12

சண்முகம்பிள்ளை, முத்துவின் பேச்சால் மிகவும் சோர்ந்துபோய் காணப்பட்டார். தொடர் அவமானங்கள் அவரைத் தளர வைத்திருந்தன. உணர்ச்சிகரமான வார்த்தையால் அவனை இழுத்துக்கொள்ளலாம் என அவ்வளவு இறங்கிவந்தும் அவன் காட்டிய பிடிவாதத்தால், தான் அசிங்கப்பட்டதாக உணர்ந்தார். விடலைகள் அவனிடம், தான் கெஞ்சியதைச் சொல்லிக் கேலி செய்யலாம். அவனைச் சகோதரன் எனச் சொன்னது என்னவோபோல் இருந்தது.

இந்த விஷயம், தோட்டம் முழுவதும் விரைவாகப் பரவி, தனது தொழிலுக்கே ஆபத்தாக முடியும் எனத் தோன்றியபோது அச்சம் தொற்றியது. கம்யூனிஸ்ட்டுகள், ஆங்கிலேயரை மட்டுமே குறிபார்ப்பார்கள் என்பது என்ன நிச்சயம்? அவர்கள் வர்க்கப் போராட்டம் நடத்துபவர்கள். எல்லா முதலாளிகளும் அவர்களுக்கு எதிரிதான்.

ஜெயா, எதுவும் பேசாமல் வந்தாலும் அவளுக்கு முத்துவின் இந்த திடீர் மாற்றம் ஆச்சரியத்தையே விளைவித்தது. அவனை சண்முகம்பிள்ளையின் டிரைவராக அறிந்த நாள்தொட்டு அவன் எதற்கும் அசையாத அடிமைபோலத்தான் இருந்தான். அடிபடும் பொழுதுகளில் வாய்விட்டு அழக்கூட அவனுக்குத் தெரிந்திருக்கவில்லை. அப்படி அழாமல் இருப்பதற்கும் சேர்த்தே தனக்கு ஊதியம் வழங்கப்படுவதாகக்கூட அவன் நினைத்திருக்கலாம். ஆனால், இன்று வேலையை உதறிவிட்டு டாக்சி ஓட்டுவதற்கு அவனுக்கு எப்படி சுயசிந்தனை வந்தது?

எத்தனையோ முறை பிள்ளை, அவனை கேவலமாக நடத்தியதைப் பார்த்த நேரங்களில் எல்லாம் அவளுக்கு, அவன்மேல் இரக்கம் ஏற்பட்டுள்ளது. பலமுறை அவனுக்கு அறிவுரை சொல்லி, அவனுக்குள்ளே இருக்கும் ஆண்மையுள்ள மனிதனைத் தட்டியெழுப்ப முயற்சித்திருக்கிறாள். அவளுக்கு, அந்தக் கும்பகர்ணன் எழுவதாக

அறிகுறிகள் தெரிந்ததில்லை. ஆனால், இப்பொழுது மட்டும் எப்படி இவன் மாறினான்?

அன்று இரவு, அந்தத் தூங்குமூஞ்சி மரத்தடியில் தனது அறிவுரையைக் கூட அவன் சரியாகக் காதில் போட்டுக்கொள்ளவில்லை. சோறு போடுபவனெல்லாம் அடிக்க உரிமை பெற்றவன் என்பது போலப் பேசியதை நினைத்துப் பார்த்தாள்.

“இல்லை. வேறு யாரோ...” என, தனக்குள் சொல்லிக்கொண்டாள்.

கார், சிகாம்புட் சாலையில் கிச்சாப் கம்பெனியைத் தாண்டி சுண்ணாம்பு காளவாய் அருகே போய்க்கொண்டிருந்தது. நேற்று இரவுதான் புதிய கற்களை அடுக்கி நெருப்பு மூட்டியிருப்பார்கள் போலும். காளவாயின்மேலே இருந்த தகரக் கொட்டகை வரை அனல் வீசியது. அனலின் தாக்கம் சாலை வரை உணரமுடிந்தது.

சண்முகம்பிள்ளை வாய் திறக்கவில்லை. அவருக்குத் தெருவில் அம்மணமாக நடப்பதுபோல் இருந்தது. முத்துவின் ஒவ்வொரு சொல்லும் தனது உடைகளை ஒவ்வொன்றாகக் களைந்தெறிந்து, தன்னை நடுத்தெருவில் நிர்வாணப்படுத்தியதாக உணர்ந்தார். “இல்லை, நீதான் அவன்முன் ஆடைகளைக் களைந்தெறிந்ததாய். அவன் பதறிக்கொண்டு உன்மேல் அவற்றை எடுத்துப் போர்த்துவான் என எதிர்பார்த்தாய்...” என உள்ளிருந்து ஒரு குரல் கேட்டது.

“ச்சே...” என்றவர், ஸ்டேரிங்கை ஓங்கிக் குத்தினார். ஜெயா, அவர் கையைப் பற்றினாள். அவர் திரும்பவில்லை. தன்னை விடுவித்துக்கொண்டு அவள் வீட்டுவாசலில் காரை நிறுத்தி அவளை இறங்கச் சொன்னார். அவள் இறங்காமல் கொஞ்சநேரம் அவரையே பார்த்துக்கொண்டிருந்தாள். அவரிடம் எந்தச் சலனமும் இல்லை. பிறகு காரைவிட்டு இறங்கி வீட்டைநோக்கி நடந்தாள். பிள்ளை, அவள் செல்வதையே பார்த்துக் கொண்டிருந்தார். அவள் நடையில் நளினம் இன்னமும் குறையாமலிருந்தது. முன்பு பார்த்ததுபோலவே இருக்கிறாள் எனத் தோன்றியது.

அவருக்குத் தனது பழைய வாழ்க்கை ஞாபகத்துக்கு வந்தது.

13

ஜப்பானியரின் ஆட்சி, இரண்டாவது உலகப் போரின் தாக்கங்கள் மலாயாவில் ஏற்பட்டபொழுது, வட்டித் தொழில் நடத்திவந்த செட்டியார்கள் சரியாகத் தொழில் நடத்த முடியாமலும், தமிழ்நாட்டுக்குத் திரும்பமுடியாமலும் இருந்தார்கள். தேவகோட்டையைச் சேர்ந்த தரு.மா.இராமசாமி செட்டியார், அம்பாங் ஸ்ட்ரீட்டில் உள்ள கிட்டங்கியில் பெரிய அளவில் வட்டித் தொழில் செய்துவந்தார். அவருக்கு பர்மாவிலும் தொழில் இருந்தது. அம்பாங் ஸ்ட்ரீட்டில் பல்வேறு தொழில்கள் இருந்தாலும் வட்டித் தொழிலின் அடையாளமாக அது இருந்ததால் அதற்கு, செட்டித் தெரு என்றே பெயர் வந்தது.

கோலாலம்பூரைச் சுற்றி பெருமளவில் ஈய லம்பத் தொழில் செய்துவந்த சீனர்களுக்கு, தரு.மா.இராமசாமி செட்டியார்தான் கண்கண்ட தெய்வம்.

வெறும் சாக்குப் பைகளுடன் வந்து, கிடைத்த இடத்தில் படுத்து, எளிய உணவைச் சாப்பிட்டு வாழ்ந்த சீனர்கள், கடுமையான உழைப்பாளிகள். செட்டியாரின் பண உதவி சீனர்களைப் பெரும் பணக்காரர்களாக மாற்றியது. அவரிடம் வட்டிக்கு கடன் வாங்கி அதை முதலீடாக்கி, அவர்கள் பெரும் வணிகர்களாக உயர்ந்தார்கள். சிலர் தங்களது சிறு ரப்பர் தோட்டங்களை அடமானமாக வைத்து பெரும் பணம் பெற்றிருந்தார்கள். மலாய்க்காரர்களின் சிறு தோட்டங்களும் அடமானத்துக்கு வந்து, கெடு முடிந்த நிலத்தை மீட்கமுடியாத சூழ்நிலையில் அது, இராமசாமி செட்டியாருக்கே சொந்தமாகியது. அவர் ஒருவரால் முழு நிர்வாகத்தையும் கவனிக்க முடியவில்லை.

ஜப்பானியர்களின் சரணாகதிக்குப் பிறகு கப்பல் போக்குவரத்து ஆரம்பித்தவுடன் முதல் கப்பலில் தமிழ்நாட்டுக்கு வந்த இராமசாமி செட்டியார், மலாயாவில் தனது தொழிலைப் பார்த்துக்கொள்ள நம்பிக்கையான ஆளைத் தேடினார். காரைக்குடியிலிருந்த அவரது மச்சினரான சிதம்பரம் செட்டியாரிடம் கணக்குவழக்கு பார்த்துக்கொண்டிருந்த சண்முகம்பிள்ளையைப் பற்றி

கேள்விப்பட்டு, அவரை தேவகோட்டைக்கு வரவழைத்தார். நம்பிக்கையான தனது வேலையாளை விட்டுக்கொடுக்க சிதம்பரம் செட்டியாருக்கு அவ்வளவு விருப்பமில்லை என்றாலும், இராமசாமியுடன் தொழிலில் பங்கு இருந்ததால் அவரால் மறுக்க முடியவில்லை. சண்முகம்பிள்ளையைப் பார்த்ததுமே இராமசாமிக்குப் பிடித்துவிட்டது. தேவகோட்டையில் ஒருமாத காலம் வைத்திருந்து கணக்கு வழக்குகளைப் பார்க்கச் சொன்னதில், அவரின் வேலை நேர்த்தியும் சுறுசுறுப்பும் சண்முகம்பிள்ளைமீது ராமசாமிக்கு நம்பிக்கையை ஏற்படுத்தியது. தமது மலாயா ஏஜன்டாக சண்முகம்பிள்ளையை நியமித்த செட்டியார், அவரை மலாயா அனுப்புவதற்கான ஏற்பாடுகளை விரைந்து செய்தார்.

ரஜூலா கப்பலில், பினாங்கு வந்திறங்கிய சண்முகம்பிள்ளைக்கு மனதில் மகிழ்ச்சி தாண்டவமாடியது. ரப்பர் மரங்களை முதன்முதலாகப் பார்த்தபோது "இந்தக் காட்டு மரத்த நம்பியா இத்தன ஜனமும் இங்க வருது" என்றுதான் அவருக்குத் தோன்றியது. ஆனால் தோட்டங்களில் வரிசை வரிசையாக நின்ற ரப்பர் மரங்கள் பச்சைக் கொடிகாட்டி அசைந்து அசைந்து தன்னை வரவேற்பதாகவே அவர் கற்பனை செய்துகொண்டார்.

பட்டர்வொர்த்தில் ரயிலேறி, கோலாலம்பூர் நோக்கிப் போகும்பொழுது வழியெல்லாம் தெரிந்த பசுமையும், உயர்ந்த மலைகளும் மனதில் குதூகலத்தை ஏற்படுத்தின. தன் சொந்த ஊரில் பார்த்திராத பசுமை அவருக்குப் புதிரான மனக்கிளர்ச்சியைத் தந்தது. தனக்கு ஒரு புதிய வாழ்க்கை இந்த மண்ணில் இருப்பதாக அவரின் உள்மனம் கூறியது.

ரயில் சன்னலோரமாக அமர்ந்திருந்த அவருக்கு, குளிர்ந்த காற்று சாமரம் வீசியது.

கிட்டங்கியிலிருந்து ஒரு வேலையாள், கோலாலம்பூர் ரயில்வே ஸ்டேசனில் அவருக்காகக் காத்திருந்தார். பெட்டி படுக்கையுடன் செட்டித் தெருவை வந்தடைந்த பொழுது, அங்கிருந்த சுறுசுறுப்பு நோய்போல தொற்றிக்கொண்டது. கிட்டங்கியில் புழங்கிய எளிய வாழ்க்கையும் ஒழுங்குகளும் சண்முகம்பிள்ளைக்கு எளிதில் பழக்கமாகிவிட்டது.

சண்முகம்பிள்ளை, இரண்டு மாதங்களிலேயே அனைத்தையும் கற்றுத் தேர்ந்தார். தரு.மா.இராமசாமிக்கு அவரைப் பற்றிய நடவடிக்கைகள் நம்பிக்கையூட்டும் வகையில் சென்றதால் அவரிடமே பொறுப்புகளை ஒப்படைத்தார் ராமசாமி.

"எல்லாத்தையும் நல்லபடியாக பாத்துக்கங்க பிள்ளை. இனி, நீங்கதான் முழுப் பொறுப்பு. நான் அடிக்கடி வரமுடியாது. பர்மாவுக்குவேறு நான் அடிக்கடி போய் வர வேண்டியிருக்கு. தொழில் நல்லா வந்தா உங்களையும் மறந்திடமாட்டேன்..." என்ற இராமசாமி செட்டியாரின் உறுதியான வார்த்தைகள், பிள்ளையை அதிகம் உழைக்க வைத்தது.

"மானேஜர் அடாக்கா..." என்று கேட்டு வந்த வாடிக்கையாளர்கள், சிறிதுகாலத்தில் "தவுக்கே அடக்கா...?" என்று கேட்க ஆரம்பித்து விட்டார்கள்.

ஜப்பானிய சரணாகதிக்குப் பிறகு ரப்பரின் விலை படுவீழ்ச்சி அடைந்தது. எஸ்டேட் முதலாளிகள் தடுமாறினார்கள். நிலைமையைச் சமாளிக்க தோட்டங்களை அடமானமாக வைத்து கடன் வாங்கவேண்டிய சூழ்நிலை ஏற்பட்டது. வங்கிகளில் கடன் கிடைத்தாலும், அதற்காக அதிககாலம்காத்திருக்கவேண்டியிருந்ததால் லேவாதேவிக்காரர்களிடம் அடைக்கலமாயினர். ஒரு கையெழுத்துப் போட்டவுடன் பணம் உடனே கைமாறியது.

இரண்டாவது உலகப்போருக்கு முன்பு ரப்பர், ராத்தலுக்கு ஐந்து வெள்ளியாக இருந்து, போருக்குப் பின் அது வெறும் முப்பத்தைந்து காசு விலைக்கு இறங்கியது. இதன் காரணமாக, செட்டித் தெரு லேவாதேவி ஆயிரங்களிலிருந்து இலட்சத்துக்குமேல் தாண்டியது. கிட்டங்கிகள் பொன் விளையும் பூமியாக மாறின.

சண்முகம்பிள்ளையும் முக்கியப் பிரமுகராக மாறிவிட்டார். லேவாதேவிச் சந்தையில் அவர்தான் முதல்நிலையில் இருந்தார். பல சீன நண்பர்கள் அவருக்கு எப்போதும் பக்கத்தில் இருந்தார்கள். சண்முகம்பிள்ளையை அவர்கள் 'தவுக்கே சண்' என்றே குறிப்பிட்டுக் கொண்டார்கள்.

பகாங் மெந்தாகாப்பில் ஒரு எஸ்டேட் விலைக்கு வருகிறது என்றும், வாங்கி கை மாற்றிவிட்டாலே பெருந்தொகை கமிஷனாகக் கிடைக்குமென்றும் ஆ லெக் சாய் என்ற நெருங்கிய சீன நண்பன் கூறியதை முதலில் பிள்ளை பொருட்டாக நினைக்கவில்லை. நாளுக்குநாள் அவனுடைய நச்சரிப்புத் தாங்காமல் அவனுடைய மோரிஸ் மைனர் காரில் மெந்தாகாப் சென்று தோட்டத்தைப் பார்வையிட்டார்.

பிரதான சாலையை ஒட்டியே அந்தத் தோட்டம் இருந்தது. வெள்ளையருக்குச் சொந்தமான தோட்டம். பகாங்கில்

கம்யூனிஸ்ட்டுகளின் தொல்லைகள் அதிகமாகி விட்டதால் வந்த விலைக்கு விற்க அவரசப்பட்டார்கள். ஆங்கிலேயர்கள், உயிர் பிழைத்து இங்கிலாந்துக்குச் சென்றால் போதுமென்றநிலையில் இருந்தார்கள்.

கோலாலம்பூர் திரும்பிய சண்முகம்பிள்ளை அந்தத் தோட்டத்தை வாங்கும் முயற்சியில் இறங்கினார். அவரின் மூளை படுவேகமாக வேலை செய்தது. ஆ லெக் சாய் நம்பகமான ஆளாக இருந்ததால் அவருக்கு எல்லாமே சுலபமாக முடிந்தது. முதலில் பிள்ளைக்கு, தான் தவறு செய்கிறோமோ என்ற எண்ணம் இருந்தது. எல்லோருக்கும் செட்டியாரின் பணத்தைக் கடன் கொடுத்து வட்டியுடன் வாங்குகிறோம். அதுபோல, ஆ லெக் சாயிடம் கொடுப்பது போல் கொடுத்து, தோட்டத்தைப் பிறகு நல்ல விலைக்கு விற்றுவிட்டு, கடனை வட்டியுடன் திருப்பி அடைத்துவிடப் போகிறோம் என்ற எண்ணம் வலுத்ததும் காரியத்தில் இறங்கினார். இலாபத்தில் ஆ லெக் சாய்க்கு பத்து சதவிகிதம் தருவதாகச் சொன்னவுடன் அவனுக்கு ஏற்பட்ட மகிழ்ச்சிக்கு அளவே இல்லை.

தோட்டம் கைமாறியது. ரொக்கமாக பணத்தைத் தருவதாகக்கூறி விலையில் பெருந்தொகையைக் கழித்தார் பிள்ளை. ஆங்கிலேயன், உடனே பணம் கிடைப்பதால் மகிழ்ச்சிடன் சம்மதித்தான். ஆறு மாதம் வரையிலும் தோட்டத்தில் வந்த சிறிய வருமானத்தில் சம்பளச் செலவு போக, வட்டியை ஒழுங்காக இராமசாமியின் கணக்கில் வரவு வைத்துக்கொண்டு வந்தார். சாயிடம், தோட்டத்தை நல்ல விலைக்கு விற்க ஆள் தேடும்படி அடிக்கடி கூறிவந்தார். அப்பொழுதுதான் ஈப்போவில் பெரிய ஈய லம்பத்தை நடத்திவந்த ஒரு கோடீஸ்வர சீனனைக் கூட்டிவந்தான் ஆ லெக் சாய்.

எல்லாமே சரியாக நடந்தது. சண்முகம்பிள்ளையின் பக்கம் அதிர்ஷ்டக் காற்று வீசியது.

சாலையின் பக்கமாக இருந்ததால் எதிர்காலத்தில் அந்தத் தோட்டத்தின் மதிப்பு பலமடங்கு கூடுமென்பதைச் சரியாகவே கணித்திருந்தார், தோட்டத்தை வாங்கியவர். சண்முகம்பிள்ளைக்கு பெரும்பணம் கிடைத்தது. இராமசாமி செட்டியாரின் கணக்கில் வட்டியுடன் வரவு வைக்கப்பட்டது. ஆ லெக் சாய்க்கு வாக்களித்தபடி, பத்தாயிரமும் அவன் எதிர்பார்க்காதவகையில் மேலும் இரண்டாயிரமும் தந்தார் பிள்ளை. அதன்பிறகு மற்ற எல்லா வேலைகளையும் விட்டுவிட்டு எங்கு பிரச்சனைக்குரிய தோட்டமிருக்கிறது என்று தேட ஆரம்பித்துவிட்டான்.

சில தோட்டங்களை வாங்கி விற்றதில் இருவருமே பணம் பார்த்தார்கள்.

இராமசாமி செட்டியாரின் வியாபாரத்தை தங்குதடையின்றி நடத்திக்கொண்டே, தோட்டம் வாங்கி விற்பதிலும் கவனமாகயிருந்தார் பிள்ளை. இப்பொழுதெல்லாம் தோட்டம் வாங்க அவரிடமே பெரும்பணம் இருந்தது. செட்டியாரின் பணத்தை எதிர்பார்க்க வேண்டியிருக்கவில்லை.

அப்பொழுதுதான், ஒரு பெரிய திட்டத்தோடு வந்தான் ஆ லெக் சாய்.

கெடா சுங்கைப் பட்டாணி பகுதியில் ஆயிரம் ஏக்கர் தோட்டம் விலைக்கு வருவதாகவும், அதை வாங்கி துண்டுபோட்டு ஐம்பது நூறு ஏக்கர்களாக விற்றால் ஒரே இரவில் கோடீஸ்வரனாக உயரலாமென்றும் கூறினான். சண்முகம்பிள்ளைக்கு இது புதிய திட்டமாக இருந்தது. பேப்பரை எடுத்து கணக்குப்போட்டுக் காட்டினான், ஆ லெக் சாய். நம்பவே முடியவில்லை பிள்ளைக்கு. அது சாத்தியம் என்பதை விளக்கி, இறுதியில் அவரைச் சம்மதிக்க வைத்தான்.

சிட்ரோய்ன் காரில் சுங்கைப் பட்டாணியை அடைந்ததும் தோட்டத்தைப் பார்வையிட்ட பிள்ளை, ஆச்சரியத்தில் மூழ்கிப் போனார். அந்தத் தோட்டம் சமமான நிலத்தில் இருந்தது. அதைவிட, பத்து சதவிகித முன்பணத்தை மட்டும் கட்டி ஆறு மாதம் கழித்தே முழுப் பணத்தையும் செலுத்தும் சலுகையும் இருந்ததால் அவருக்கு, அது தங்கச் சுரங்கமாகப் பட்டது. ஆறே மாதத்தில் தோட்டத்தைத் துண்டாடி உரிய தொகையை செலுத்தியபிறகு, தனக்கு வரப்போகும் இலாபத்தைக் கணக்கிட்ட பொழுது காரைக்குடியில் பாதியை வாங்கிவிடலாம்போல இருந்தது.

சண்முகம்பிள்ளை சுறுசுறுப்பாக இயங்கினார். ஆ லெக் சாய், சுங்கைப் பட்டாணியிலேயே தங்கி, துண்டாடல் ஏற்பாடுகளைச் செய்ததோடு தோட்டத்தைச் சிறுசிறு பகுதிகளாக வாங்கிக்கொள்ள வசதி படைத்தவர்களையும் தேடினான்.

தோட்டங்கள் துண்டாடப்பட்டதில் பெரும்பகுதி மக்கள் திண்டாட்டத்துக்கு ஆளானார்கள். கெடா மாநிலத்திலும் பேரா மாநிலத்திலும் துண்டாடப்பட்ட தோட்டங்களிலிருந்து வேலையின்றி வெளியேறிய தோட்டப் பாட்டாளிகளின் நிலை மிகமிக மோசமாகியது. நடுத்தெருவில் குடும்பம் நடத்தவேண்டிய நிலை

உருவாகியது. அதைப் பற்றியெல்லாம் சண்முகம்பிள்ளை கவலைப்பட்டதாகத் தெரியவில்லை.

ஓரிடத்தில் மேடு உருவாக, மற்றொரு இடத்தில் பள்ளம் தோண்டப்பட வேண்டும் என்பதில் பிள்ளை உறுதியாகயிருந்தார். ஆ லெக் சாயும் பிள்ளையும் சுங்கைப் பட்டாணியிலிருந்து திரும்பிய பொழுது பிள்ளையால் உண்மையில் நம்பவே முடியவில்லை. துண்டாடப்பட்ட அனைத்துப் பகுதிகளும் விற்றுத் தீர்ந்துவிட்டன. அட்வான்ஸ் தொகையே தோட்டத்துக்கு செலுத்தவேண்டிய முழுத்தொகைக்குப் போதுமானதாக இருந்தது.

ஆ லெக் சாயும் பிள்ளையும் சுங்கைப் பட்டாணி புறப்பட்டுப் போய் எல்லாக் காரியங்களையும் முடித்தார்கள்.

இனி, தொடர்ந்து செட்டித் தெரு கிட்டங்கி வாழ்க்கையில் இருக்க முடியாது என்பதை சண்முகம் உணர்ந்துகொண்டார். இப்பொழுது பணக்காரர் என்று பார்த்தால், இராமசாமி செட்டியாரைவிட சண்முகம்பிள்ளையின் கை ஓங்கிவிட்டது. பினாங்கில் ஒரு நல்ல பங்களாவை வாங்க ஏற்பாடுசெய்து, அங்கேயே தங்கி, தனது வியாபாரத்தை கவனிக்கும் வழிகளைக்கண்டார். பினாங்கு கொடிமலையிலும் ஒரு வெள்ளைக்காரன் பாதி விலைக்கு விற்ற பங்களாவையும் வாங்கிவிட்டார்.

ஊரிலிருந்த இராமசாமி செட்டியாருக்கு, தான் ஏஜெண்ட் வேலையிலிருந்து விலகிக்கொள்ளப் போவதாகவும், செட்டியார் நேரில் வந்தால் கணக்கு வழக்குகளை உடனே ஒப்படைக்க இருப்பதாகவும் ஒரு பதிவுத் தபாலில் கடிதம் போட்டார். செய்தி கேட்டு இராமசாமி செட்டியார் உடனே மலாயா வந்தார். தனது வியாபாரத்தை நல்ல முறையில் நடத்தி, பெரும் பணத்தை சேர்த்துக்காட்டிய சண்முகம்பிள்ளைக்கு நல்லபடியாக விடைகொடுத்தார் செட்டியார்.

இதன்பிறகு சண்முகம்பிள்ளை, முழுமூச்சாக தனது நிலங்களைத் துண்டாடும் வியாபாரத்தில் இறங்கினார். பணம் கோடிகோடியாகக் கொட்டியது. ஒருபக்கம், அவரை திட்டித் தீர்த்தனர், பாட்டாளி மக்கள். மறுபுறம், கோயிலுக்கும் பொதுக் காரியங்களுக்கும் நிறைய கொடைகள் கொடுக்க ஆரம்பித்தார். பத்திரிகைகள் 'வள்ளல் சண்முகம்' என்று அவரைப் புகழ்ந்தன.

கோலாலம்பூருக்கு அடிக்கடி வந்துபோகும் ஆ லெக் சாய்மூலம் சிகாம்புட், பத்து எஸ்டேட் இரண்டும் விலைக்கு வருவதாகக் கேள்விப்பட்டு, உடனே அவ்விரண்டு தோட்டங்களையும் வாங்கும்

முயற்சியில் வெற்றிபெற்றார். ஈப்போ ரோட் மில்லியன் செட்டில்மென்ட்டில் ஒரு வீட்டையும் வாங்கினார்.

ஓடிஓடி பணம் சம்பாதிப்பதில் நாட்டமாக இருந்த பிள்ளை, ஆற அமர வாழ்க்கையை அனுபவிக்காமல் போனதை அப்பொழுதுதான் உணர ஆரம்பித்தார்.

ஆ லெக் சாய், சாயங்கால நேரங்களில் இவரிடமிருந்து காணாமல் போய்விடுவான். சம்பாதிக்கும் அளவுக்கு வாழ்க்கையை அனுபவிக்கவும் தெரிந்திருக்க வேண்டுமென்று அவன் கூறுவதை, பிள்ளை ஒரு பொருட்டாக எடுத்துக்கொள்வதில்லை. பினாங்கு வந்து மூன்றாவது வருடமே ஊரிலிருந்து மனைவியையும் பிள்ளைகளையும் வரவழைத்துவிட்டார். ஆனாலும் அவர், வீடுதங்கும் நேரம் வெகுகுறைவு. எப்போதும் தோட்டம், கணக்கு என்றுதான் அலைந்துகொண்டிருப்பார். வீட்டில் அவர் குடும்பத்தோடு சாப்பிட்டே பலகாலம் இருக்கும். இரவும் பகலும் சம்பாத்தியமே குறியாக அலைந்துகொண்டிருந்தார்.

ஒருநாள், ஆ லெக் சாயும் சண்முகம்பிள்ளையும் காரில் செளக்கிட் பக்கமாக போய்க்கொண்டிருந்தபொழுது, இளவயதிலிருந்த மலாய்க்காரி ஒருத்தி காரை நிறுத்தினாள். இதைச் சற்றும் எதிர்பார்க்காத ஆ லெக் சாய் தடுமாறினான். பிள்ளைக்கு ஒன்றும் விளங்கவில்லை. "போன வாரம் வருவதாகச் சொல்லிவிட்டு இதுவரை நீ வரவேயில்லை!" என்ற அந்தப் பெண், யாரைப் பற்றியும் கவலைப்பட்டதாகத் தெரியவில்லை.

பிள்ளை அவனைப் பார்த்தார். அவன் அசட்டுச்சிரிப்புடன் பாக்கெட்டில் கையைவிட்டு, ஒரு ஐந்து வெள்ளியை எடுத்து அவளிடம் நீட்டினான்.

"நான் பணத்துக்காகவா உன்ன வரச் சொல்றேன். உன்னப் பாக்கணும், நிறய கதை இருக்கு, எனக்கு பணம் குறியில்ல…" என்றவள், படக்கென்று அதைப் பிடுங்கி தனது ஜாக்கெட்டுக்குள் செருகிக் கொண்டாள்.

ஆ லெக் சாய், தன்னோடு பணம் பணம் என்று சுற்றினாலும், வாழ்க்கையை அவன் நன்றாக அனுபவித்துள்ளான் என்பதை, அந்தப் பெண் பழகியதிலிருந்து பிள்ளை தெரிந்துகொண்டார். இத்தனைக்கும் அவனது மனைவி, பிள்ளைகள் எல்லாருமே கோலாலம்பூரில் அவனோடுதான் இருந்தார்கள்.

காரை ஓரமாக நிறுத்தச்சொன்ன சண்முகம்பிள்ளையை ஆச்சரியத்தோடு பார்த்தான், ஆ லெக் சாய்.

"யாரு ஆளு?" என்று, புருவத்தை நெறித்தபடி கேட்டார் பிள்ளை.

"எல்லாம் நம்ப ஆளுதான். சௌக்கிட் ரோட்டில் இவர்களெல்லாம் தபாலாபீசில் உள்ள கம் பாட்டில்மாதிரி. யார் வேண்டுமானாலும் பாவித்துக் கொள்ளலாம். என்ன... தபாலாபீசில் இலவசம், இங்கே கொஞ்சம் காசு செலவழியும்," கண் சிமிட்டியவாறு காரின் கதவைத் திறந்து கீழே இறங்கினான் சாய்.

பத்துரோட்டின் பின்புறம் வரிசையாகயிருந்த கடைகளில் விதவிதமான உடைகளில் சீன, மலாய், தமிழ்ப்பெண்கள் நாற்காலிகளில் வரிசையாக உட்கார்ந்திருந்தார்கள்.

அந்தப் பெண்களின்முன்னே சென்று வரிசையாக, விலையை விசாரித்துக்கொண்டே போனார்கள். ஏதோ, ஆடு மாடு வியாபாரம் போல் அது இருந்தது. தேவகோட்டையில் நடக்கும் மாட்டுச் சந்தையில் பல் பார்த்து, சுழி பார்த்து மாடுகளை விலை பேசுவதுபோல் ஆளைப் பார்த்து, நிறத்தைப் பார்த்து, பொங்கும் மார்பகம் பார்த்து விலை பேசினார்கள். பிள்ளைக்கு ஆச்சரியமாக இருந்தது. தமிழ்நாட்டில் விபச்சாரம் உண்டுதான். இலைமறை காய்மறையாக அது நடைபெறும். இதுபோல, ஒரு தெருவே விபச்சாரிகள் நிறைந்திருந்ததில்லை. பிள்ளைக்கு அங்கே நிற்பது சங்கடமாக இருந்தது. "யாரும் தெரிந்தவர்கள் பார்த்துவிட்டால்..." எனத் தயங்கினார்.

"ஹாய்... சாய், ஏன் ரொம்பநாளா காணோம்?" ஒரு வயதான சீனப்பெண் சாயின்மேல் கைபோட்டு, அவன் பாக்கெட்டிலிருந்து அவனைக் கேட்காமலேயே சிகரெட்டை எடுத்து, அவனிடமே நெருப்புப்பெட்டி வாங்கிப் பற்றவைத்தாள். அவளது குட்டையான தோற்றத்துக்கு சுருட்டையான முடியும் தொளதொள உடையும் வினோதமாக இருந்தது.

திடுமென்று நாலைந்து பெண்கள் ஆ லெக் சாயைச் சூழ்ந்து கொண்டு, ஆளுக்கொரு சிகரெட்டை எடுத்து மாறி மாறி ஊதித் தள்ளினார்கள். இறுக்கமான சட்டையும் குட்டைப் பாவாடையும் அதீதமான முக ஒப்பனையும் அவர்களை வித்தியாசப்படுத்திக் காட்டியது. அந்த வயதான சீனப்பெண், பிள்ளையின் பக்கம் கண்ணைக் காட்டி, "யாரது?" என்று கண்களாலேயே கேட்டாள்.

“இவருதான் என்னுடைய தவுக்கே. பெரிய முதலாளி. நாலைந்து எஸ்டேட் இருக்கிறது, அவருக்கு இதுவெல்லாம் பழக்கமில்லை...” என்று, சாய் இழுத்தான். நாலைந்து எஸ்டேட்டுக்கு தவுக்கே என்று காதில்பட்டதும் ஆ லெக் சாயை அப்படியே விட்டுவிட்டு, அனைத்துப் பெண்களும் அவரைச் சுற்றிக் கொண்டனர்.

“ஏய் மாடுகளா, போய் உட்காருங்கடி... அவரைத் தொந்தரவு செய்யாதீங்க. இப்பதான் முதன்முதலா வந்திருக்காரு. அதற்குள்ள கவுக்கப் பாக்குறீங்களே... இன்னைக்கு உங்களுக்கெல்லாம் பெரிய விருந்துதான்...” சீனக் கிழவி கண்டிப்பதுபோல் அனைவரையும் பார்த்துக் கண்ணடித்தாள்.

சண்முகம்பிள்ளை சாயைப் பார்த்தார். அவன், யாரோ ஒரு பெண்ணிடம் பேசிக்கொண்டிருந்தான்.

“தவுக்கே இவளுங்களையெல்லாம் வேணுமுன்னா ஒட்டுமொத்தமா மேல மாடி அறைக்குக் கூட்டிக்கிட்டுப் போங்க. உங்களை நல்லா கவனிப்பாளுங்க... நாலு போத்த தண்ணி ஆர்டர் கொடுங்க. அப்புறம் பாருங்க இவளுக மவுச. உங்களை சொர்க்கத்துக்குக் கூட்டிக்கிட்டுப் போய்டுவாளுங்க...” கிழவியின் வாய் மூடவில்லை.

அதற்குள் அங்கே வந்த சில வழக்கமான வாடிக்கையாளர்கள், ஆளுக்கொரு பெண்ணை மேலே கூட்டிக்கொண்டு போனார்கள்.

“போய்டாதீங்க மாமா. இதோ, சிகரெட் இழுத்து முடிக்கிற நேரத்திலே முடிச்சிட்டு வந்திடுறேன், இன்னைக்கு உங்கள விடுறதா இல்ல மாமா...” மாடிப்படியில் ஏறிக்கொண்டே பிள்ளையிடம் கொஞ்சினாள் ஒருத்தி.

சண்முகம்பிள்ளைக்கு எல்லாமே புதுமையாக இருந்தது. அங்கேயிருந்த ஓர் அறையில், நாற்காலி போட்டு அவரை அமர வைத்தாள் கிழவி. ஒவ்வொரு கடையின் வாயிலின் உட்புறமும் சிவப்பு விளக்கு எரிந்துகொண்டிருந்தது.

அந்தச் சீனக் கிழவிதான் ஓட்டலின் நிர்வாகி. முதலாளி வேறுஆள். இரவு வந்து காதும் காதும் வைத்தாற்போல பணத்தை வசூல் செய்துகொண்டு போய்விடுவான். பவுடர் பூசி, மேக்கப் போட்டு குடிகாரனிடமும், தோல் வியாதி உள்ளவனிடமும், வியர்வைநாற்றம் குடலைப் பிடுங்கும் ஆண்களிடமும் படுத்துச் சம்பாதிப்பதில் பாதியைத்தான் அந்தப் பெண்கள் பெறமுடியும். மறுபாதியை கமிஷனாக ஓட்டல் முதலாளி எடுத்துக் கொள்வான். அவனுக்கு நாற்றமடிக்காத நோட்டுகள் சேர்ந்துவிடும்.

கிழவிக்கு அன்றாடம் நூறு வெள்ளிக்குக் குறையாமல் வருமானம் கிடைத்துவிடும். கிழவி, முன்பு அதே ஓட்டலில் நட்சத்திர அந்தஸ்தோடு உலாவியவள்தான். சம்பாதித்ததையெல்லாம் தன்னை கடைசிவரை வைத்துக் காப்பாற்றுவானென்று ஒரு டாக்சி டிரைவரிடம் நம்பி ஏமாந்துபோனாள். இனி, இவளிடம் யாரும் படுக்க வரமாட்டார்கள் என்று தெரிந்ததும், அவளைக் கைகழுவிவிட்டு எங்கோ தலைமறைவாகி விட்டான். கடைசியில், ஓட்டல் முதலாளி அவளை நிர்வாகியாக அங்கே நியமித்தான். தான் செத்துப்போனால் சௌக்கிட் ரோட் சாலையே அதிசயிக்கும்படி தனது பிண ஊர்வலம் நடக்க வேண்டும் என்று அனைவரிடமும் சொல்லிக்கொண்டு இருப்பாள் கிழவி.

சண்முகம்பிள்ளை உட்புறமாக இருந்த மேசையில் அமர்ந்து சுற்றிலும் நோட்டமிட்டார்.

அங்கே பல ஆண்கள் வருவதும்போவதுமாக இருந்தார்கள். ஆ லெக் சாயை காணவில்லை. யாரோ, ஒரு சீன மாதுவுடன் அவன் பேசிக்கொண்டிருப்பதை முதலில் பார்த்தார். பிறகு இருவரையும் காணவில்லை. “சரி, மாடிக்குப் போய்விட்டான் போலிருக்கு” என்று நினைத்துக் கொண்டார்.

பிள்ளை உட்கார்ந்திருந்த திசைக்கு எதிர்ப்புறத்தில் அமர்ந்திருந்த ஒரு தமிழ்ப் பெண், தன்னையே பார்த்துக்கொண்டிருப்பதை அப்பொழுதுதான் கவனித்தார். அவர், அவளை நிமிர்ந்துபார்த்ததும் அவள் சட்டென்று வேறுதிசைக்குப் பார்வையைத் திருப்பிக்கொண்டாள்.

14

அந்தப் பெண், சண்முகம்பிள்ளையின் பக்கமாகத் திரும்பித்திரும்பி பார்த்துக்கொண்டேயிருந்தாள். இடையில், யாரோ ஒருவன் அவளிடம் போய்ப் பேசினான். அவள் கையைக் காட்டி, வரமுடியாது என்பதுபோல் சைகை செய்தாள். வந்தவன், ஒருமுறை முறைத்துவிட்டு அடுத்தவளிடம் போய் நின்றான். அவன் நிறையக் குடித்திருந்தான்போலும். சரியாக நடக்கக்கூட முடியவில்லை. இப்பொழுதோ அல்லது கொஞ்சநேரத்திலோ அவன் கீழே சாய்ந்துவிடுவதுபோல் தடுமாறி நடந்தான்.

அங்கே விபச்சாரம் செய்யும் பெண்களுக்கு ஒரு சலுகை அளிக்கப்பட்டிருந்தது. தாங்கள் விரும்பாதவர்களோடு அவர்கள் படுக்கைக்குச் செல்லத் தேவையில்லை. வந்தவன் அதிகம் குடித்திருந்ததால் அவனை எல்லாப் பெண்களுமே நிராகரித்தார்கள். அவன் கையில் பணத்தை எடுத்து வைத்துக்கொண்டு, "ஏன், இது செல்லாதா?" என்று சத்தம் போட்டான். இப்படியான குடிகார வாடிக்கையாளர்கள் மேலே அறைக்குள் நுழைந்ததும் ஒரு மிருகத்தைப்போல நடந்துகொள்வது வெகுசகஜம். சில பெண்களுக்கு இப்படியான முரட்டுத்தனம் அதிக ஈடுபாடுடையதாக இருக்கும். குடிகார வாடிக்கையாளராக இருந்தால் அதிக மகிழ்ச்சியுடன் ஏற்றுக்கொள்வார்கள். வன்மத்தை ஏற்றுக்கொண்டு கூடவே பணத்தையும் கறந்துவிடுவார்கள்.

சண்முகம்பிள்ளை பொறுமை இழந்தவராக அங்கே அமர்ந்திருந்தாலும் அந்தத் தமிழ்ப் பெண்ணின் பார்வையும் முகமும் அவருக்கு மிகவும் பிடித்திருந்தன. அவளைப் பற்றி கிழவியிடம் விசாரிக்க எண்ணினார். கீழே வாடிக்கையாளர்களிடம் காசு வாங்குவதிலும், மாடிக்கு ஜோடிகளை அனுப்பிவைப்பதிலும் சுறுசுறுப்பாக இருந்தாள் கிழவி.

பலரும், ஒவ்வொருவரின் முன்னே போய் நின்றும் ஆடு, மாடு வாங்குவது போல் உற்று உற்றுப் பார்த்து, எவளை தேர்ந்தெடுப்பது எனத் தெரியாமல் குழம்பி நின்றார்கள்.

"என்னய்யா, பத்து வாட்டி சுத்திச்சுத்தி வாற? எல்லாமே இறைச்சிதான்யா... மேலே கருப்பு, சிவப்பு தோல் கலர்தான் வித்தியாசம். எவளையாவது கூட்டிக்கிட்டுப் போனோமா, விஷயத்தை முடிச்சோமான்னு இல்லாம, எதை உத்து உத்துப் பார்க்கிறே?"

கருத்த பெண்ணொருத்தி சத்தம் போட்டுக்கொண்டிருந்தாள்.

சிலர் வந்த வேகத்திலேயே ஒருத்தியைத் தேர்ந்தெடுத்து மேலே போய், அதேவேகத்தில் விஷயம் முடிந்து திரும்பிப்போவதை சண்முகம்பிள்ளை கவனித்தார். கணவனால் கைவிடப்பட்டவர்கள், விதவைகள், காதல் தோல்வி கண்டவர்கள், வீட்டைவிட்டு ஓடி வந்தவர்கள் என்று, அந்த சிவப்பு விளக்குப் பகுதி நிறைந்திருந்தது. முதல் இல்லாத தொழிலாக அது இருந்தது. வாழ்க்கைத் தோல்விகளிலிருந்து தன்னை மீட்டுக்கொள்வதற்கும் உயிர் வாழ்வதற்கும் அந்தப் பெண்களுக்கு அந்த சிவப்பு விளக்குப் பகுதி உடனடியான நிவாரண மையமாக இருந்தது.

கிழவி, சண்முகம்பிள்ளையை நோக்கி வந்தாள்.

"என்ன போஸ், பார்த்துக்கிட்டே இருக்கீங்க. நானும் வந்ததிலேருந்து பார்க்கிறேன். நீங்க அந்தப் பொண்ணை வைத்த கண் எடுக்காமல் பார்க்கிறீங்க. வெட்கப்படாதீங்க, என்னிடம் சொன்னா உடனே அனுப்பிவைக்க மாட்டேனா, கூப்பிடவா?"

சண்முகம்பிள்ளையின் முகம் அஷ்டகோணலாக மாறியது. முதலில் அருவருப்படைபவர்போல காட்டிக்கொண்டார். பின்னர் கொஞ்சம் வெட்கம், கொஞ்சம் சம்மதம்போல் நெளிந்தார்.

"அவ பேரு ஜெயா. புதுசு. நல்ல பொண்ணு. நான் சொல்லி அனுப்புறேன். நீங்க மாடிக்குப் போங்க..." கிழவி, பிள்ளையைக் கிளப்பினாள். சண்முகம்பிள்ளை தயங்கித் தயங்கி மாடிக்கு ஏறினார். எல்லாக் கதவுகளும் சாத்தப்பட்டிருந்தன. ஒவ்வொரு அறையிலிருந்தும் ஒவ்வொரு விதமான சத்தம் வந்தது. சண்முகம்பிள்ளை சிறிதுநேரம் அங்கே பக்கத்து அறைப் பக்கம் போய் நின்றார்.

அப்பொழுது அந்தப் பெண் ஜெயா, மேலே வந்தாள். அழகிய கத்திரிப் பூ வண்ணத்தில் சேலை உடுத்தியிருந்தாள். தலையில் மல்லிகைப் பூ மணந்தது. பார்க்க அவள், அந்த சிவப்பு விளக்குப் பகுதிக்குச் சம்பந்தம் இல்லாதவளைப்போல் இருந்தாள். அவள்,

அப்பகுதியில் நிற்காமல் எங்காவது கோயிலில் நின்று கொண்டிருந்தால் நான், நீ என்று அவளைத் திருமணம் செய்ய முண்டியடிப்பார்கள். “எல்லாம் இருக்கின்ற இடத்தைப் பொறுத்துதான்” என சண்முகம்பிள்ளை நினைத்துக்கொண்டார்.

“எக்கா... எக்கா...” என்று கூப்பிட்டுக்கொண்டே மாடிப்படிகளில் ஒருத்தி தடதடவென்று மேலே ஓடி வந்தாள்.

“என்ன?” அவளைப் பார்த்துக் கேட்டாள்.

“அக்கா... காசிருந்தா ஒரு ரெண்டு வெள்ளி கொடு. நேத்திலருந்து ஒரு கிராக்கிகூட இல்லை. வயிறு காயுது... பணம் கெடைச்சதும் கொடுத்துடுவேன்,” ஒரு கரத்த குரல். அப்பொழுதுதான் அவளை உற்றுப் பார்த்தார் சண்முகம்பிள்ளை. அவள் பெண் இல்லை. மீசையின் புள்ளிகள் தெரிந்தன.

ஜெயா, பையைத் திறந்து ஐந்து வெள்ளியை எடுத்து நீட்டினாள்.

“என்னக்கா, மாமா மவுசானவருபோல இருக்காரு. பாத்து பக்குவமா நடந்துக்கக்கா. இந்தமாதிரி, வெள்ளை வேட்டி சட்டை போட்டவங்க இங்கே வர்றது எப்போதாவதுதான் நடக்கும்,” என்று கூறியவாறு, காசை வாங்கிய வேகத்தில் சேலையை இழுத்துவிட்டுக் கொண்டு சண்முகம்பிள்ளையின் அந்தரங்கப் பகுதியை விரல்களால் உரசிச் சென்றாள். கூச்சமாகயிருந்தது அவருக்கு. எக்குத்தப்பாக வந்து மாட்டிக் கொண்டதுபோல உணர்ந்தார்.

ஜெயா, சண்முகம்பிள்ளையின் பக்கமாக வந்து நின்றாள். மல்லிகையின் மணம் பிள்ளையை என்னவோ செய்தது. காமத்துக்கும் மல்லிகைக்கும் நெருங்கிய தொடர்பு இருப்பதுபோல்தான் உணர்ந்தார். ஊரில் மாலைவேளைகளில் தனது மனைவி தலையில் மல்லிகையுடன் அவரருகில் வரும்பொழுது உலகையே மறந்துவிடுவார்.

ஜெயா அருகில் வந்ததும் மல்லிகை, அவரைப் படாதபாடு படுத்தியது.

ஓர் அறைக்கதவு திறக்க, உள்ளிருந்து ஆ லெக் சாயும் சாலையில் பார்த்த மலாய் பெண்ணும் வெளியே வந்தார்கள். பிள்ளையை அங்கே மாடியில் பார்த்ததும் சாய்க்கு அதிசயமாக இல்லை.

“மெதுவா வாங்க, நான் கீழே இருக்கிறேன்...” என்று சொல்லிவிட்டு சாய், படிகளில் அவளோடு இறங்கினான்.

அறையின் உள்ளே பிள்ளையும் ஜெயாவும் சென்றார்கள். பிள்ளைக்கு அந்தக் கட்டிலில் அமரவே அருவருப்பாக இருந்தது. கட்டிலில் திட்டுத்திட்டாக விந்து படிந்த அடையாளத்துடன், மட்டமான பெட்சீட். எப்போதோ மாற்றிய தலையணை உறைகள். அறையின் ஒரு மூலையில் கை கழுவும் வாஷ்பேசின் இருந்தது. அதில் சிறு சிறு சோப்புகள் கரைந்தும் கரையாமலும் கிடந்தன. அறையின் கூரையில், ஒரு பழைய காற்றாடி இப்பவோ அப்பவோ, இன்னும் கொஞ்ச நேரத்திலோ கீழே விழுந்துவிடும் குடிகாரனைப்போல் சுழன்றுகொண்டிருந்தது. தரையில் சிகரெட் துண்டுகள் சிதறிக் கிடந்தன. இதுவரை அனுபவித்திராத ஒருவித மணம் அந்த அறையெங்கும் வியாபித்திருந்தது.

ஜெயாவின் கையில் ஒரு துண்டு இருந்தது. எல்லாம் முடிந்தபிறகு, அந்த வாஷ்பேசினில் கழுவியபிறகு, அந்தத் துண்டால்தான் துடைக்கவேண்டுமென்று பிள்ளை நினைத்த மாத்திரத்தில் அவருக்கு அருவருப்பு அதிகமாகியது. அதுவரையில் பேசாமல் இருந்த பிள்ளை முதன்முறையாக வாயைத் திறந்தார்.

"என்னால இங்க முடியாது. வெளிய போவோம். சீனத்தி சொல்ற பணத்தை கொடுத்துடுறேன்..." என்றார்.

ஜெயா, தலையை ஆட்டியபடி "சரி" என்றாள். இருவரும் கீழே இறங்கினார்கள். கிழவி, ஒரு குள்ளவாத்து போல அசைந்து அசைந்து வந்தாள்.

"என்ன இவ்வளவு சீக்கிரமாவா?" கிழவி ஆச்சரியப்பட்டதுபோல் கேட்டாள். "இல்ல, இவருக்கு இந்த இடம் பிடிக்கலே. வெளியே கூப்பிடுறார். அதற்குண்டான பணத்தைக் கொடுத்திடுறாராம்..."

அறையிலோ அல்லது நடுத்தெருவிலோ கிழவிக்குக் கவலை இல்லை. அதுக்கான கமிஷன் வந்தால் சரி, அவளுக்கு.

"ஒரு இருபது வெள்ளிய எங்களுக்குக் கொடுத்துடுங்க. ஜெயாவுக்கு என்ன கொடுப்பதென்று ஜெயாவிடம் பேசிக்கிங்க..." என்றபடி பிள்ளையின் முகத்தைப் பார்த்தாள்.

பிள்ளை ஐம்பது வெள்ளியைக் கிழவியிடம் கொடுத்துவிட்டு சாயைத் தேடினார். அவன், அந்த மலாய்ப் பெண்ணோடு பேசிக்கொண்டிருந்தான்.

"சாய்..." என்று பிள்ளை அழைத்தார். அவர்கள் அமர்ந்திருந்த அறையின் சிவப்பு விளக்கு இப்பொழுது பிரகாசமாக எரிந்து

கொண்டிருந்தது. கையில் கிடைத்த புதிய ஐம்பது வெள்ளி நோட்டின் மொடமொடப்பை விரல்களால் தடவிக்கொண்டிருந்தாள் மாமி கிழவி.

சாய், பிள்ளையை நோக்கி வந்தான்.

"என்ன சாய், உன் டார்லிங் இன்னைக்கு ஏக குஷியா இருக்கா? அவ இடுப்பை உடைச்சிட்டியா? நீ வந்து வேலை செஞ்சாதான் அவளுடைய மிசின் சரியாக ஓடும். ஒரு வாரத்துக்கு வாயத் தொறக்கமாட்டா. அப்புறம் எவன் வந்தாலும், வேண்டாவெறுப்பா படுத்துட்டு வந்து முணுமுணுத்துச் சாவா. காது கொடுத்துக் கேட்கமுடியாது..." கிழவி, கண் சிமிட்டியபடி ஆ லெக் சாயிடம் கிசுகிசுத்தாள்.

"நீ வேற. அவளுக்கு நான் வந்தால் பை நிறையப் பணம் கிடைக்கும், அதான். இடுப்பை உடைக்கிறதுக்கு நான் என்ன இரும்பு ஆயுதமா வச்சிருக்கேன். எல்லாம் பண ஆயுதம்தான்..." என்று சொல்லிவிட்டுச் சிரித்தான்.

கிழவிக்கு இடுப்பை உடைக்கும் கலை எல்லாம் அத்துப்படி. யாருக்கு, எது தேவை என்பது அவளுக்குத் தெரிந்த விஷயம்தான்.

"இன்னும் ஒரு பீர் குடிச்சிட்டுப் போயேன். போஸும் ஒண்ணும் குடிக்கல..." கிழவி, சாயிடம் கூறியவாறு அடுத்த வாடிக்கையாளனைப் பார்க்கத் திரும்பினாள்.

ஜெயா, தனது இருக்கையிலிருந்த கைப்பையை எடுத்துக்கொண்டு வந்தாள். மூவரும் அந்த சிவப்பு விளக்குக் கடை வீட்டைவிட்டு காரை நோக்கி நடந்தார்கள். காரின் பின்சீட்டில் ஜெயா அமர்ந்தாள். பிள்ளையையும் பின்பக்கமாகவே அமரச் சொன்னான் சாய். எந்த நேரத்தில், எதை, எப்படிச் செய்யவேண்டுமென்பது அவனுக்கு நன்றாகவே தெரிந்திருந்தது.

பிள்ளை, ஜெயாவின் பக்கத்தில் அமர்ந்ததும் அவள், அவரோடு உரசியபடி அமர்ந்து, தனது கையை அவரின் மடிமேல் வைத்தாள். காருக்குள், அவருக்கு மிக அருகில் மல்லிகை இல்லாத வேலைகளைச் செய்தது. கிழவனைக்கூட மல்லிகை இருபது வயது வாலிபனாக மாற்றிவிடும்போலும். பிள்ளை, ஜெயாவின் தோளில்கையைப்போட்டு அவளைஅருகில்அணைத்துக்கொண்டார். அவள் சருமம் அவ்வளவு மிருதுவாக இருந்தது. கண்ணாடிவழியாக இதைப் பார்த்தும் பார்க்காதவன்போல, காரை மில்லியன் செட்டில்மென்டை நோக்கி ஓட்டினான் சாய்.

இடம் வந்தது, காரைவிட்டு இறங்கிய சண்முகம்பிள்ளை, வேகமாக கேட்டைத் திறந்துகொண்டு வீட்டுக்குள் சென்றார். காரை வீட்டினுள்ளே நிறுத்திவிட்டு கீழே இறங்கினான் சாய். ஜெயாவை உள்ளே போகும்படி சைகை செய்தான்.

அங்கே ஹாலில் போடப்பட்டிருந்த ஆடம்பர நாற்காலியில் அமர்ந்த பொழுது, அதன் மிருதுவான தன்மை அவளுக்கு சண்முகம்பிள்ளையின் செல்வாக்கைச் சொன்னது.

"நான் போய்விட்டு நாளைக்குக் காலையில் வருகிறேன்" என்று கூறிவிட்டு, காரின் பக்கம் சென்ற சாய், திரும்பி வந்து "ஏதும் வாங்கிவர வேணுமா?" என்று கேட்டான்.

சண்முகம்பிள்ளை, ஜெயாவின் பக்கம் திரும்பி, "என்ன வேண்டும்?" என்று கேட்டார்.

"தோசையும் ஆட்டுக்கறி பிரட்டலும் இங்கே செந்தூலில் நல்லாயிருக்குமுன்னு என் தோழி சொல்லியிருக்கா..."

சண்முகம்பிள்ளை ஐந்து வெள்ளியை எடுத்து சாயிடம் நீட்டினார். அவன் அதை வாங்காமல், "நான் போய் வாங்கிட்டு வந்துடறேன். உங்களுக்கு என்ன வேண்டும்?" என்று கேட்டான்.

"ஆறு தோசையும் இரண்டு பிளேட் ஆட்டு வறுவலும் சாம்பார், சட்டினியும் வாங்கிக்க..." என்று கூறிவிட்டு, ஜெயாவின் பக்கத்தில் வந்தமர்ந்தார் பிள்ளை.

கார் புறப்பட்டுப் போன ஓசை அடங்கியதும், முன்கதவைச் சாத்தினார்.

ஜெயாவை அணைத்தபொழுது அவளும் அவரை இறுக அணைத்தாள். கையில் படர்ந்திருந்த மென்மை உடல் முழுவதும் எவ்வளவு வியாபித்திருக்கும் எனத் தோன்றியது பிள்ளைக்கு.

"வெளக்க அணைச்சிடுங்க... இங்க ஹாலில் வேணாமே, உள்ள போய்..." என்று இழுத்தவாறு, இன்னும் பிள்ளையை அணைத்து முத்தமிட்டாள் ஜெயா.

சண்முகம்பிள்ளை குளித்ததும் ஜவ்வாது தடவாமல் இருக்கமாட்டார். மரிக்கொழுந்தை கொஞ்சம் மேலே சட்டையில் தடவிக்கொள்வார். ஜெயா, அந்த வாசத்தை முகர்ந்து முகர்ந்து பார்த்தாள். ஜவ்வாதும் மரிக்கொழுந்தும் அவளைப் படாத பாடுபடுத்தியது.

பிள்ளை, இரண்டு கைகளாலும் அவளைத் தூக்கிக்கொண்டு போய்க் கட்டிலில் கிடத்தினார்.

"சாய், வந்துவிடுவானோ?"

"வந்தால் கதவைத் தட்டுவான்."

தோட்டம் வாங்குவது, விற்பது என்று நாடு முழுவதும் அலைந்து திரிந்த சண்முகம் பிள்ளைக்கு, அதுவரையில் தனது உணர்ச்சிகளைக் கண்டுகொண்டதில்லை. இன்று திடீரென்று அணையை உடைத்துக் கொண்ட வெள்ளமாய்ப் பாய்ந்தது. பிள்ளைக்கு அவரையே அவரால் கட்டுப்படுத்த முடியவில்லை. அந்த முரட்டுத்தனத்தை மிக அதிகமாக விரும்பியவள்போல் செயல்பட்டாள் ஜெயா.

சண்முகம்பிள்ளைக்கு பெண்ணின் இயக்கம் என்பதே புதுமையாக இருந்தது. அவர் அதற்குமுன் மனைவியிடம் அப்படியெல்லாம் இருந்ததேயில்லை. உடலின் சாத்தியங்கள் எதன் வரை எதன் வரை என, ஆராய்ச்சிபோல ஜெயாவிடம் தொடர்ந்துகொண்டே இருந்தார். ஒரு பெண், தன் உடலை இப்படியெல்லாம் இயக்குவாளா என்ற ஆச்சரியமே அவரை கிறங்கடித்தது. அது, அவரை சோர்வாக விடாமல் தடுத்தது. ஐம்பொறிகளும் இவ்வாறு இணைந்து வேலைசெய்யும் ஒரு தருணமும் அதன் உச்சத்தில் அத்தனையும் ஒடுங்கி மனமே இல்லாமலாகும் கணமும் ஆச்சரியமாக இருந்தது. ஜெயாவை, இனி விடவேகூடாது என ஒவ்வொரு நிமிடமும் மனம் அரற்றிக்கொண்டே இருந்தது.

அன்றிரவே இருவரும் ஒரு புதிய ஒப்பந்தத்திற்கு வந்தார்கள். இனி ஜெயா, அந்தச் சிவப்பு விளக்குப் பகுதி சௌக்கிட் ரோட் பக்கம் போவதில்லையென்றும், தனியாக வீடு பார்த்து வைத்துவிடுவதோடு, மாதந்தோறும் பணமும் மற்ற செலவுகளும் செய்வதாகப் பிள்ளை கூறியதற்கு, ஜெயா எந்தவிதமான மறுப்பும் சொல்லவில்லை. முதலில் அவர் போதையில் பிதற்றுவதாகவே நினைத்தாள். அந்தப் போதை தெளியக்கூடாது என மீண்டும் மீண்டும் முயங்கினாள்.

சௌக்கிட் ரோட் வாழ்க்கைக்குப் பழகிப்போன சில பெண்கள், அதிலேயே மூழ்கி வயதான காலத்தில் யாருடைய ஆதரவும் இல்லாமல் வாடி, வயிற்றுப்பாட்டுக்கே அவர்கள் படும்பாட்டை ஜெயா நன்கறிந்து வைத்திருந்தாள். இளமை இருக்கும்வரை அவர்களின் ஆட்டம் சொல்லி மாளாது. எவனாவது ஒருவனிடம் சம்பாதிப்பதையெல்லாம் கொடுத்துவிட்டு, கடைசியில் அவனும் கைவிட்டுப்போனநிலையில், இல்லாத நோய்களையெல்லாம் உடம்பில் வாங்கிக் கட்டிக்கொண்டு நாய் படாதபாடுபடுபவர்கள், சௌக்கிட் பகுதியில் அதிகம்.

தனது அண்ணன் சுவாமிநாதன் கமிஷன் டிக்கெட், அடியாள் வேலை என்று தியேட்டரைச் சுற்றிவந்தபோது தாய், தந்தை இருவரையும் இரண்டாவது உலகப்போரில் செந்தூல் பாசாவில் ரயில்வே ஒர்க் சாப்பிற்குப் பக்கத்திலிருந்த குடிசையில் பலிகொடுத்தவள் ஜெயா. சுவாமிநாதன் மாதத்திற்கு இரண்டு, மூன்றுமுறை வீட்டுக்கு வருவதே அதிகம். ஜெயாவின் அழகும் தனிமையும் காதல் வலையில் சிக்கவைத்து ஏமாற்றியது. எல்லாமே உடலுக்கு என்றும், உடலே பொய் எனவும் அவளுக்குத் தோன்றிய கணம் சௌக்கிட்டிற்கு பிழைக்க வந்தாள்.

மனம் விரக்தியிலிருந்து மீளும் கணங்கள்தோறும் தனக்கென்ற ஒரு நல்ல வாழ்க்கையை ஜெயா தேடிக்கொண்டுதான் இருந்தாள். எத்தனையோ பேர் இனிக்க இனிக்கப் பேசியும், அவள் யாருடைய வலையிலும் விழவில்லை. இப்பொழுது சண்முகம்பிள்ளை சற்றே வயதானவராக இருந்தாலும் பணம், தோட்டம், பங்களா என்று பார்த்தபிறகு ஜெயா அவரிடம் தஞ்சமடைந்தாள்.

15

காரை, மெதுவாக ஓட்டிய பிள்ளையின் சிந்தனையில் முத்து அடிக்கடி வந்து நெஞ்சுநிமிர்த்தி நின்றான். அதை ஏற்றுக்கொள்ள முடியாமல் தடுமாறினார். ஸ்டியரிங்கை இறுக்கிப் பிடித்தார். தளர்த்தியபோது கை வலித்தது. வயதாகிவிட்டது நினைவுக்கு வந்தபோது, ஜெயா பேசிய வார்த்தைகள் அவமானத்தைத் தூவிச் சென்றன.

பிள்ளை, சிகாம்புட் எஸ்டேட்டை வாங்கியபொழுது அங்கே ஏகப்பட்ட ஒட்டுப்பால் திருட்டு நடந்துகொண்டிருந்தது. ஆங்கிலேயரின் நிர்வாகத்தின்மேல் கம்யூனிஸ்ட்டுகள் தொடுத்த மறைமுகப்போர், சில பாட்டாளி வர்க்கத்தின் ஆதரவைப் பெற்றது. ஆங்கிலேயரால் சுரண்டப்பட்ட பாட்டாளிகள், தொழிற்சங்கம்மூலம் தங்களது கோரிக்கைகளை முன்வைத்துப் போராடினர். தொழிற்சங்கவாதிகள் பயங்கரவாதிகளாகச் சித்தரிக்கப்பட்ட நேரம் அது. ஆங்கில அரசின் பிரதிநிதிகள்போல் தோட்டத்து முதலாளிகளான ஆங்கிலேயர் செயல்பட்டனர். போலீசும் ராணுவமும் தோட்ட முதலாளிகளின் வாத்தியத்துக்கு நடனமாடினர்.

சண்முகம்பிள்ளை, சிகாம்புட் தோட்டத்தை வாங்குவதற்குமுன்பு அங்கே தொழிற்சங்கம் தலையெடுத்திருந்தது. 1947ஆம் ஆண்டு, எஸ்.ஏ.கணபதியை தலைவராகக் கொண்ட "அகில மலாயா தொழிற்சங்க சம்மேள"னத்தின் ஒரு கிளை சிகாம்புட்டில் செயல்பட்டது. 1948ஆம் ஆண்டு, அவசரகாலச் சட்டம் பிரகடனப்படுத்தப்பட்ட பிறகு தொழிற்சங்கங்கள் மறைந்தும் ஒளிந்தும் செயல்பட்டன.

பல தொழிற்சங்கவாதிகள் தலைமறைவு வாழ்க்கை வாழ வேண்டிய சூழல் உருவாகியது.

ஒட்டுப்பால் திருட்டு சர்வசாதாரணமாக இருந்த காலக்கட்டம். அது, தொழிலாளர்களின் பற்றாக்குறையால் ஏற்பட்டது. ஆனால் அதை கம்யூனிஸ்ட்டுகளின் தூண்டுதல் என்று முத்திரை குத்தப்பட்டது.

1949ஆம் ஆண்டு, பிரிட்டிஷ் அரசு எஸ்.ஏ.கணபதியை தூக்கில் போட்டது. அதற்கு முதல்நாள், கோலசிலாங்கூர் பகுதியில் தலைமறைவாகயிருந்த வீரசேனன், கூர்க்கா படையால் சுட்டுக்கொல்லப்பட்டார். வீரசேனன் தீவிர தொழிற்சங்கவாதியாக இருந்தவர்.

இந்த இருவரின் மரணத்துக்குப் பிறகு ஒட்டுப்பால் திருட்டு இருக்காது என்றுதான் தோட்ட முதலாளிகள் நினைத்தார்கள். ஆனால், அது அதன்பிறகு இரட்டிப்பாகியது. தொழிலாளர்கள் கையும்களவுமாய் பிடிபட்டார்கள். நோட்டீஸ் கொடுத்து அவர்கள் வேலைநீக்கம் செய்யப்பட்டார்கள்.

சண்முகம்பிள்ளை தோட்டத்தை வாங்கியவுடன், சம்பளத்தில் மாற்றங்களைக் கொண்டுவந்தார். இருந்தாலும் ஒட்டுப்பால் திருட்டு குறைந்ததே தவிர, நிற்கவில்லை.

ஒருநாள் மலைக்காட்டுப் பக்கம் வந்த சண்முகம்பிள்ளை, இரண்டு பையன்கள் கட்டிப்புரண்டு சண்டையிட்டு கொண்டிருந்ததைக் கண்டார். ஓடிப்போய் சண்டையை நிறுத்தினார்.

சண்முகம்பிள்ளையைக் கண்டதும் இருவரும் அமைதியானார்கள். அதில் ஒருவன்தான் முத்து. நல்ல திடகாத்திரமான உடல்வாகுடன் இருந்தான். அவனிடம், அடிபட்டவனிடம் நிறைய சேதம் தெரிந்தது. "என்ன நடந்தது?" என்று பிள்ளை விசாரித்தார். ஒட்டுப்பால் திருடி விற்கும் கூட்டத்தில், மற்ற பையன் சம்பந்தப் பட்டிருந்ததைக் கண்டித்தபோது, தனக்கும் அவனுக்கும் சண்டை மூண்டதாக முத்து கூறினான். அது அவருக்கு ஆச்சரியமாக இருந்தது. தொடர்ந்து பேசியபோது, டிரைவராகும் லட்சியத்தோடு ஓய்வுநேரத்தில் அவன், எஸ்டேட் டிராக்டரை ஓட்டிப் பழக மலைக்காட்டுக்கு வருவது தெரிந்தது.

முத்துவை கையோடு அழைத்து வந்து, கார் பழகும் பயிற்சிக்கு அனுப்பினார். அவன் 'லைசென்ஸ்' எடுத்ததும் தனக்கு டிரைவராக அமர்த்திக்கொண்டார். முத்துவின் நேர்மை, ஒழுங்கு ஆகியவை அவரைப் பெரிதும் கவர்ந்தன. இதன் காரணமாகவே, தன்னோடு அவுட் ஹவுசில் அவனைக் குடியமர்த்திக் கொண்டார். ஒட்டுப்பால் திருடிய மற்ற பையனுக்கு எதிராக, முத்து காட்டிய நேர்மையை கடைசிவரை அவன் காப்பாற்றினான். பிரிட்டிஷாருக்கு ஆதரவாகயிருந்த பல தோட்ட முதலாளிகள் வழிமறித்துக் கொல்லப் பட்டபோது, தான் முத்துவின் பாதுகாப்பில் தைரியமாக இருப்பதாகவே சண்முகம் பிள்ளைக்குத் தோன்றுவதுண்டு.

தான், முத்து விசயத்தில் அவசரப்பட்டுவிட்டோமோ என்று பிள்ளை நினைத்தார். முத்து, தன்னைவிட்டுப் பிரிந்துசெல்வது, அவனைவிட தனக்குத்தான் இழப்பு என்பதை உள்மனம் சுட்டியபடி இருந்தது. டிரைவர்கள் கிடைப்பார்கள். ஆனால், முத்துவைப்போல் கிடைக்கமாட்டார்கள் என அவர் அறிவார். ஒருவேளை, வஞ்சம் இல்லாமல் அவனை அணுகினால் மீண்டும் வந்துவிடுவானா? எனும் எண்ணம் எழுந்தபோது, வந்தபிறகு வஞ்சம் எழாமல் இருக்காது என்றும் நினைத்துக்கொண்டார்.

காரை, ஈப்போ ரோட் வழியாக மில்லியன் செட்டில்மென்டில் இருந்த வீட்டின் முன்புறத்தில் நிறுத்தியபொழுது, வெளியே வந்த அவரின் மனைவி கேட்டைத் திறந்தார். டிரைவர் சீட்டில் பிள்ளை மட்டுமே அமர்ந்திருந்ததைப் பார்த்து அவரின் முகத்தில் ஆச்சரியக்குறிகள் எழுந்தன.

காரை செட்டில் நிறுத்திவிட்டு பிள்ளை உள்ளே போனார். அங்கே சுவாமிகள் நாற்காலியில் சாய்ந்து அமர்ந்தவாறு, அவரை எதிர்பார்த்துக் காத்திருப்பது தெரிந்தது.

“என்ன பிள்ளை, முத்து எங்கே?” என்று வினயத்துடன் கேட்டார். அவர்களுக்குள் ஏதோ நடந்திருக்கிறது என்பதை அவர் ஓரளவு தீர்மானித்திருப்பார்போலும். சண்முகம்பிள்ளைக்கு எல்லாருமே தனக்கெதிராக நடப்பதாக ஓர் நினைவு வட்டமிட்டது.

ஜெயா, முத்து, சுவாமிகள், சுலோச்சனா என்று அனைவருமே தனக்கான நாற்காலியைப் பிடுங்க, இசை நாற்காலியைச் சுற்றிச்சுற்றி ஓடிவருவதுபோல் அவருக்குத் தோன்றியது. நாற்காலியில் சடக்கென்று போய் உட்கார்ந்தார். சுவாமிகளின் முகத்தை உற்றுப் பார்த்தார். அதில் ஏதோ, சுரங்கத்தில் அரிய பொருளைத் தேடும் பாவம் தென்பட்டது.

தன் மகள் திருமணத்தில், சுவாமிகள் காட்டிய அக்கறை, இதன்வழி தனக்கும் அவருக்கும் ஏற்படப்போகும் சொந்தபந்தம் எல்லாமே மாறிமாறி நினைவில் வந்தன. சுவாமிகளின் பேச்சைத் தட்டிக் கழித்ததால், தனக்கு ஏதோ சிக்கல் உருவாகுவதைப்போல சண்முகம்பிள்ளை உணர்ந்தார்.

“சுவாமி, நீங்க சாப்பிட்டீங்களா?” பிள்ளை ஏதோ சம்பிரதாயத்துக்காகத்தான் கேட்டார்.

“இல்லை, பிள்ளை. உங்களுக்காகத்தான் காத்திருக்கிறேன். குளிச்சிட்டு வாங்க சாப்பிடலாம்...”

பிள்ளை எழுந்து குளிக்கப்போனார். இராஜசுந்தரம், தனது அறையில் எதையோ படித்துக் கொண்டிருந்தான்.

"சுந்தரம்..." என்று, தனது மகனை அழைத்தார். சுவாமிகளின் முகத்தில் புன்னகை மிளிர்ந்தது.

சுந்தரம் அறையை விட்டு வெளியே வந்து, பிள்ளையை ஏறிட்டுப் பார்த்தான்.

"உன் கல்யாணத்தை, அடுத்தமாசம் முடிக்கலாம்னு நானும் சுவாமிகளும் முடிவு பண்ணியிருக்கோம். உன் படிப்பும் முடிஞ்சிபோச்சி. எனக்கும் நிர்வாகத்தைத் தனியா கவனிக்கமுடியல. அதனாலே, சுவாமிகள் சென்னையில் பார்த்திருக்கிற பொண்ண உனக்கு முடிச்சிடலாமுன்னு முடிவு பண்ணியிருக்கேன்..."

16

இராஜசுந்தரம், ஒரு கணம் திகைத்துப் பின் சகஜநிலைக்கு வந்தான். தன் தந்தை எதைச் செய்தாலும் அது, தனது நன்மைக்குத்தான் என்ற அசைக்கமுடியாத நம்பிக்கை அவனுக்கிருந்தது. என்றாலும் திருமணத்திற்கு இப்பொழுது அவசரமில்லை என்றே நினைத்தான். கல்வி முடிந்து இப்பொழுதுதான் தனது தந்தையின் தொழிலைக் கற்று வருகிறான். இப்பொழுது திருமணம் செய்துகொண்டால் அது எந்தளவு தனது வருங்காலத்தைச் சரிப்படுத்துமென்று அவன் யோசிக்க ஆரம்பித்தான்.

“கலியாணத்துக்கு இப்போ என்ன அவசரம்பா. கொஞ்சம் நம்ம எஸ்டேட்டு நிர்வாகத்தைக் கத்துக்கிட்டு பெறகு செய்துக்கிறனே?”

“நானும் அப்படித்தான் சாமிகிட்ட சொன்னேன். அவர் அவசரப்படுறாரு. அதுவும் ஒனக்கு நேரம் நல்லபடியாக இருக்குறதால ஒடனே செய்யலாமுன்னு சொல்றாரு.”

இருவரின் முகத்தையும் மாறிமாறிப் பார்த்த சுவாமிகள், “சுந்தரம், ஒனக்கு இப்ப நல்ல நேரம். மெட்ராசில இருக்கிற டாக்டர் பொண்ணத்தான் ஒனக்கு திருமணம் செய்ய நானும் உங்க அப்பாவும் முடிவெடுத்திருக்கிறோம். கோயில் கும்பாபிஷேகம் முடிஞ்சிருச்சி. நீயும் என்னோடு மெட்ராசுக்கு வந்திடு. திருமணம் முடிஞ்சி பெண்ணோடு அடுத்த கப்பல்ல வந்துடலாம்.”

“சுந்தரம், சுவாமிகள் சொல்வதுதான் சரி. நீ புறப்படுறதுக்கு ஏற்பாடு செய். நானும் அம்மாவும் ஒன்னோட வர்றோம். இது, நம்ம வீட்டிலே நடக்குற மொத நல்ல காரியம். அதனாலே, காமா சோமான்னு நடத்திட முடியாது. தேவகோட்டை, காரைக்குடியிலுள்ள சாதி சனங்களை அழைச்சு பெரிசா செய்யணும். சாமிக்கு, இது அவரோட வீட்டுக் கல்யாணம்போல. அவருக்கு வேண்டியவங்க இராமநாதபுரம் முழுசும் நெறைய இருக்காங்க. நீ சரின்னு சொன்னாபோதும். ஒடனே கலியாண வேலைகள ஆரம்பிச்சிடலாம்...” பிள்ளை பேசிவிட்டு நிமிர்ந்தபோது, சுலோச்சனா ஹாலில் வந்து

நின்றாள். தன் மனைவியை நிமிர்ந்து பார்த்த பிள்ளை, "என்ன?" என்பதுபோல கண்ணால் கேட்டார்.

"மெட்ராசுலே டாக்டர் பொண்ணுன்னு சொல்றீங்க. யாரு? எந்த வக, குருடா, செவிடா, ஒண்ணுமே பாக்காம எப்படி கலியாணத்தை முடிவு பண்றீங்க? சுந்தரத்துக்கு ஏத்தவளான்னு பாக்கவேணாமா? நீங்களே முடிவுசெஞ்சா எப்பிடி?"

சுலோச்சனா கொஞ்சம் காரமாகத்தான் பேசினாள்.

"இங்க பாரு, பொண்ண நான் ஏற்கனவே பல தடவை பார்த்தாச்சு. நம்ம சுவாமிகளுக்கு ரொம்ப வேண்டப்பட்ட குடும்பம். இந்தக் கலியாணம் நடக்கணுமுன்னு சுவாமிகள் ரொம்பவும் முயற்சி எடுத்திருக்காரு. இந்தக் கலியாணம் நடந்தா பல கோடி ரூபாய்க்கு நம்ம சுந்தரம் அதிபதியாயிடுவான். அதெல்லாம் சுவாமிகள் பாத்துக்குவாரு..." என்று சொல்லிவிட்டு, சாடையாக சுவாமிகளைக் கவனித்தார் சண்முகம்பிள்ளை.

"இங்கே பாரும்மா சுலோச்சனா, இது நானே ஏற்பாடு செய்யிற கலியாணம். எந்தக் குத்தமும் குறையுமில்லாம எம்பெருமான் இந்தக் கலியாணத்தை நடத்திவைப்பான். ஜாதகம் எல்லாம் ரொம்பப் பொருத்தமாயிருக்கு. நேரமும் நல்லாயிருக்கு. பெண தங்க விக்ரகம் மாதிரி. இந்தா, இந்த போட்டோவைப் பாரு..." சுவாமிகள், தனது கைப்பையிலிருந்து ஒரு படத்தை எடுத்து சுலோச்சனாவிடம் நீட்டினார்.

படத்தை வாங்கிப் பார்த்த சுலோச்சனாவின் முகத்தில் இலேசாக சந்தேகம் தோன்றியது. படத்தையும் சுவாமிகளையும் அவள் திரும்பத் திரும்ப பார்த்தாள். சுவாமிகளின் அச்சு அடையாளம் அப்படியே அந்தப் போட்டோவில் இருந்த பெண்ணிடமும் இருந்தது.

சுவாமிகள் நிலைமையை உணர்ந்துகொண்டார். சண்முகம்பிள்ளை எதுவும் பேசாமல் போட்டோவைப் பார்த்தார். சுந்தரத்திற்கு அந்தப் படத்தைப் பார்க்க வேண்டுமென்ற ஆவல் அதிகமாகியது என்றாலும் அதை வெளிக்காட்டிக் கொள்ளாமல் நாற்காலியில் நெளிந்தபடி இருந்தான்.

"அந்தப் பொண்ணு, என் சொந்தக்காரப் பொண்ணு. நெருங்கிய சொந்தம். முகத்தைப் பார்த்தா என் ஜாடை இருக்கும். ரத்தபந்தங்கள் ஏதோ ஒருவகையில் தெரியும்தானே?"

சுவாமிகள் ரத்தபந்தம் என்பதை அழுத்தமாக உச்சரித்தார். சண்முகம்பிள்ளை இதைக் கேட்டும் கேளாதவர்போல் வேறு திசையில் பார்வையைச் செலுத்தினார்.

சுலோச்சனா படத்தை மீண்டும் ஒருமுறை பார்த்துவிட்டு, "நீதான் முதல்ல பார்க்கணும். இந்தா, நல்லா பாத்துக்க..." என்று கூறியவாறு படத்தை இராஜசுந்தரத்திடம் நீட்டினாள். சுந்தரம் தயக்கத்துடன் படத்தை வாங்கி ஆவலுடன் பார்த்தான். படத்தில் சுவாமிகள், பெண் வேஷத்தில் இருப்பதுபோல் அவனுக்குப்பட்டது. அவ்வளவு ஒற்றுமை. படத்தை அவன் கையிலிருந்து வாங்கிய பிள்ளை,

"பெண்ணை நான் ரெண்டு, மூணு முறைக்குமேல் பார்த்து விட்டேன். மெட்ராசிலே டாக்டருக்குப் படிச்சிட்டு, இப்ப அரசாங்க மருத்துவமனையில வேலை செய்யிறா. கூடிய சீக்கிரம் கிளினிக் தொறக்க எல்லா ஏற்பாடுகளும் செஞ்சாச்சி. கலியாணாம் முடிஞ்சி இங்கே வந்துவிடுவாளேன்னு நான்தான் கிளினிக்கை திறக்கவேணாமுன்னு சொல்லிட்டேன். இங்கே மலாயா வந்தபெறகு ஒரு கிளினிக் திறந்து கொடுத்திடலாம். நல்ல பொண்ணு..." என்று இழுத்தார்.

சுந்தரமும் சுலோச்சனாவும் அதற்குமேல் சொல்வதற்கு ஏதுமில்லை என்பதுபோல் வாயை மூடிக்கொண்டார்கள். சண்முகம்பிள்ளையிடம் தங்களுக்குரிய சுதந்திரம் ஒரு நுகத்தடியில் பிணைக்கப்பட்ட பசுவின் அளவுதானென்பதை அவர்கள் இருவருமே அறிவார்கள். நுகத்தடியை சுற்றிச்சுற்றி வரலாமென்பது விதி. அதைமீறி வெளியே அறுத்துக்கொண்டு ஓடமுடியாது.

"நாளைக்குப் போய் எல்லா வேலைகளையும் முடிக்கிறேன். மிச்சமிருக்கும் கோயில் வேலைகள் முடிந்ததும் கப்பலேற வேண்டியதுதான். எல்லாரும் தயாராகுங்க," பிள்ளை ஒரு நீதிபதியைப்போல் தனது முடிவைச் சொன்னார்.

அப்போது வெளியே வேகமாக ஒரு கார் வந்து நிற்பது தெரிந்ததும் சுலோச்சனா, வாசலுக்குச் சென்று பதற்றமான கண்களுடன் சண்முகம்பிள்ளையைப் பார்த்தாள். அவளின் பார்வையிலிருந்த மிரட்சியைக் கண்ட சண்முகம்பிள்ளை எழுந்து வாசலுக்கு வருவதற்குள், இராஜசுந்தரம் முந்திக்கொண்டு எதிரே நின்ற கான்ஸ்டபிளிடம் என்னவென்று விசாரித்தான்.

"நேத்து நாங்க கைது செஞ்ச ஒருத்தன விசாரிச்சதுல, அவங்க அரிசியத் திருட மட்டும் வரலன்னு சந்தேகம் வருது. இன்னும்

அவன் முழுசா உண்மையச் சொல்லல. ஆனா, இன்ஸ்பெக்டர் உங்கள எதுக்கும் எச்சரிக்கையா இருக்கச் சொன்னாரு. எங்கயும் தனியாப் போகாதீங்க,'' என, மலாயில் ஒப்புவித்துவிட்டு அகன்றான்.

சண்முகம்பிள்ளைக்கு அச்சம் எழுந்தாலும் அதை வெளிப்படையாகக் காட்டிக்கொள்ள வேண்டாமென மௌனமாகச் சென்று அமர்ந்தார். சுலோச்சனா புலம்ப ஆரம்பித்தாள்.

''இந்த நேரத்துல, இந்த முத்துப் பய எங்க போனான்? ஏன், உங்ககூட அவன் வரலே?'' சுலோச்சனா, பிள்ளையின் பக்கம் திரும்பிப் பார்த்தவாறு பேசினாள். அவள் குரலில் நடுக்கம் இருந்தது.

''முத்து, வேலையை விட்டு நின்னுட்டான். அவன் டெக்சி ஓட்டப்போறானாம்,'' இதைச் சொல்லும்பொழுது பிள்ளையின் குரலில் கோபமும் பதற்றமும் நிறைந்திருந்தது. பார்வையை தரையில் அலையவிட்டார்.

''கொஞ்சம் கூட சம்பளம் கொடுத்து நம்மகிட்டயே வச்சிருக்கலாமே. அவனப்போல நல்ல டிரைவர் கிடைப்பானா? அவனை ஏன் விட்டீங்க? எனக்கென்னவோ பயமா இருக்கு...''

''போறவன கையப் புடிச்சா இழுக்கமுடியும்? சாவியைத் தூக்கிப் போட்டுட்டு போயிட்டான்,'' பிள்ளையின் குரலில் கோபம் கொப்பளித்தது.

சுவாமிகள் எல்லாமறிந்தும் இதுபற்றி பேசாமல் இருந்தார். கல்யாணப் பேச்சை எடுக்கும்போதெல்லாம் இப்படி, ஏதாவது அபசகுணமாக நடப்பது அவருக்கே சங்கடமாக இருந்தது. நாளை பேசிக்கொள்ளலாம் என தனக்கு ஒதுக்கப்பட்ட அறைக்குள் நுழைந்தார்.

படுக்கையில் சாய்ந்த சண்முகத்துக்கு மனம் அலைமோதியது. கலியாணத்துக்கு சம்மதம் கொடுத்துவிட்டாரேயொழிய, அதன் பின்விளைவுகள் அவரை வாட்டாமல் இல்லை. மெல்லவும் முடியாமல், விழுங்கவும் முடியாமல் தத்தளித்தார். நடந்த ஒவ்வொன்றும் நினைவுகளாக வந்து சென்றன.

17

மனதிற்கு நிம்மதி தேடி, அடிக்கடி சுவாமிகளின் ஆசிரமத்துக்குப் போவார் சண்முகம்பிள்ளை. சுவாமிகளிடம் ஏற்பட்ட பழக்கத்தால் பல சந்தர்ப்பங்களில் அங்கேயே சிலநாட்கள் தங்கியும் விடுவார்.

ஆசிரமத்தில் அவர், பல பெண்களைப் பார்த்துள்ளார். தோஷங்கள் நீங்க இறைப் பணியாற்ற வருபவர்களும், மன நிம்மதிக்காக சேவைசெய்ய வருபவர்களும் பலர் இருப்பர். தோஷங்களுக்காக வருபவர்கள், குறிப்பிட்ட காலம் வரை ஆச்சிரமத்தில் தங்கி பணிவிடைகள் செய்வார்கள். இதில் திருமணம் ஆனவர்கள், ஆகாதவர்கள் என்று பலரும் ஆச்சிரமத்தில் தங்கியிருப்பார்கள். அதில் மகாலட்சுமி என்ற பெண் அழகானவள். திருமணம் முடிந்து ஐந்து வருடங்கள் ஆகியும் குழந்தையில்லையென்று மரத்தைச் சுற்றியும் கோயில்களைச் சுற்றியும் குழந்தைப்பேறு இல்லாமல், ஒரு ஜோதிடரின் ஆலோசனையினால் அவள் கணவர், மகாலட்சுமியை சில மாதங்கள் ஆச்சிரமத்தில் கொண்டுவந்து விட்டார்.

ஏதாவதொரு சுவாமிகள் ஆசிரமத்தில், எந்தச் சம்பளமும் வாங்காமல் பயபக்தியுடன் பணிவிடை செய்தால் நிச்சயம் குழந்தை பிறக்குமென்ற பரிகாரத்தையும் கூறினார். நம்பிக்கையுடன் தனது மனைவியை சுவாமிகளின் ஆச்சிரமத்தில் கொண்டுவந்து விட்டார் வெங்கட்ராமன்.

முதலில் கோயில் பிரகாரங்களைக் கூட்டிச் சுத்தப்படுத்துவது, சமையலறையில் காய்கறி நறுக்குவது என்றுதான் மகாலட்சுமி இருந்தாள். வாரத்திற்கொருமுறை வெங்கட்ராமன் வந்து மனைவியைப் பார்த்துப் போவார். ஆறு மாதம், அவள் அங்கே கோயிலில் பணிவிடை செய்யவே வேண்டுதல் இருந்தது. மகாலட்சுமி மிகுந்த பக்தியுடன் அனைத்துக் காரியங்களையும் செய்துவந்தாள். அவளோடு, பனிரெண்டு பெண்கள் அவளைப் போலவே நேர்த்திக்கடனுக்காக அங்கே தங்கியிருந்தார்கள்.

அது, மகாலட்சுமி வீடு திரும்பவேண்டிய மாதம். வெங்கட்ராமன் இம்முறை வந்தபொழுது மிகுந்த மகிழ்ச்சி நிறைந்தவராகக் காணப்பட்டார்.

"லட்சுமி, அடுத்த மாசம் உன்னை வீட்டுக்கு அழைச்சிக்கிட்டுப் போகலாமுன்னு இருக்கேன். மனசுக்கு ரொம்ப சந்தோஷமா இருக்குடி. நீ இல்லாம வீடே வெறிச்சோடிப் போயிடுச்சி. உன்ன இங்க அனுப்பிட்டு ரொம்ப தவிச்சுப்போயிட்டேன்டி. பாவம், நீயுந்தான் ரொம்ப இளைச்சிட்டே... முகமெல்லாம் கறுத்துடிச்சி..." என்றபடி, தன் முகத்தைத் தடவ எடுத்த அவரின் கையை மகாலட்சுமி தட்டிவிட்டாள்.

"என்னைத் தொடாதீங்க... பிரசாதமா சாமிக்கு வைச்ச பொருளை யாராவது தொடுவாங்களா, என்ன ஜென்மம் நீங்க? இவ்வளவு நாள் பொறுத்தீங்க... இப்ப என்ன அவசரம், உங்களுக்கு வாரிசு பெத்துக்கொடுக்க சுவாமி நிச்சயம் வழிபண்ணுவார்," என அவள், கோயிலின் கோபுரத்தை நோக்கிக் கும்பிட்டாள்.

வெங்கட்ராமன், "நான் தவறா நடந்திருந்தா மன்னிச்சிடு... அறியாம செய்த சிறுபிள்ளைக் குத்தமா எடுத்துக்கணும்!" என்று, கன்னத்தில் போட்டுக்கொண்டு கையெடுத்துக் கும்பிட்டார்.

அப்பொழுதுதான் அவ்வழியாக தனது சிஷ்யர்களுடன் மந்திரங்கள் ஜெபிக்க நடந்துவந்தார் சுவாமிகள்.

சுவாமிகளின் உண்மையான பெயர் சிவனாண்டி. ஆசிரம பட்டத்துக்கு வந்ததும், சிவசிதம்பர அடிகள் என்ற நாமகரணம் சூட்டப்பெற்றார். சுவாமிகள் பட்டத்துக்கு வந்ததும் ஆசிரமத்தின் பேரும் புகழும் திசையெட்டும் பரவியது என்றுதான் சொல்ல வேண்டும்.

சுவாமிகள் எப்பொழுதும் வேதங்கள், இலக்கியங்கள், அரசியல், மார்க்சியம், பௌத்தம், பைபிள், குர்ஆன் என்று அனைத்தையும் படித்துக்கொண்டேயிருப்பார். நல்ல ஞாபகசக்தி உள்ளவர். மற்ற ஆசிரமத்து அடியார்கள் கோயில், ஆசிரமம் என்று அடைந்து கிடந்தபொழுது சிவசிதம்பர அடிகள், நாடு முழுதும் மேடையில் சைவ முழக்கம் செய்தார். சுவாமிகளின் பேச்சைக் கேட்க ஆயிரக்கணக்கில் மக்கள் கூடினார்கள்.

ஆசிரமத்தின் நிர்வாகத்தில் இரண்டு பெரிய கோயில்கள் இருந்தன. திருக்கார்த்திகை, பங்குனி உத்திரம் ஆகிய திருவிழாக்களில் கோடிகோடியாக காணிக்கைகள் குவிந்தன.

சுவாமிகளின் மேனி பளபளவென்று மின்னுவதற்கு அவர் தங்கபஸ்பம் சாப்பிடுவதும், பாதாம்கீரும் முந்திரிப் பருப்பும் மட்டுமே உணவாக உண்பதும்தான் காரணம் என்று பக்தர்கள் பேசிக்கொள்வார்கள். அவரின் சிஷ்யர்களோ, கடவுளிடம் அவருக்கிருக்கும் நெருக்கமே இந்த தேக தேஜசுக்குக் காரணமென்று புகழ்வார்கள்.

லட்சுமியும் வெங்கட்ராமனும் எழுந்து நின்று அவரை வணங்கினார்கள். அவரின் காலில் விழுந்து கும்பிட்டார்கள். அப்பொழுதுதான் முதன்முதலில் சுவாமியின் கண்களில் மகாலட்சுமி பட்டாள்.

தனது சிஷ்யனிடம் ஏதோ கேள்வி கேட்டார் சுவாமிகள். அவள், ஆறு மாதத்திற்குக் கோயிலில் சேவைசெய்ய வந்திருப்பதும் அடுத்த மாதம் அவளது நேர்த்திக்கடன் முடிகிறது என்றும் அவருக்குத் தெரியவந்தது.

"என் அறைக்கு வாருங்கள்..." என்று வெங்கட்ராமனிடம் கூறினார்.

ஒரு ஆரஞ்சுப் பழத்தை எடுத்து வழங்கினார். சுவாமிகளின் காலில் விழுந்து வணங்கி, மிகுந்த பயபக்தியுடன் பழத்தை வாங்கிக் கொண்டார் வெங்கட்ராமன்.

"என்ன வேண்டுதல்?" சுவாமிகள் கேட்டதற்கு, வாய்பொத்தி மெய் உருகிப் பதில் சொன்னார் வெங்கட்ராமன்.

"கல்யாணமாகி பல வருஷமாயிடுத்து. குழந்தை பாக்கியம் இல்லை. அம்மா வேறு கல்யாணம் பண்ணிக்கச் சொல்லி வற்புறுத்தறா. அவ, இங்கே ஆறு மாசம் சேவை செய்தான்னா, நிச்சயம் குழந்தை பாக்கியமுண்டுன்னு எங்களுக்குத் தெரிந்த ஜோசியர் ஒருத்தர் சொன்னார்," என்றார்.

"இன்னும் எத்தன நாள் இருக்கு வீடு திரும்ப?"

"அடுத்த மாதம் முதல் வாரம் கிளப்பிடலாம் சுவாமி!"

"ஓ... உன் மனைவியின் சேவைகளால் நிச்சயம் எம்பெருமான் மனமகிழ்ந்து குழந்தை பாக்கியத்தைத் தருவார். நீ மனநிம்மதியுடன் போய் வா. ஆனால் ஒன்று, ஒரு குழந்தையுடன் நீ மனநிறைவைக் கொள்ளாதே. உனக்கு நிச்சயம் ஆணொன்று, பெண்ணொன்று என்று இரண்டு குழந்தைகள் பிறக்கும்," சுவாமிகளின் வாக்கு, ஏதோ கடவுளே முன்நின்று கூறிவதுபோல வெங்கட்ராமன் உணர்ந்தார்.

நாற்காலியில் அமர்ந்திருந்த சுவாமிகளின் கால்களைப் பற்றி கண்களில் ஒற்றிக் கொண்டார் வெங்கட் ராமன்.

தான், ஒரு தகப்பனாக இவ்வுலகில் நடமாடமுடியுமென்ற நினைப்பே அவரை தரையில் நடக்கவிடவில்லை. சுவாமிகள் இரண்டு குழந்தைகள் என்றதும் அந்த மகிழ்ச்சி இரட்டிப்பாகியது.

சொன்னபடியே மறுமாதத்தில் மகாலட்சுமியை அழைத்துப்போக வெங்கட்ராமன் வந்தார். வழக்கத்துக்கு மாறாக மகாலட்சுமி, சுவாமிகளின் அறையில் இருந்தாள். அவள் கண்கள் கலங்கியிருந்தன.

"எல்லாம் நல்லபடியாக நடக்கும். நீ க்ஷேமமா போய் வா. குழந்தை பிறந்ததும் சொல்லி அனுப்பவேண்டும். அடுத்த குழந்தைக்கும் இங்கே ஆச்சிரமத்தில் வந்து தங்கவேண்டும். பகவான் உனக்கு எந்தக் குறையும் வைக்கமாட்டார். மனப்பூர்வமாக பகவானை தரிசனம் பண்ணிட்டுப் போ!" சுவாமிகள், அழுத்தமாக வார்த்தைகளை எண்ணி எண்ணிப் பேசினார்.

கணவன், மனைவி இருவரும் சுவாமிகளின் காலில் விழுந்து வணங்கினார்கள்.

பக்கத்தில் இருந்த சிஷ்யனிடம் கண்ணைக் காட்டினார் சுவாமி. அவன், ஒரு தட்டில் பழம், பூ, தேங்காய், வெற்றிலை பாக்குடன் ஒரு பெரிய கட்டு பணத்தையும் எடுத்து சுவாமிகளிடம் நீட்டினான். அதை வாங்கி மகலாட்சுமியிடம் தந்தார் சுவாமி.

இது எதற்கு என்பதுபோல் அவள், சுவாமிகளிடம் கண்களால் கேட்டாள்.

"குழந்தை திடகாத்திரமாக, அதிபுத்திசாலியாகப் பிறக்கவேண்டும். இது தெய்வக் குழந்தையாக வலம்வரும். ஆசீர்வாதங்கள். பகவானின் அருளால் உதிக்கப்போகும் குழந்தை. அடிக்கடி வந்துபோங்கள். ராமன், லட்சுமியை கண்ணும்கருத்துமாக பார்த்துக் கொள்ளுங்கள்," சுவாமிகள் கைதூக்கி ஆசீர்வாதம் பண்ணினார்.

சுவாமிகள் கொடுத்த தட்டை ஏந்தியவாறு இருவரும் வெளியேறினார்கள்.

இது நடந்து பத்தாவது மாதம் லட்சுமி, அழகிய ஆண் குழந்தையைப் பெற்றெடுத்தாள். சுவாமிகளின் கட்டளைப்படி, பையன் ஆசிரமத்துக் கண்காணிப்பில் வளர்ந்தான். பையன் பிறந்த மூன்றாவது வருடம் மீண்டும் ஆசிரமத்தில் தங்கி சேவைகளைச் செய்த லட்சுமி, ஒரு பெண் குழந்தையைப் பெற்றெடுத்தாள்.

பெண் குழந்தை பெற்றோர்களிடத்தில் வளர்ந்தது. பையன் சிவகுமார் அதிபுத்திசாலியாக இருந்தான். சென்னையில் அவன் உயர்கல்வி கற்றுவந்தான். அனைத்து சாஸ்திரங்களையும் கற்றுத்தர வேதவிற்பன்னர்கள் நியமிக்கப்பட்டார்கள். மற்ற பிள்ளைகள்போல் இல்லாமல் சிவகுமார், அதிபுத்திசாலியாகவும் ஞாபகசக்தி கொண்டவனாகவும் திகழ்ந்தான். மகனின் வளர்ச்சியில் வெங்கட்ராமனும் லட்சுமியும் பூரித்துப்போனார்கள். மனதிற்குள் அவனைப் பற்றிய கவலைகளும் தோன்றாமல் இல்லை. அவனின் அதிபுத்திசாலித்தனமே அவனை தங்களிடமிருந்து பிரித்துவிடுமென்ற எண்ணம் வலுப்பெற்றதுபோலவே நடந்துவிட்டது. சிவகுமார், கல்லூரிப் படிப்பை முடித்தவுடன் ஆசிரமத்தில் தங்கி வேதங்களைக் கற்கவும் மேலும் ஆச்சார விதிகளுக்கேற்ப வாழவும் கற்றுத் தரப்பட்டான்.

வெங்கட்ராமனும் லட்சுமியும் அவனை வந்து பார்த்துப்போக மட்டுமே அனுமதிக்கப்பட்டார்கள். ஏறக்குறைய, அவனை ஆச்சிரமத்துக்குத் தத்துக் கொடுத்தது போலாகிவிட்டது. ஆச்சிரமத்துக்கு வந்தபொழுதெல்லாம் அவர்களுக்கு நிறைய பணம் தரப்பட்டது.

மகனும் மகளும் வளரவளர வெங்கட்ராமன், லட்சுமியிடமிருந்து விலகத் தொடங்கினார். இருவருக்குமிடையில் கடும் இறுக்கமும் மௌனமும் நிலவியது. மனம் சீறும்போதெல்லாம் வெங்கட்ராமன் நேராக ஆச்சிரமத்துக்கு முன்சென்று நிற்பார். சுவாமி கொடுத்ததாகத் தட்டில் பணக்கட்டுகள் வரும். அதற்குப்பிறகு அவர் சிவகுமாரைப் பார்ப்பதே குறைந்துவிட்டது. தேவைப்படும்போது பணம் வாங்கிக்கொள்வதோடு சரி. ஆனால் லட்சுமியை அருகில் அண்டவிடவே இல்லை. மகளிடமும் விலகல் காட்டினார். கையில் புரண்டோடும் பணத்தை தன் இஷ்டப்படி செலவளித்தார்.

ஒருநாள், சுவாமிகளின் சிஷ்யன் ஒருவன் வெங்கட்ராமனின் வீட்டுக்கு வந்தான். சிவகுமாருக்கு சுவாமிகள் பட்டம் கட்ட இருப்பதாகவும், அது பெரிய விழாவாக ஏற்பாடாகியிருப்பதாகவும், சுவாமிகளுக்குப் பிறகு ஆச்சிரமத்தை வழிநடத்தும் பக்குவம் அவனுக்கு ஏற்பட்டுள்ளதால்தான் இந்த ஏற்பாடு என்றும் தெரிவித்தான்.

லட்சுமிக்கு ஒருபுறம் மகிழ்ச்சி - மறுபுறம் வேதனை. வெங்கட்ராமன் எதையும் காதில் வாங்காதவர்போல் இருந்தார்.

தன் பிள்ளை, வருங்காலத்தில் ஆயிரக்கணக்கான பக்தர்களுக்கு ஆசி வழங்கும் பாக்கியம் பெற்றதையும், ஆச்சிரமத்தின் வருங்கால

சுவாமிகளாக அவன் வலம்வருவதையும் மனதில் நினைத்து லட்சுமி ஆனந்தப்பட்டாள்.

இந்தச் சந்தர்ப்பத்தில்தான் வெங்கட்ராமனின் பெண்ணுக்கு மருத்துவக் கல்லூரியில் இடம் கிடைத்தது. அவளின் கல்விச்செலவு முழுவதையும் ஆச்சிரமம் ஏற்றுக்கொண்டது. வீடு, நிலம், பேங்க்கில் ரொக்கம் என எல்லாமே ஆச்சிரமத்தின் தயவால் குறைவின்றி நடந்தது.

ஆச்சிரமத்தின் பட்டமளிப்பு விழாவிற்குச் சென்ற லட்சுமியும் மகளும், சிவகுமாருக்கு நடக்கும் சடங்குகளைக் கண்டு பூரித்துப்போனார்கள். பரிவட்டம் கட்டி ஓர் இளம்துறவியாக, காவி உடையில் தாடியுடன் அவன் நின்ற காட்சி அவர்களை மெய்சிலிர்க்கவைத்தது.

சுவாமிகள், இளமையில் இருந்ததுபோலவே சிவகுமாரின் தோற்றம் இருந்ததாக அனைவரும் பேசிக்கொண்டார்கள். அவதார புருஷர்கலெல்லாம் ஒன்றுபோலவே தோற்றம்கொண்டவர்கள் என முணுமுணுத்துக் கொண்டார்கள்.

அந்தப் பட்டம் சூட்டும் விழா பெருவிழாவாக அமைந்தது.

“இனி, அவன் உங்கள் பிள்ளையல்ல. இனி, அவர் என்றுதான் அழைக்க வேண்டும். இந்த ரிஷிக்கு இனி மூலம் கிடையாது. அவர் சகலருக்கும் அருள்பாலிக்கும் இளைய சுவாமிகள்,” இப்படிக் கூறியபடி சுவாமிகள், லட்சுமியின் முகத்தைப் பார்த்தார். அதில் எல்லாவற்றையும் மறந்து போய்விட்ட சலனமற்ற பார்வை இருந்தது.

விழாவிற்கு வந்த வெங்கட்ராமனின் பெண் முகத்தில் ஏனோ, ஆரம்பத்தில் இருந்த சந்தோஷங்கள் குறைந்தவண்ணமிருந்தது. அண்ணனின் பாசத்தை, ஒன்றாக வளரும் வாய்ப்பை அவள் பெறவில்லை. கருத்தரித்த நாள்தொட்டு இருவரும் ஒன்றாகவே இருந்ததில்லை. விடுதியில் தங்கிப்படிக்கும் தனக்கு சகல சௌகரியங்கள் கிடைத்தாலும் ஏதோ ஒன்று இல்லாமல் போய்விட்டது போலவே உணர்ந்தாள். அவளின் ஆழ்மனதில் பந்தம், பாசம், எதுவும் இல்லாமல் வெற்றுவெளியில் நிற்பதாகவேபட்டது.

கண்முன்னே நடக்கும் அந்தப் பெருவிழாவைத் தன்னையும் தனது அண்ணனையும் வெகுதூரம் பிரித்துவைக்கும் சடங்காகவே கருதினாள். அண்ணனின் பிரிவு, தாய்-தந்தையரைவிட்டு விடுதியில்

தனியாக வாழும்நிலை எல்லாமுமாகச் சேர்ந்து அவளை வாட்டியது.

எங்கிருந்தோ அறிமுகமான போதைப் பழக்கம் கொஞ்சம் கொஞ்சமாக அவளை ஆட்கொள்ளத் தொடங்கியது.

18

முத்து, தோட்டத்தை விட்டு குடும்பத்தோடு வெளியேறினான்.

சிகாம்புட் 3ஆவது மைலில், ஆற்றோரமாக இருந்தது வங்காளி கம்பம். அதிகமான வங்காளிகள், மாடு வளர்க்கத் தோதாக அந்த இடத்தில் வசித்துவந்தனர். பெரிய பெரிய மாட்டுத் தொழுவங்களும் புளியமரங்களும் நிறைந்த இடமாக அது இருந்தது. ஆற்றுக்கு மறுகரையில் இருந்த புறம்போக்கு நிலத்தில், அமர்ஜிட் என்னும் முதியவர் வரிசையாக வீடுகள் கட்டி குறைந்த வாடகைக்கு விட்டிருந்தார். நீர் வசதிக்குப் பொதுக்குழாயும் ஆற்றோரம் மறைப்புக் கட்டிய கழிப்பறைகளும் இருந்தன. அதில் ஒரு வீட்டில் தன் தாய், தந்தையரோடு குடிபுகுந்தான் முத்து.

ஈப்போ ரோட்டில், பசு மார்க் சுருட்டுக் கம்பெனிக்குப் பக்கத்தில் பாகிஸ்தான்காரர் ஒருவர் டாக்சிகளை வாடகைக்கு விட்டுவந்தார். பலமுறை டாக்சி ஓட்டும் வேலை கேட்டும் முத்துவுக்கு கடைசியாக, அவனின் விடாப்பிடியால்தான் நாள் வாடகையில் டாக்சியைத் தந்தார் முகம்மது அலி. சண்முகம்பிள்ளையிடம் கார் டிரைவராகப் பணியாற்றியபொழுது கிடைக்காத சுதந்திரம் டாக்சி ஓட்டும் இந்த வேலையில் அவனுக்குக் கிடைத்தது.

இரண்டு ஆண்டுகளுக்குமுன் சண்முகம்பிள்ளையை சிகாம்புட் தோட்டக்காட்டில் பார்த்தது, அவர் தன்னை டிரைவராக்கியது, 'பத்து' தோட்டத்தில் சாலையோரமே தன் பெற்றோருக்கு வீடும் வேலையும் கொடுத்ததோடு, தனக்கும் அவர் பங்களாவையொட்டி அறை கொடுத்தது என எல்லாமே ஒவ்வொன்றாக நினைவுக்கு வந்தது. அவர் மட்டும் வாகனம் ஓட்டும் உரிமத்தை ஏற்பாடுசெய்து தராமல் இருந்திருந்தால், தான் டாக்சி ஓட்டக்கூட லாயக்கற்றவன் என்ற எண்ணம் எழுந்தபோது கண்ணீர் முட்டியது. தான் உண்மையில், தேசிங்கு சொல்வதுபோல ஒரு போராளியா என நினைத்துப் பார்த்தான். அவனுக்குத் தெளிவான பதில் தெரியவில்லை.

சண்முகம்பிள்ளையின்மீது திடீரென அக்கறை எழுந்தபோது உடனடியாக அதை மனதிலிருந்து அழிக்க முயன்றான்.

கொடுக்கும் சம்பளத்துக்காக அடிமைபோல தான் வாழ்ந்ததை மீண்டும்மீண்டும் எண்ணி வெட்கப்பட்டான். அடி, உதை மட்டுமல்லாது பலரின்முன் சண்முகம்பிள்ளை தன்னைப் படுத்திய அவமானங்கள் அனைத்தையும் ஒருமுறை எழுப்பி எடுத்துவந்து மறக்கவும் முயன்றான். ஒருவேளை, தேசிங்கின் சினேகம் கிடைக்காமல் இருந்திருந்தால் அப்படியேதான் வாழ்வு தொடர்ந்திருக்கும் என எண்ணும்போது சங்கடமாக இருந்தது.

தேசிங்கு, அவனுக்குச் செய்த உபதேசங்கள் சிலசமயங்களில் மட்டுமே கைகொடுத்தது. அவனே, தன்னுள் தீயை கொளுத்திப் போட்டவன். அவனே, தீயை சுடராகப் பத்திரப்படுத்தச் சொன்னவன். அதை தன்னால் தொடரமுடியாததை நினைத்தபோது வருத்தமாக இருந்தாலும் தேசிங்கு புரிந்துகொள்வான் என்று தோன்றியது.

தேசிங்கு கொடுத்த தடை செய்யப்பட்ட நூல்கள் முத்துவின் மனதை வேறுதிசைக்கு மாற்றின. இரவில் வெகுநேரம் கண்விழித்து மண்ணெண்ணெய் விளக்கில் படித்தான். அந்நூல்கள், அதுவரை அவன் வாழ்ந்த வாழ்வு அர்த்தமற்றது எனச் சொல்லிக்கொண்டே இருந்தது.

சண்முகம்பிள்ளையை விட்டால் தனக்கு வேறுவாழ்க்கையே இல்லை என்று நினைத்தது, எவ்வளவு பெரிய தப்பு என அவன் எண்ணாத நாட்கள் இல்லை. தன்னையும் தன் குடும்பத்தையும் மீறி, உலகம் முழுதும் உள்ள தொழிலாளர்களைப் பற்றி சிந்திக்க வைத்தவன் தேசிங்குதான். அவனால்தான் இதுவரையில் தனது அடிமைத்தனத்தில் அமுங்கிக்கிடப்பவர்களை கைதூக்கி மேலே இழுத்துவரும் பெரும் கடமை தனக்கு இருப்பதை உணர்ந்தான்.

தேசிங்கு, அவனுக்கு இட்டிருந்த பணி ஒன்றுதான். சண்முகம்பிள்ளையை கம்யூனிஸ்ட்டுகளிடம் ஒப்படைக்க வேண்டும். அதை ஒட்டியே, அவனது முழுச் சிந்தனையையும் வடிவமைத்தான் தேசிங்கு. சண்முகம்பிள்ளையிடம் அடிமையாக இருப்பதுதான் சந்தேகமின்றி காரியத்தை நகர்த்த வழியென தினம்தினம் போதித்தான். ஆனால் இரண்டு வருடங்கள் நடந்த போதனை, அவன் மனதில் இருபது வருடங்களாக ஊறிப்போயிருந்த முதலாளி விசுவாசத்தைத் தகர்க்க, பட்ட கஷ்டங்கள் கொஞ்ச நஞ்சமல்ல. கும்பாபிஷேகம் நெருங்க நெருங்க அவன் பதற்றம்

அதிகரித்தபடியிருந்தது. சுலோச்சனா, அவன் அறையருகில் இருக்கும் மேசையில் உணவை வைத்துவிட்டு கதவைத் தட்டும்போது, அவள் நிறைந்த முகத்தைக் காணமுடியாமல் தாமதித்தே வருவான். இந்த மனஉணர்வுகள் எதையுமே அவனால் தேசிங்கிடம் சொல்ல முடிந்ததில்லை.

தேசிங்கு சொல்லப்போகும் விளக்கம் அவன் அறிந்ததே. அது, அவன் மூளையில் ஊறிப்போயிருந்தது. தேசிங்கு தொடக்கத்தில் ஐ.என்.ஏ. போராட்டங்கள்பற்றி பேசியபோது, தானும் அதுபோல ஆயுதங்களை ஏந்திப் போராடவேண்டும் என்றே நினைத்தான். ஆனால் மக்களுடன் கலந்து அவன் செய்யும் போராட்டத்துக்கு துரோகம் ஓர் ஆயுதமாகப் பயன்படுவதை ஏற்பது அவனுக்குச் சிரமமாக இருந்தது. உண்மையில், காட்டிலிருந்து கொரில்லா போரை தொடுப்பதைவிட இது, இன்னும் சிக்கலானதாகத் தோன்றியது. அன்பும், நன்றியும், கருணையுமென எத்தனை தடைகள்.

மனம் இலக்கில்லாமல் அலைந்துகொண்டிருந்தது. சண்முகம்பிள்ளையை விட்டு நீங்கியபிறகு, தான் சொல்லும்வரை சந்திக்கவேண்டாம் என தேசிங்கு சொல்லியிருந்தான். சண்முகம்பிள்ளையைக் கடத்தவே கம்யூனிஸ்ட்டுகள் வந்துள்ளனர் என்ற தகவல் கொஞ்சம் பரபரப்பைக் கூட்டியிருந்தது. தன் பெயர் அடிபடாத வரை முத்துவுக்கு நிம்மதியாக இருந்தது. கோயில் கட்டி கும்பாபிஷேகம் நடத்தியதோடு, வயிறார உணவு கொடுத்ததால் பல தோட்டத்துப் பாட்டாளிகள் சண்முகம்பிள்ளைக்கு ஆதரவாகவே இருந்தனர். எனவே, எங்கும் எதிலும் கவனம் தேவைப்பட்டது. ஒரு வாரத்திற்குப்பின் அன்றுதான் தேசிங்கிடமிருந்து அழைப்பு வந்தது. அவன், என்ன பேசப்போகிறான் என நினைக்கவே பதற்றமாக இருந்தது. இனி, எந்தத் தொடர்பும் வேண்டாம் எனச் சொல்லிவிடலாமா என்றுதான் யோசித்தான். ஆனால் காக்கா கடையிலிருந்து உணவைக் கொண்டுசென்று சேர்க்கும் பணியை ஏற்றுக்கொண்டதால் இனி பின்வாங்க முடியாது எனத் தோன்றியது. ஒருவேளை, பின்வாங்கினால் என்ன நடக்கும் என நினைக்கவே பயமாக இருந்தது.

மலாக்காவில் ஒரு பயணியை இறக்கிவிட்டு மீண்டும் வேகமாகத் திரும்பிக் கொண்டிருந்தான்.

தேசிங்கு, அங்கே ‘தேத்தாரே’ அருந்தியபடி மிக சோகமாக அமர்ந்திருந்தான்.

"என்னண்ணே, ரொம்ப நேரமா காத்திருக்கீங்களா? வெளியூர் சவாரி, மலாக்கா வரை போய்வந்தேன். அதான் லேட்டாயிடுச்சி, கோவிச்சிக்காதிங்க..."

தேசிங்கு, பல விஷயங்களில் கண்டிப்பானவன். அதுவும் சமீபகாலமாக நேரக் கட்டுப்பாட்டை கடைப்பிடிப்பதில் மிகக் கறாராக இருக்கிறான். தாமதத்தால் பல விஷயங்கள் தலைகீழ் மாற்றத்தை அடைந்துவிடுகின்றன.

"இப்போ, எத்தன பேரு ஆபத்தான இடத்தில் நமக்காகக் காத்திருக்காங்க தெரியுமா? ஆபத்த, ஏன் விலைகொடுத்து வாங்கணும்? இன்னிக்கு முக்கியமான வேல உனக்கு...." முத்துவிடம் பேசிக்கொண்டே, கடையின் உட்புறம் திரும்பிப் பார்த்தான். காக்காவின் மனைவியும் அந்த இருட்டுச் சமையலறையில் இவர்களை எறிட்டுப் பார்த்தாள். கண்சாடை செய்தாள். எல்லாம் சரியாகயிருக்கிறது என்பதற்கு அடையாளமாகக் கண்ணை மூடித் திறந்து தலையை ஆட்டினாள்.

"அந்த காக்கா பொண்ணு, எவ்ளோ முன்னெச்சரிக்கையா இருக்கா பாத்தியா? அடுப்படியில் அடங்கிக் கிடக்கிற அவளுக்கு இருக்கிற பொறுப்பு உனக்கும் வரணும் முத்து!"

"இனிமே இப்படி ஆவாம பார்த்துக்கிறேன் அண்ணே... டாக்சி ஓடினாத்தான் நானும் அப்பா அம்மாவும் வயிறு கழுவமுடியும்."

கறுத்த நிறம், மொசமொசவென்று உடம்பெல்லாம் மயிர்க்கால்கள், சிரைக்காத குறுந்தாடி, முறுக்கிய மீசை, முகத்தில் ஏடாகூடமாக முரட்டுத்தனம். கை விரல்கள் முரடு தட்டிப் போய், ஆறடி உயரத்துக்கு, பார்க்கவே பயம்தரும் தோற்றத்திலிருந்தான். தேசிங்கிற்கு ஒரு கண்ணில் விழுந்திருந்த பூ, அவனின் தோற்றத்தை மேலும் கொஞ்சம் கடுமையானதாக்கியது. பார்ப்பவர்களுக்கு ஒரு பயத்தைக் கொடுத்தது. எப்பொழுதும் காக்கிச் சட்டையைத்தான் அணிந்திருப்பான். அரைக்கால் சிலுவார் மட்டும் பல வண்ணங்களில் இருக்கும்.

"இந்த காக்கி, உழைப்பாளர்களின் சட்டை தெரியுமா முத்து? இப்போ போலீஸ்காரங்களும் காக்கிதான் உடுத்துறாங்க. அது வேறுகாக்கி இது வேறுகாக்கி!" என்பார்.

முத்து, மேசையில் தேசிங்கிற்கு எதிர்ப்புறமாக உட்கார்ந்திருந்தான். கடையில் அப்போது யாரும் இல்லாதது அவர்களுக்குப் பேச வசதியாக இருந்தது.

ஒரு வாழைத்தாரை விலைபேசிக்கொண்டிருந்தார் காக்கா. சிகாம்புட் எஸ்டேட்டின் உள்ளே வசிக்கும் மலாய்க்காரர்கள் இப்படி, வாழைத்தாரைக் கொண்டுவந்து காக்காவிடம் விலைபேசி விற்பார்கள். காலையில் மலிவு விலைக்கு விற்றுவிட்டு மாலையில் அவர்களே பீசாங் கோரேங்கை அதிக விலை கொடுத்து வாங்கிக்கொண்டு போவார்கள். வாழைத்தாரில் உள்ள பழங்களைக் கணக்கிட்டால் காக்கா, எப்படியும் நாலு மடங்கு விலைக்கு அதை பீசாங் கோரேங்காக மாற்றி விற்றுவிடுவார்.

முத்து, ஒரு தேநீருக்கு ஆர்டர் கொடுத்துவிட்டு தேசிங்கை நிமிர்ந்து பார்த்தான்.

"நெலம மோசமாயிட்டிருக்கு முத்து. எல்லா கம்பத்துக் காரங்களையும் புது கிராமத் திட்டத்தில வேலிபோட்டு, ஒரே எடத்தில தங்கவச்சிட்டானுங்க. கடுமையான போலீஸ் பாதுகாப்பு. லெப்டினன்ட் ஜெனரல் எரோல்ட் பிரிஜ்ஜின் திட்டம் இது. 18 மாதத்தில் பயங்கரவாதிகள ஒழிச்சிட்டுத்தான் பிரிட்டனுக்குப் போவேன்னு சபதம் செஞ்சி வந்தவன் அப்படியே, இந்தப் புது கிராமத் திட்டத்த அமல்படுத்திட்டான். இப்போ, நமக்கு ஆதரவா சாப்பாடும் காசும் கொடுத்த சீனங்களை எல்லாம் மொத்தமா ஜின் ஜாங் புது கிராமத்துக்கு மாத்திட்டாங்க. தமிழங்கள, சிகாம்புட் வட்டாரத்திலிருந்து வேறுஇடத்துக்குப் போகச் சொல்லிட்டாங்க. நம்ம தோட்டத்து ஜனங்க இங்கே ஒரே இடத்திலே லயத்திலே இருக்கிறதாலே, அவங்களக் கண்காணிக்கிறது கஷ்டமில்லன்னு அப்படியே விட்டுட்டாங்க. ஆனா சண்முகம்பிள்ளைக்கு குறிவச்சது போலீஸுக்கு தெரிஞ்சிட்டதால இங்கயும் கண்காணிப்பு இருக்கு."

சண்முகம்பிள்ளையின் பேச்சு வந்ததும் முத்து அமைதியானான். தான், சண்முகம்பிள்ளையிடமிருந்து வந்ததில் அவனுக்குக் கோபம் இருக்கும் என்றே கருதினான். தேசிங்கு, அதைப்பற்றி பேசாமல் இருப்பதே பதற்றத்தைக் கூட்டியது.

"சாப்பாடில்லாம சரணடையவைக்கத்தான் இந்தத் திட்டத்தைக் கொண்டு வந்திருக்கானுங்க. ஆனா, உண்மையான போராட்டவாதி இதுக்கெல்லாம் பணியமாட்டான். உனக்கு ஒண்ணு தெரியுமா முத்து... கித்தா கொட்டையைச் சாப்பிட முடியுமான்னு சீனாவுக்கு ஆராய்ச்சி செய்ய அனுப்பியிருக்காங்கன்னு செய்தி கெடச்சிருக்கு. அதுமட்டும் சரியாச்சின்னா, சாப்பாட்டுப் பெரச்சனை தீந்துபோயிடும். இப்ப காட்டு மிருகங்களையும் குருவிங்களையும் சாப்பிடுற நிலைமைக்கு வந்தாச்சின்னு தகவல் கிடைச்சிருக்கு," தேசிங்கில் குரலில் வருத்தம் தொனித்தது.

“அண்ணே, நம்ம நல்லா சாப்பிட்டுக்கிட்டு இருக்கோம். அவுங்க ரெண்டு போராட்டத்த இப்போ செய்யவேண்டியிருக்கு. ஒண்ணு, அதிகார வர்க்கத்தை எதுக்குற போராட்டம். மத்தது, வயித்துப் போராட்டம். எனக்கு ரொம்பக் கவலையாயிருக்கண்ணே. நாமெ ஜெயிச்சிடுவோமாண்ணே?” முத்துவின் குரலில் பதற்றம் தென்பட்டது.

“கவலைப்படாத முத்து... எனக்கு வேற ஒரு கவலை. சுங்கை சிப்புடுல பெரிய கேம்ப் இருந்துச்சி. முக்கியமான பேரா மாநிலத்துத் தலைவரெல்லாம் அங்கதான் இருந்தாங்க. ஏகப்பட்ட புதுக்கிராமங்களை அங்கே அமைச்சதனாலே சாப்பாட்டுப் பிரச்சனை பெரிய பிரச்சனையாயிடுச்சி. போனவாரம் ராணுவத்துக்கும் நம்ம ஆளுங்களுக்கும் மோதல் நடந்திருக்கின்னு காலையிலேதான் செய்தி கெடச்சிருக்கு. நம்ம ஆளுங்களுக்கு ரொம்ப சேதம். மீதியிருந்தவங்க சரணடைஞ்சிட்டாங்க. வயித்துக்கு இல்லாதபோது சரணடையறதத் தவிர வேறு என்ன செய்யமுடியும்? பசி வந்தா பத்தும் பறந்திடுமுன்னு சும்மாவா சொன்னாங்க? போராட்டவாதிக்கும் வயிறு இருக்கும் தானே...”

“ஆமாண்ணே! துப்பாக்கியையும் குண்டையுமா சாப்பிட முடியும்? இப்போ, நாம என்ன பண்ணலாமுன்னு சொல்லுங்கண்ணே?”

தனக்கு முன்னால் கொண்டுவந்து வைக்கப்பட்ட தேநீர் கிளாசை தள்ளிவைத்தான். இந்த தேநீருக்காக, எத்தனை உயிர்கள் இப்பொழுது காட்டில் ஏங்கிக்கொண்டிருக்கும் என்று நினைத்தபொழுது அவனுக்கு அந்தத் தேநீரின்மேல் பிரியமில்லாமல் போய்விட்டது.

“கடைக்குப் பின்னால அந்த அம்மா அரிசி, சீனி, பால் டின், தேத்தூளுன்னு கிடைச்சதை பதுக்கிவச்சிருக்கு. ஒத்த ஆளா கொண்டு போறது கஷ்டம். ராணுவ நடமாட்டம் அதிகமாயிடுச்சி. அதுவும், ராத்திரியிலே வெளியே நடமாடமுடியல. சைக்கிளிலும் போக முடியாது. ரப்பர் காட்டுவழியாத்தான் எடுத்துக்கிட்டுப் போகணும். உள்ளே கம்பத்து வீட்டிலே அவுங்க இருக்காங்க. விடியறதுக்குள்ளே சாமான்களை அவுங்ககிட்ட சேத்திடணும். ஆத்து ஓரமா புதர்லே வச்சிட்டா எடுத்துக்கிட்டுப் போயிடுவாங்க. நாம ரெண்டுபேரும், எப்படியும் விடியறதுக்குள்ள ஆத்தை அடைஞ்சிடணும்,” தேசிங்கின் குரலில் வேகம் தட்டியது.

முத்து, ஒருமுறை சுற்றிலும் பார்த்தான். அவரவர் வேலையில் அவரவர் ஈடுபட்டிருந்தார்கள். இவர்களை யாரும் கவனித்ததாகத்

தெரியவில்லை. வெற்றிலைக் கொல்லைக்கு எருவாக சாணம் நிறைக்கப்பட்ட ஒரு மாட்டுவண்டி கடந்தபோது குப்பென வாடை எழுந்தது.

நாலைந்து முறை முத்து, இப்படி தனியாக உணவுப் பொருட்களைக் கொண்டுபோயுள்ளான். அப்பொழுதெல்லாம் இப்படி நெருக்கடி இல்லை. ஆனால் இப்பொழுது தேசிங்கின் வார்த்தைகளிலிருந்து ஆபத்து அதிகமென்று அவனுக்குப் புரிந்தது.

"துரோகிங்க, எல்லா எடத்திலயும் இருப்பாங்க முத்து. போராளிகளோட கூடாரங்களுக்கு அதுக்கு விலக்கல்ல. செயலாளர் சின் பெங்கை உயிரோட பிடிக்கறதுக்கு தகவல் தர்றவங்களுக்கு ரெண்டு இலட்சத்து ஐம்பதனாயிரம் வெள்ளி தருவதாக பத்திரிகையில் முதல் பக்கத்தில செய்தி வந்திருக்கு. பொணமானா, ஒரு இலட்சத்து இருபதினாயிரம் வெள்ளின்னு சொல்லியிருக்காங்க. இது எங்கேபோய் முடியுமோன்னு நினைச்சா ரொம்பக் கவலையாயிருக்கு. காசுக்கு ஆசைப்பட்டு எவனும் காட்டிக் கொடுத்துட்டான்னா இந்த இயக்கமே துரோகக் கும்பல்னு வெள்ளைக்காரன் விளம்பரம் செய்வான்."

தேசிங்கு சொன்னதைக் கேட்டதும் முத்துவின் இரத்தம் சூடேறியது.

"ஆமாம். இந்த அவசரகால நேரத்திலே அவ்வளவு காசுக்கு எவன்தான் மயங்க மாட்டான்," வெள்ளைக்காரர்கள் ரொம்பவும் மூளையுடையவர்களாக முத்துவுக்குத் தென்பட்டார்கள்.

இலேசாக மழை தூற ஆரம்பித்தது.

"தேத்தண்ணி ஆறிப்போகுது எடுத்துக் குடி முத்து," தேசிங்கு, அப்போதைய சூடான நிலையை மாற்றும் குரலில் பேசினான்.

"வேணாமண்ணே... அவுங்க பசியும் பட்டினியுமா இருக்கிறப்போ நாம மூணு வேளையும் கொட்டிக்கிறது அதிகபட்சமா தெரியுது. இதுலெ தேத்தண்ணி வேற..."

"நம்ம உடம்புல தெம்பு இருந்தாத்தான் அவுங்களுக்கு உதவமுடியும். நீ ஒன்னோட மொதலாளிய விட்டுவந்ததும் நல்லாதாப் போச்சி," தேசிங்கு இப்படிச் சொன்னதும் முத்துவுக்கு நிம்மதியாக இருந்தது. ஏன், என்பதுபோல பார்த்தான்.

"இப்போதைக்கு காட்டுக்குள்ள சாப்பாட்ட வைக்க செல எடங்கள்தான் தோதுப்படுது. சும்மா சண்முகத்த கடத்த

யோசிச்சதுக்கே கெடுபிடிகள் அதிகமாயிடுச்சு. இனி, அந்த ஆளத் தூக்குனா, சாப்பாடு சப்ளை முழுக்கப் பாதிக்கும். அதனால கொஞ்சம் பொறுமையா இருக்கணும். இப்ப நமக்குத் தேவ, சாப்பாட்டு சப்ளைதான்...”

முத்துவுக்கு பெருமூச்சு வந்தது. தான் இன்னும் முதலாளியின்மேல் விசுவாசம் வைத்துள்ளோமா என யோசித்தான். “இல்லை... இல்லை...” என மனம் சொல்லிக் கொண்டது.

சில்லறையை கொடுத்துவிட்டு நாற்காலியிலிருந்து எழுந்தான் தேசிங்கு. அவனோடு நேராக சாலையில் நிறுத்தியிருந்த டாக்சியை நோக்கி நடந்தான் முத்து. மனதில் கனம் குறைந்திருந்ததால் உடலில் துள்ளல் இருந்தது.

19

தேசிங்கு, முத்துவின் டாக்சியில் முன்புறம் அமர்ந்ததும், அவனது பார்வை நான்கு பக்கமும் சுழன்றது. கோயிலுக்குக் கீழேயிருந்த தூங்குமூஞ்சி மரத்தின் ஓரமாக நின்றிருந்த ஒருவன் இவர்களையே பார்த்துக் கொண்டிருந்தான். அவனைப் பார்த்தவுடன் தேசிங்கு மிக ஜாக்கிரதையானான்.

ரயில்வே கேட்டை நோக்கி ஓட்டினான் முத்து.

தூங்குமூஞ்சி மரத்தைத் தாண்டும்பொழுது அந்தப் புதியவன் காரை நிறுத்தினான். வெளியே தலையை நீட்டி, "என்ன?" என்று முத்து, அவனிடம் கேட்டான்.

"மூனாங்கட்டை வர போகணுமுங்க."

"சரி, ஏறிக்கிங்க."

தேசிங்கின் முகம் மாறியது. அந்த ஆளை ஏற்றியிருக்கவேண்டாம் என்பதுபோல் சைகை செய்தான்.

"என் பேரு வடிவேலுங்க. உங்க ரெண்டுபேரையும் பார்க்கத்தான் காத்திருந்தேனுங்க."

இருவரையும் பார்க்கக் காத்திருந்ததைக் கூறியதும் இருவருமே திடுக்கிட்டார்கள்.

"ஏன், எங்களைப் பார்க்க காத்திருந்தீங்க?" முத்து, சட்டென்று கேட்டான்.

"நீங்க பயப்படுறமாதிரி எதுவும் இல்லீங்க. நானும் உங்க ஆளுதாங்க. சில தகவலை சொல்லச்சொல்லி மேலிடத்து உத்தரவிலேதாங்க இங்கே வந்தேன்."

வடிவேலு, சில ரகசிய குறிப்புச் சொற்களைச் சொன்னான்.

"எதிலும் சந்தேகப்படு" என்ற கருத்தில் தேசிங்கும் எப்பொழுதுமே பிடிவதம் உள்ளவன்.

"வாயை விட்டுவிடாதே ஜாக்கிரதை!" என்பதுபோல் ஜாடை காட்டினான் தேசிங்கு.

"நான் வந்ததே உங்களை எச்சரிக்கை செய்யத்தானுங்க. போலீஸ் தேசிங்கண்ணன்மேல கண் வச்சிடுச்சி. பத்து எஸ்டேட்டில நடந்த துப்பாக்கி சூட்டுச் சம்பவத்தன்னைக்கு நீங்க ஆயா கொட்டகையிலே இருட்டிலே இருந்திருக்கீங்க. செய்தி கொண்டுபோறதும் உணவு சப்ளைசெய்றதும் இந்த ஏரியாவுல நீங்கதான்னு அவுங்களுக்கு எப்படியோ செய்தி எட்டிடிச்சி. உங்களைக் கண்காணிக்க ஆளுங்க பின்தொடர்றாங்க," வடிவேலு என்ற அந்த ஆள் நிறுத்திநிறுத்திப் பேசினான்.

அவன் புதியதாக எதுவும் சொல்லிவிடவில்லை. இது, ஏற்கெனவே தேசிங்கு அறிந்ததுதான். இவன், நம்ம வாயைக் கிளறுகிறான் என்றே தேசிங்கு நினைத்தான்.

"வடிவேலு, நீங்க என்ன சொல்றீங்கன்னே எங்களுக்குப் புரியல. முதல்லே ஏதோ சொன்னீங்க, அது என்ன ரகசிய வார்த்தை? நாங்க கேள்விப்பட்டதே இல்லையே. போலீசுக்கும் அரசாங்கத்துக்கும் எங்கமேல என்ன சந்தேகம்? எங்களுக்கும், நீங்க சொல்ற ஆளுங்களுக்கும் சம்பந்தமே இல்லை. நீங்க வேற யாரோன்னு எங்களை நினைச்சிட்டீங்க போலிருக்கு. இவன் பேரு முத்து. டெக்சி ஓட்டுறான். நான் எஸ்டேட் ஃபிட்டர், தண்ணிக்குளம் பாக்கிறவன். விதியேன்னு நாங்க இருக்கிறோம். நீங்கவேற வவுத்து எரிச்சலை உண்டுபண்றீங்க..." இதைச் சொல்லிய தேசிங்கு, முத்துவிடம் கண்ஜாடை காட்டினான்.

முத்து மிகவும் எச்சரிக்கையாகிவிட்டான்.

"தூக்கிலே தொங்கின கணபதிகூட நான் இருந்தவன். என்மேல இப்படி சந்தேகம் பிடிக்கிறீங்களே அண்ணே. நேதாஜியோட கணபதி பேசும்பொழுது பக்கத்திலே இருந்தவன் நான்."

"அதற்கு எங்களை என்ன செய்யச் சொல்றீங்க, வடிவேலு? வெந்ததைத் தின்னுட்டு விதியை நினைச்சு கஷ்டஜீவனம் நடத்துற இந்த ஜென்மங்களுக்கு, நீங்க சொல்றது ஒண்ணும் புரியல. நீங்க தப்பான ஆளுங்கள அடையாளம் தெரிஞ்சிக்கிட்டீங்கன்னு தெரியுது," தேசிங்கு பணிவாகப் பதிலளித்தான்.

"மேலிடத்து உத்தரவுடன்தான் நான் வந்திருக்கேன். நீங்க சாப்பாட சப்ளை செய்யப்போற எடத்துக்கு அவுங்க வரமுடியாதுன்னு சொல்லிட்டாங்க. வேறு எடத்திலே கொண்டுவந்து வைக்கச்

சொன்னாங்க. அதோட, எங்கேருந்து யார் சப்ளை செய்றாங்கன்னு கேட்டுக்கிட்டு வரச் சொன்னாங்க."

வடிவேலு, தூண்டில் போடுகிறான் என்பதை சரியாகக் கண்டுபிடித்து விட்டதாகவே தேசிங்கு நினைத்தான். இது புற்றில் மறைந்துள்ள பாம்பு.

யார், உணவை சப்ளை செய்கிறார்கள், எங்கிருந்து வருகிறது என்பதெல்லாம் ஏற்கெனவே அவர்களுக்குத் தெரிந்த விஷயம். இவன் அதை அறிய முற்பட்டபோதே இவன் போலீஸ் உளவாளி என்பது தெளிவாகத் தெரிந்தும், அதை தேசிங்கு காட்டிக்கொள்ளவில்லை.

"சரி, இப்ப நீங்க எங்கே இறங்கணும்?" முத்துவின் வார்த்தைகள் கொஞ்சம் சூடேறியது.

"வடிவேலு, நான் கொஞ்சம் தண்ணிக்குளம் வரை போகவேண்டியிருக்கும் நீங்களும் வர்றீங்களா? பேசிக்கிட்டே போகலாமே..."

"சரிங்க, உங்ககிட்ட பேசத்தானே வந்தேன். இன்னும் நிறைய விஷயங்கள் இருக்கே."

"முத்து, கொஞ்சம் வண்டியைச் சிரமம் பாராமல் தண்ணிக் குளத்துக்கு விடு. கொஞ்சம் மருந்து கலக்கணும்," தேசிங்கு மருந்து என்பதை அழுத்தமாகச் சொன்னான்.

டெக்சி, பத்து எஸ்டேட் லயத்து வழியாக மேலே பங்களா பக்கம் சென்றது. பங்களாவின் பின்புறத்தில் மட்டும் சிறிய விளக்கு எரிந்துகொண்டிருந்தது. சண்முகம்பிள்ளை அங்கே இல்லை என்பதற்கு அது அடையாளம். சமையல்காரனும் தோட்டக்காரனும் மட்டுமே சமையல்கட்டை ஒட்டியுள்ள அறையில் இருப்பார்கள் போலும்.

மழை லேசாக தூறிக்கொண்டிருந்தது.

"கணபதியோட இருந்ததாகச் சொன்னீங்களே வடிவேலு, எந்த கணபதி?" தெரியாததுபோல் கேட்டான் தேசிங்கு.

"அதாங்க... தூக்கிலே தொங்குன கணபதி. வெள்ளைக்காரங்க தூக்கிலிட்டாங்களே அவர்தான். அவரோட தொழிற்சங்கத்திலும், அப்புறம் நேதாஜியின் இந்திய தேசிய ராணுவத்திலும் ஒண்ணா இருந்திருக்கிறேன். குருதேவர், பொறைக்கலம் எல்லாருமே நாடு கடத்தப்பட்டப்ப, நான் மட்டும் தப்பி பகாங்கில் இருந்தேன். 500 பேரை நாடு கடத்திட்டாங்க. குருதேவர் பெரிய போராளி. அப்படி

ஒரு ஆள, போராட்டவாதிய பாக்க முடியாதுங்க. ஒரு தலைவனுக்குரிய எல்லாத் தகுதியும் உள்ளவரு. இந்த கணபதி, எவ்வளவு பெரிய வீரன் தெரியுமா? கணபதியோட சகோதரன் சற்குணம், அவரு தூக்கிலிட இருக்கிற முதல்நாள் போய் பார்த்திருக்கிறாரு. எந்தக் கலக்கமுமில்லாம "அச்சமில்லை அச்சமில்லை அச்சமென்பதில்லையே" என்ற பாட்டை திரும்பத்திரும்ப பாடினாராம், கணபதி. 1949இல் அவர தூக்குல போட்டாங்க. இப்ப நாலு வருசமாச்சு. ஆனா என்னோட போராட்ட குணம் மாறல," வடிவேலு, ஒவ்வொரு விஷயத்தையும் ஞாபகப்படுத்திப் பேசுவதுபோலப் பேசினான்.

"ஒரு போராட்டக் களத்தில எதிரிகள விட்டுவைக்கக்கூடாது. அதுவும் போராட்டவாதிபோல நடிப்பவனைவிட வேற ஆபத்தானவன் கெடையாது. முன்பு 'லைதேக்' என்ற மலாயா கம்யூனிஸ்ட் கட்சி செயலாளர்தான் எல்லாமுமாக இருந்தாரு. அவர் பேச்சுக்கு மறுபேச்சு கிடையாது. அப்படிப்பட்டவர் பிரிட்டிஷுக்கும் ஜப்பானுக்கும் உளவுபாக்குறவரா இருந்திருக்காரு. கட்சியோட பெரும் பணத்த அவர் கையாடிட்டாருன்னு பிறகுதான் தெரிஞ்சது. அதோடு கட்சிக்குத் தெரியாமலேயே நாலு எடத்தில அவருக்கு பொண்டாட்டிங்க வேறு. கட்சிக்கும் அவர் ஒழைச்சிருக்காரு. ஆனா துரோகத்த எந்த அமைப்பிலும் மன்னிக்கமாட்டாங்க."

"நீங்க என்ன சொல்றீங்க?" வடிவேலுவின் குரலில் பதற்றம் தெரிந்தது.

தேசிங்கு, மலைமேட்டில் காரை நிறுத்தச் சொன்னான். முத்து காரை நிறுத்திவிட்டு, கீழே இறங்கினான். தேசிங்கு கதவைத் திறந்துகொண்டு வெளியே வந்தான்.

"வாங்க வடிவேலு, பேசிக்கிட்டே கொஞ்சம் வேலையை முடிச்சிடலாம்," தேசிங்கு பின்புறக்கதவைத் திறந்தார். வடிவேலு கீழே இறங்காமல், அப்படியே உட்கார்ந்திருந்தான். அவன் முகத்தில் கலவரம் குடிகொண்டது. தேசிங்கின் பக்கம் இருந்தவன் எதிர்ப்புறத்துக்கு நகர்ந்தான்.

முத்துவிடம் கண்சாடை காட்டி, அவனை வெளியே கொண்டுவரச் சொன்னான் தேசிங்கு. முத்து, காரின் மறுபக்கம் போய் கதவைத் திறந்தான். வடிவேலு எந்த எதிர்ப்பும் காட்டாது வெளியே வந்தான்.

"ஒளவு பார்க்கிறதுக்கு மூளை வேணும். அது உங்கிட்ட கொஞ்சம்கூட இல்ல. இதுவரைக்கும் நீ சொன்ன விஷயம் எல்லாமே எல்லாத்துக்கும் தெரிஞ்ச விஷயம். ஆனா 'லை தேக்'

பத்தி சொன்னப்ப நீ கொழம்பிட்ட. மலாயா கம்யூனிஸ்ட் கட்சியின் செயலாளரா 'லை தேக்'தான் இருந்தாரு. சயாம் தலைநகர் பேங்கோக்கில் கதையை முடிச்சிட்டாங்க. என்னதான் எங்களோட இருந்தாலும் துரோகிகளை நாங்க மன்னிக்கிறது இல்ல. இதுவரையில், கட்சியில் இருந்தவங்களுக்குக்கூட சரியா அவர் இறந்த செய்தி தெரியாது. சின் பெங் செயலாளர்னு சொன்னாங்க. ஆனா, 'லை தேக்' பற்றி எதுவும் சொல்லலே. எங்களுக்கே அண்மையில்தான் செய்தி கிடைச்சிருக்கு. ஆனா, கணபதிகூட இருந்த உனக்கு எல்லாமே தெரிஞ்சிருக்கணுமே வடிவேலு..."

"அண்ணே, எனக்கு அதுபத்தி தெரியாது. காட்டுல ரொம்ப நாளா இருந்துட்டேன். இப்பதான் தமிழங்க பிரிவுக்கு என்னைத் தகவல் அனுப்பும் ஆளா அனுப்பியிருக்காங்க."

பாக்கெட்டில் கையைவிட்டு அதை வெளியே எடுத்தார் தேசிங்கு. அது ஒரு உளி. சற்றும் எதிர்பாராதவிதமாக அவர் வடிவேலுவின் வயிற்றில் குத்தினார். உளி இரண்டு, மூன்றுமுறை பாய்ந்தது. அவன் வாயைப் பொத்தினான் முத்து. கொஞ்சநேரத்தில் வடிவேலுவின் அசைவு நின்றுவிட்டது. பக்கத்தில் பாசாவில் உடலைத் தள்ளிவிட்டு இருவரும் டெக்சியில் புறப்பட்டார்கள். தேசிங்கை லயத்தில் இறக்கிவிட்டு முத்து வீடுநோக்கிச் சென்றான்.

முத்துவின் மனதில் பதற்றமும் பயமும் கலந்துவிட்டிருந்தது. அவன் பார்த்த முதல் கொலை. அது, அவனுக்கு முதல் அனுபவம்.

காரில் திரும்பும்பொழுது தேசிங்கு சொன்ன வார்த்தைகள், முத்துவை அதிகம் சிந்திக்கவைத்தது.

"நா செஞ்சது தவறுன்னு நீ நெனைக்கலாம் முத்து. இதனால பல பெரச்சனைங்க வரலாம்; வரும். இவன் உளவாளின்னு தெரிஞ்சிபோச்சு. உணவு இடத்தை மாத்தச் சொன்னான். யார் சப்ளை செய்றாங்கன்னு கேக்குறான். துரோகிகள அழிச்சாத்தான் போராட்டம் தொடரும். இவன், நம்ம ஆளுன்னு விட்டா, நம்ம அத்தனை பேரையும் தூக்குக் கயித்துக்கு அனுப்பிடுவான்."

முத்துவிற்கு உடலில் நடுக்கம் குறையவில்லை.

20

இரண்டு நாட்களாகப் பெய்த மழையில் அந்தப் புறம்போக்குப் பகுதியில் இரண்டு அடி உயரத்துக்குமேல் தண்ணீர் தேங்கிநின்றது. சுங்கை பின்சாலாவின் மேல் இருந்த மரப்பாலத்தைத் தாண்ட முடியாமல் சில மாட்டுவண்டிகள் இருபக்கமும் திணறிக் கொண்டிருந்தன. வெள்ளம் வடிவதாகயில்லை. மழை தொடர்ந்து பெய்துகொண்டிருந்தது.

பத்துமலைப் பகுதியில் இருந்த ஈயலம்பக் குட்டையைத் திறந்துவிட்டிருந்தார்கள். கரையை உடைத்துவிடும் அளவுக்கு நீர் அபாயக் கட்டத்தை எட்டியதும், இப்படி நீரைத் திறந்துவிடுவார்கள். அப்போது, அம்பாங் கரையில் உள்ள பெரியபெரிய மீன்கள் ஆற்றோடு அடித்துக்கொண்டு வரும். அப்போதெல்லாம் அக்கம்பக்கத்தில் குடியிருப்பவர்களின் குதூகலம் உச்சத்திலிருக்கும். கூடைகளிலும், துணி விரித்தும் போட்டி போட்டுக்கொண்டு மீன் பிடிப்பார்கள்.

முத்து, டாக்சியை வீட்டின்முன் நிறுத்திவிட்டு சிலுவாரை சுருட்டிக்கொண்டு வெள்ளத்தில் இறங்கினான். வீட்டின் உள்ளேயும் வெள்ளம் ஏறிவிட்டிருந்தது.

அப்பா, சாமான்களை வீட்டுப் பிராஞ்சாவிலும் பலகைக் கட்டிலிலும் எடுத்து அடுக்கிக் கொண்டிருந்தார். அம்மா, உயரமாக வைக்கப்பட்டிருந்த அம்மிக்கல் மேசையில் பெரிய மீன் ஒன்றைத் துண்டு போட்டுக் கொண்டிருந்தாள்.

பின்வாசலில்தான் ஆறு ஓடிக்கொண்டிருந்தது.

"ஏதும்மா மீனு? பெரிசா இருக்கே..."

அவள் ஒன்றும் பேசவில்லை. அப்பாவின் முகமும் இறுகியிருந்தது. மீனை துண்டு போட்டபடி அம்மா முத்துவிடம் கண்ணைக் காட்டினாள். அடுப்புப் பக்கத்தில் இருந்த முத்துவின் அறை இருண்டிருந்தது. யாரோ 'கடாமுடா'வென்று சாமான்களை தூக்கிப்

போட்டுக்கொண்டிருந்தார்கள். முத்து, அறையை எட்டிப் பார்த்தான். முழங்கால் வரை சேலையைத் தூக்கிக் கட்டியவாறு சாமான்களை மேசைமேல் அடுக்கிக்கொண்டிருந்தாள் ஜெயா.

முத்துவுக்குத் தூக்கிவாரிப்போட்டது. அந்த வெள்ளத்தில் அவளை அங்கே முத்து எதிர்பார்க்கவேயில்லை. சற்றுமுன், ஒரு கொலையைப் பார்த்து ஏற்பட்டிருந்த மிரட்சி இன்னும் அதிகரித்தது.

"என்னங்க, இப்படி வெளியே வாங்க. உங்கள இந்த வேலைங்கள யார் செய்யச் சொன்னது? செத்தாடு கால் பணம் செமக்கூலி முக்காப் பணம் கதையா, நீங்க சீக்குல படுத்திட்டா யார் பாக்கிறது? வாங்க... வாங்க வெளிய..."

"இந்தப் புத்தகமெல்லாம் நனையுது... தெரியல?" என்றவள், "இதை, இனிமே இங்கே வைக்காத... நெலம சரியா இல்ல" என, இரகசியக்குரலில் கூறினாள். முத்து, ஒரு கணம் திடுக்கிட்டான். இவளுக்கு ஏதோ தெரிந்திருக்கிறது. எங்கோ ஓட்டை விழுந்து விட்டது என்று அனுமானித்துக்கொண்டான்.

அவையெல்லாம் தேசிங்கு கொடுத்த புத்தகங்கள். தன்னைப்பற்றி மட்டுமே நினைத்துக்கொண்டிருந்தவனுக்கு வேறு உலகத்தை கொஞ்சம்கொஞ்சமாய் திறந்துகாட்டிய புத்தகங்கள். பள்ளிப் படிப்புக்குப்பின் அவன் முதன்முறையாக அவற்றை வாசிக்க எடுத்தபோது எழுத்துகள், எறும்புகள்போல ஊர்ந்து பார்வைக்கும் அறிவுக்கும் படாமல் நழுவின. தேசிங்கு, பலமுறை வாசித்து விளக்கம் சொன்னபிறகு அவனே தீவிரமாக வாசிக்க ஆரம்பித்திருந்தான்.

"இங்கே பாருங்க ஜெயா, இதுவெல்லாம் உங்களுக்கு ஒத்துவராது," கையில் ஒரு புத்தகத்துடன் கதவைத் தாண்டிக்கொண்டு வெளியே வந்த ஜெயாவைப் பார்த்துக் கூறினான்.

முத்துவின் அம்மா, இருவரையும் திகைப்போடு பார்த்தாள். இரும்புச் சட்டியில் மீன் பொரிந்துகொண்டிருந்தது.

"எது ஒத்துவராது, புத்தகம் படிப்பதா மிஸ்டர் முத்து?" என்றாள், நிதானமாக.

ஜெயா வசதியாக வாழ்பவள். சொல்லப்போனால், அவனைப் பொறுத்தவரையிலும் எதிர்க்கவேண்டிய இடத்தில்தான் அவளும் இருந்தாள். தோட்டப் பாட்டாளிகளின் வியர்வைதான் அவள் உடம்பில் தங்கமும் வைரமுமாக ஜொலிக்கின்றன.

"இங்கே பாருங்க ஜெயா, நான் எதையாவது படிக்கிறேன். உங்களுக்கு என்ன? நீங்க வெளிய போங்க..." முத்துவுக்கு அவளை வெளியே அனுப்பினால் போதுமென்றாகிவிட்டது.

அவள் கையில், கார்க்கியின் 'தாய்' நாவல் இருந்தது. அதைப் பார்த்ததும் முத்து பதறிவிட்டான். ஏற்கனவே எடக்குமுடக்காகப் பேசுபவள். இதைப் படித்தால் அவ்வளவுதான்! தன்னால் அவளை எதிர்த்துப் பேசமுடியாத நிலைக்கு அந்த நாவல் கொண்டு வந்துவிடும். முத்து, அந்தப் புத்தகத்தை லாவகமாக வாங்கப் பார்த்தான். ஜெயா சற்று விலகி அந்நூலை நெஞ்சோடு அணைத்துக்கொண்டாள்.

"தோ பாரு.. அம்மா பாக்குறாங்க. நீ ஏதோ செஞ்சிக்கிட்டு இருக்கேன்னு இந்த ரூம்புல இருக்கிற உன் சாமான்களே காட்டிக் கொடுக்குது. என்னைய வெரட்டாத," என்றாள். அவள் குரலில் மிரட்டல் தொனி இருந்தது.

முத்து, முன்வராண்டாவில் இருந்த பிராஞ்சாவில் போய் உட்கார்ந்துகொண்டான். பயமாக இருந்தது. எல்லாவற்றையும் தெரிந்துகொண்டிருப்பாளா? இவளும் போலீஸ் உளவாளியா? போட்டு வாங்குகிறாளா? எதையும் சொல்லக்கூடாது. முத்து, இறுக்கமாக முகத்தை வைத்துக்கொண்டான்.

"சாப்பாடு எடுத்து வைக்கவா முத்து?" அம்மா, பின்புறமிருந்து குரல் கொடுத்தாள். அவள் குரலிலும் சுரத்தில்லை.

"ரெண்டுபேருக்கும் எடுத்து வை. அவுங்களும் சாப்பிடட்டும். நம்ம வீட்டுச் சாப்பாடு அவுங்களுக்குப் பிடிக்குமோ என்னவோ?" அப்போது அப்படிப் பேசுவதுதான் சரியெனப்பட்டது. எதிர்ப்பு சிலசமயம் தனக்கே பாதகமாகிவிடலாம். எதையாவது அவள் வெளியே உளறினால் நிச்சயம், தான் மாட்டிக்கொள்வோம் என உறுதியாக நம்பினான். நடந்த கொலை இந்நேரம் பரவத் தொடங்கியிருக்கும். அதனால் அடங்கிப்போவது நல்லதாகத் தோன்றியது.

"இங்க பாரு, இந்தக் குத்தலும் கிண்டலும் எங்கிட்ட வேண்டாம். பசின்னா என்னான்னு எனக்குத் தெரியும்..." அவள், முத்துவின் முன்னே வந்து நின்றாள்.

விபச்சார சந்தில், தனது வாழ்க்கையைப் பற்றி முத்துவிடம் பலமுறை தனியாகக் காரில் போகும்பொழுது சொல்லியிருக்கிறாள். தாய், தகப்பனை இழந்தபிறகு ஒரே ஆதரவாகயிருந்த அண்ணன்

சை. பீர்முகம்மது

சாமிநாதன் அடியாளாக மாறியபிறகு இவளைப் பற்றி நினைப்பதே இல்லை. கள்ள மார்க்கெட்டில், தியேட்டர்களில் அவன் பொழுது ஓடிக்கொண்டிருந்தது. கேம்பல் போட்டில் அவன் கைதான் ஓங்கியிருந்தது. தனக்கு ஒரு தங்கை இருக்கிறாள் என்பதையே அவன் மறந்துபோய்விட்ட நேரத்தில்தான் அவள் சௌக்கிட் சந்தில் குடியேறினாள்.

அம்மா, உணவை எடுத்து பிராஞ்சாவில் வைத்தாள். உள்ளே சென்ற ஜெயா கையில் சாப்பாட்டு மங்குகளைக் கொண்டுவந்து வைத்தாள்.

“நீங்களும் எங்ககூட சாப்பிடுங்க மாமி.”

அம்மா ஒன்றும் பேசாமல் சென்றது, முத்துவுக்கு சங்கடமாக இருந்தது. இதெல்லாம் தேவையில்லாத வம்பாகத் தோன்றியது. அவள், தன் அம்மாவை மாமி என்பதெல்லாம் புதிதாக இருந்தது. எதுவும் பேசத் தயக்கமாக இருக்கவே சோற்றைப் பிசைந்து உண்ணத் தொடங்கினான்.

“ஆத்து மீனு, ரொம்ப ருசியா இருக்கு மாமி. உயிர் மீனோட ருசி தனிதான்...” ஜெயா, வேண்டுமென்றே ‘மாமி’ என்ற வார்த்தையை அழுத்திச் சொல்வதுபோல முத்துவுக்குப்பட்டது.

முத்துவின் முகத்தையே பார்த்துக்கொண்டிருந்த ஜெயா, “தொந்தரவா இருக்கேனா? இனிமே, நான் கம்போங் சிம்பாடாக்குப் போவப்போறதில்ல. வெள்ளம் வடிஞ்சதும் என் துணிமணிகள எடுத்துட்டு இங்கேயே வந்துடுறேன்,” ஜெயாவின் வார்த்தைகள் நிதானமாக வெளிவந்தன. முத்து அதிர்ச்சியில் எழுந்து நின்றான்.

“இங்கனா, உன் வீட்டுல இல்ல. பக்கத்துவீடு காலியா இருக்கு. வாடகையெல்லாம் விசாரிச்சிட்டேன்.”

இங்கே வரப்போகிறாளா? இவளுக்குப் பைத்தியமா? இந்தப் புறம்போக்கு இடம் எப்படி இவளுக்குச் சரியாக வரும். சண்முகம்பிள்ளை இப்போ மகன் கல்யாண வேலையாக ஊருக்குப் போயிருக்கிறார். வந்ததும் இவளை எப்படி இங்கே விட்டு வைப்பார்? இவள், ஏதோ திட்டத்தோடுதான் இருக்கிறாள். முத்துக்குப் புரிந்ததுபோலும் புரியாததுபோலும் இருந்தது.

“இங்கேயே காலையிலே இட்லி, தோசை போட்டு விற்கலாமுன்னு இருக்கேன்.” அவள் எல்லாவற்றையும் செறிவாக திட்டமிட்டிருக்கிறாள் என்பது புரிந்தது. ஆனால் ஏன், என்பது

தெரியவில்லை. தேசிங்கைப்போல தன்னால் லாவகமாகப் பேச முடியவில்லை என்று கவலையாக இருந்தது. எனவே, சோற்றை வாயில் திணித்து அமைதியாக இருக்க முயன்றான்.

எல்லாவற்றையும் பேசிவிட்டு ஜெயாவும், தனது உணவில் கவனம் செலுத்துவதுபோல் இருந்தாள். முத்துவின் தொண்டையில் மீன் முள் எக்கச்சக்கமாக மாட்டிக்கொண்டது. ஒருவகையில், அது நல்லதெனப்பட்டது. "எதுவும் கேட்கக்கூடாது... கேட்கக்கூடாது..." என, மனதில் மனப்பாடம்போல சொல்லிக்கொண்டான். ஜெயாவுக்கு ஒன்றும் தெரிந்திருக்காது என்று மட்டும் அவ்வப்போது தோன்றிய எண்ணங்கள் கொஞ்சம் நிம்மதியைக் கொடுத்தது.

21

அதிகாலையில் டாக்சியை எடுக்கமுடியுமா என்று, வீட்டுக் கதவைத் திறந்து பார்த்தான் முத்து. வெள்ளம் ஓரளவு வற்றியிருந்தது. எங்கெங்கிருந்தோ வெள்ளத்தில் அடித்துக் கொண்டுவரப்பட்ட குப்பைகள் வீட்டின் முன்பிருந்த வாழை மரத்தடியில் குவிந்து கிடந்தன. அம்மா, குசினியில் எதையோ உருட்டிக் கொண்டிருந்தாள். வெள்ளம் வடியாத அந்த இரவில், கம்போங் சிம்பாட்டிற்குப் போகாமல் ஜெயா அங்கேயே வெளியேயிருந்த பிராஞ்சாவில் படுத்துவிட்டாள்.

அதிகாலையில் எழும் பழக்கத்தை அவள் சௌக்கிட் வாழ்க்கையில் இழந்திருக்கவேண்டும். இரவு முழுதும் விழித்திருந்து செய்யும் தொழில் அது. "பாவம், எப்படிச் சுருண்டு தூங்குகிறாள்?" என்று நினைத்துக் கொண்டான் முத்து.

அப்பா, வாழை மரத்தடி குப்பைகளை அந்த அதிகாலையில் அகற்றும் வேலையில் இருந்தார்.

செந்தூல் ரயில்வே தொழிற்சாலையின் முதல் சங்கு ஊதியது.

பக்கத்தில் குடியிருந்த நாகப்பன் சைக்கிளில் ஏறியவாறு சட்டையைப் போட்டுக்கொண்டே அவசர அவசரமாக வேலைக்குப் புறப்பட்டார். அவரின் ஜிம்மி, கொஞ்சதூரம் அவருக்குப் பின்னே ஓடி பாலத்தைத் தாண்டியதும் மீண்டும் வீடுவந்து சேர்ந்தது.

மொசமொசவென்ற முடியுடன், அரக்கு வண்ணத்தில் இருக்கும் ஜிம்மி, நாகப்பன் எங்கு சென்றாலும் அவர்பின்னே காவல்காரனைப் போல உடன் செல்லும். எங்கே, எந்த இடத்தில் இருந்தாலும் காலையில் முதல்சங்கு ஊதும்பொழுது அவரின் வாசலருகே வந்துவிடும். அதேபோல, சாயங்காலம் வேலை முடியும்பொழுது சங்கின் சத்தம் கேட்டதும் எப்படித்தான் பாலத்தடிக்கு வருமோ தெரியாது! எழுந்து கால்களை விகாரமாக நெளுவெடுத்த வேகத்திலேயே, பாலத்தின் வளைவில் வந்து நிற்கும். சங்கு ஊதிய

ஒரு அரைமணி நேரத்தில், நாகப்பனின் சைக்கிள் மூணாங்கட்டை வளைவில் தெரியும்பொழுது வாலை ஆட்டிஆட்டி பார்க்கும். இந்தப் புறம்போக்குப் பகுதிக்கு வந்ததிலிருந்து இதை பலமுறை முத்து பார்த்திருக்கிறான்.

நாகப்பனுக்கு முப்பத்தாறு வயதிருக்கும். திருமணம் ஆகவில்லை. அவருக்கு அன்பு செலுத்த ஓர் உயிர் தேவைப்பட்டது. அது ஜிம்மி வடிவில் இருந்தது. ஞாயிற்றுக்கிழமைகளில் பத்து எஸ்டேட்டின் உள்ளேயிருக்கும் நீர்வீழ்ச்சிக்கு குளிக்கச் செல்வார். ஜிம்மிக்கென்று தனியாக சோப்பு எடுத்துச்செல்வார். சைக்கிளில் அவர் முன்னே போக ஜிம்மி அவரைப் பின்தொடரும்.

குளித்துவிட்டு வந்து ஜிம்மிக்கு சாப்பாடு வைத்தபிறகே அவர் சாப்பிடுவார். அந்த ஜீவனிடம் அவருக்குத் தனிப்பாசம். சைக்கிளில் அவசரமாகச் சென்ற நாகப்பன் 'சட'க்கென்று பிரேக் போட்டுக் கீழே இறங்கினார். எதிரே வந்துகொண்டிருந்த தேசிங்கிடம் சிறிது நேரம் பேசிக்கொண்டிருந்தார். ஜிம்மி, வாலை ஆட்டிக்கொண்டு அவர்களை தலைநிமிர்ந்து பார்த்துக் கொண்டிருந்தது.

நாகப்பன், சைக்கிளை மிதித்தவாறு பாலத்தைத் தாண்டினார். ஜிம்மி, தேசிங்கைப் பின்தொடர்ந்து வீடு திரும்பியது.

"என்ன முத்து, காலையிலேயே எழுந்துட்டியே? நான் வந்து எழுப்பணும்னு நினைச்சேன். ஆமா, இந்த வெள்ளத்துல எங்கே தூக்கம் வரப்போவுது? பனியனைப் போட்டுட்டு வா, உங்கிட்ட கொஞ்சம் பேசணும்," தேசிங்கு, சர்வசாதாரணமாகப் பேசினாலும் அவன் முகத்தில் பதற்றம் இருந்தது.

"இதோ வந்துடுறேண்ணே!" முத்து, வீட்டினுள் சென்று பனியனை அணிந்தான். "இந்த நாகப்பன் யாரிடமும் உண்டு, இல்லை என்று பேசுபவர். எப்படி தேசிங்கு அண்ணனிடம் சைக்கிளைவிட்டு இறங்கி பேசிவிட்டுப் போகிறார்" என அவனுக்குத் திடீரென்று ஒரு சந்தேகம் வந்தது.

வெளியே வந்த முத்து, தேசிங்கோடு நடந்தான்.

பாலத்தின்வழியாக போலீஸ் ஜீப்புகள் பத்து எஸ்டேட்டை நோக்கிப் போய்க்கொண்டிருந்தன. துப்பாக்கியுடன் செருகப்பட்ட ஆயுதங்களுடன் போலீஸ்காரர்கள் நிறைந்திருந்தார்கள். தேசிங்கு, முத்துவின் பனியனைப் பிடித்திழுத்து நடையை மட்டுப்படுத்தினார். போலீஸ் ஜீப்புகளைப் பார்த்த முத்து, ஓரளவு நிலைமையை உணர்ந்துகொண்டான்.

“நேத்தைக்கு ராவு பொணத்த எடுத்துட்டாங்க. மத்தியானமாக ஆயக் கொட்டகையில வாட அடிச்சிருக்கு. ஆயாதான் பள்ளத்தில பொணம் இருக்கிறத பார்த்திருக்கா. கூட்டம் கூடிடுச்சி. கிராணி போலீசுக்குச் சொல்லி பொணத்த பெரிய ஆஸ்பத்திரிக்கு எடுத்துக்கிட்டுப் போயிட்டானுங்க. நானும் கூட்டத்தோடு கூட்டமா என்ன பேசிக்கிட்டுருக்காங்கன்னு பாத்தேன். போலீஸ் எல்லாத்தையும் கேள்வி மேல கேள்வி கேட்டானுங்க. வயித்து முட்டி, ராத்திரி ஏதோ ஒரு கார் இங்கே வந்து நின்னுச்சின்னு சொன்னான். லயத்திலிருந்து பார்த்திருக்கிறான். சரியா நெம்பரு, அடையாளம் தெரியல. ஆனா மஞ்ச கருப்புக் கலர்னு சொன்னான். அப்படின்னா, அது டாக்சிதான்னு போலீசுக்கு சந்தேகம் வந்துடுச்சி. அதை வச்சு துரும்பத் தூணாக்கிடுவானுங்க போலீஸ்காரனுங்க. நீ ஓடனே, டாக்சிய எடுத்துட்டு கௌம்பிடு. உன்மேல சந்தேகப்படுவாங்க. நீ என்னோட இருக்கிறதாலே நிச்சயம் உன்னை விசாரிக்க வருவானுங்க. கொஞ்ச நாளைக்கு டாக்சிய இந்தப் பக்கம் கொண்டு வராத. என்மேல அவுங்க கண் விழுந்துடுச்சி. இனி, இங்க இருக்க முடியாது. நான் பெறகு உங்கிட்ட பேசுறேன். அநாவசியமா பயப்படாத. பயம் நம்ம கொள்கைக்கு ஒத்துவராது. அந்த ஆளு ஒளவு பார்க்கிறவன்னு நல்லா தெரிஞ்சிபோச்சு. போலீஸ், பொணத்தை எடுக்கும்போதே அவுங்க பேசிக்கிட்டாங்க. துரோகிகளையும் முதுகில் குத்துறவனையும் எப்பவும் விட்டு வைக்கக்கூடாது. இவன் பெரிய கருங்காலி. நம்ம கடமையத்தான் செஞ்சோம். நாம அவன் வலையிலே விழுந்திருந்தா இன்னைக்கு அவன் பொணம் கெடந்த இடத்துலே நம்ம பொணம் இருந்திருக்கும்,” தேசிங்கு, மிக நிதானமாகப் பேசினான். குரலில் உறுதி தெரிந்தது.

முத்துக்கு சற்றே அதிர்ச்சியாக இருந்தாலும் நிலைமை புரிந்தது. தேசிங்கு தலைமறைவாக போகப்போகிறான் என்பதைச் சொன்ன பொழுது அது, முத்துவுக்கு பெரிய வேதனையைத் தந்தது. தனக்கு, சித்தாந்த வழிகாட்டியாக இருந்த தேசிங்கைப் பிரிவதால் தன்னால் செயல்பட முடியாமல் போய்விடுமோ எனப் பயந்தான்

“அண்ணே... நீங்க போயிட்டீங்கன்னா என்ன செய்யறது; ஏது செய்யறதுன்னு எனக்கு ஒண்ணுமே தெரியாதண்ணே. நானும் உங்க கூடவே வந்துடுறேன். அந்த அம்மா தரும் பொருளைக் கொண்டுபோய் வைக்கத்தான் தெரியும். வேறு எதுவும் நீங்க எனக்கு சொல்லிக் கொடுக்கலையே...” முத்துவின் குரலில் பதற்றம் தென்பட்டது.

“இதுமாதிரி சமயங்கள்ளதான் நாம நிதானமா, பொறுமையா யோசிக்கணும். எதிலயும், எடுத்தேன் கவுத்தேன்னு முடிவெடுக்கக் கூடாது. நாம எதிர்த்து வேலை செய்யுறோமுன்னு தெரியுமா? அவனுங்க ராணுவம் சாதாரணமானதில்ல. நான் சில ஏற்பாடுகளை செஞ்சிட்டு இன்னைக்குப் போயிடுவேன். உனக்கு நல்ல ஒரு ஆள காலையிலேயே பேசி முடிச்சிட்டேன். உண்மையில, அவருதான் இந்தப் பகுதிக்கு பொறுப்பு. நீ நெனைச்சமாதிரி நானில்லை. இயக்கத்தோட ரகசியங்கள எல்லாருக்கும் ஆரம்பத்திலேயே சொல்லிட முடியாது. ஒருத்தருக்குப் பின்னே ஒருத்தரா வரிசையான பட்டாளம் உள்ள இயக்கம்தான் ஜெயிக்கும். கொள்கை, இயக்கமெல்லாம் ஒருத்தரோட அழிஞ்சிபோறதில்ல. உன்னை அநேகமா, நான் இப்ப பார்க்கிறதுதான் கடைசியா இருக்கும்.”

இப்படி தேசிங்கு சொன்னபோது, முத்துவின் கண்களில் நீர் திரையிட்டது.

அவன் முதுகில் தட்டிக் கொடுத்தவாறு தேசிங்கு மூனாங்கட்டையை நோக்கி நடக்க ஆரம்பித்தான்.

காட்டிலும் மேட்டிலும் உழைத்து முருக்கேறிய தேசிங்கின் உடலுக்குள் மனிதநேயம் எப்பொழுதும் பசுமை குன்றாமல் நிறைந்திருக்கும். முரட்டுக் கைகளும் சிரைக்கப்படாத குறுந்தாடியும் மீசையும் கருத்தமேனியும் அவனுக்கு வெளிஅடையாளம் தான். யாரும் முதலில் பார்க்கும்பொழுது “சரியான முரடன்” என்றுதான் சொல்வார்கள். பலர், அவனிடம் நெருங்காததற்கு அவனின் தோற்றமே காரணம். முத்து அறிந்து, தேசிங்கு எப்பொழுதும் தனக்காக எதுவும் செய்துகொண்டவனில்லை.

தேசிங்கின் நடையில் வேகம் தெரிந்தது. கணுக்காலுக்குக் கீழே நின்ற வெள்ளம் “போகாதே... போகாதே...” என்பதுபோல் ‘சலக் சலக்’கென்று ஒலி எழுப்பியது. தேசிங்கு பாலத்தைக் கடந்தபிறகு ஒருமுறை திரும்பிப் பார்த்தான். அவனின் உருவம் மறைந்ததும் வீட்டை நோக்கிப் போனான் முத்து.

ஜெயா எழுந்து பல் துலக்கிக்கொண்டிருந்தாள். அடுப்புக்கரியை எடுத்து கீழும் மேலுமாக தேய்த்தவள், முத்துவைப் பார்த்ததும் “காலையிலேயே எங்கே போயிட்ட... என்னை கம்போங் சிம்பாடாக்கில் கொண்டுபோய் விட்டுடு. சாமான்களைக் கட்டி, லாரி பிடிச்சி இங்கே கொண்டுவரணும்.”

முத்து, எதுவும் பேசாமல் உள்ளே சென்று புறப்படுவதற்கு ஆயத்தமானான்.

“அவள், இங்கே வந்து தங்கிவிட்டால் சண்முகம்பிள்ளையின் கோபம் அதிகமாகும். அடிக்கடி வீட்டுக்கு வரத் தொடங்குவாள். அம்மா வேறு முகத்தைக் காட்டுகிறாள். அப்பா, பேசவேயில்லை...” முத்துவின் மனம், பல கணக்குகளைப் போட்டு விடை தேடிக்கொண்டிருந்தது.

டாக்சியை எடுத்தபொழுது முன்புறமாக வந்து அமர்ந்துகொண்டாள் ஜெயா.

டாக்சி நகரும் நேரம், முத்து வீட்டுவாசலில் அப்பாவும் அம்மாவும் வந்து நின்றிருப்பதைப் பார்த்தான். கலவர முகத்துடன் கருத்த குச்சிகள்போல அவர்கள் விறைத்து நின்றிருந்தனர். அவனுக்கு ‘திக்’கென்றது. காரை வேகமாகச் செலுத்தி பாலத்தைக் கடந்தான்.

தன்னை, யாரோ வந்து சந்திப்பார்கள் என்று தேசிங்கு சொன்னாரே... அது யாராக இருக்கும்? தேசிங்கு, அவனிடம் தன்னைப் பார்ப்பது இதுதான் கடைசியாக இருக்குமென்று சொன்னது, நெஞ்சில் கனத்த கல்லைத் தூக்கிவைத்ததுபோல் அழுத்திக்கொண்டேயிருந்தது.

டாக்சி, செந்தூல் பாதையில் திரும்பியது. ஜெயா, ஏதோ சொல்லவந்து பிறகு அமைதியானாள். அவளின் மௌனத்தில் பலத்த பொருள் இருக்கவேண்டுமென்பது மட்டும் அவனுக்குப் புரிந்தது.

நேற்றிலிருந்து நடந்த ஒவ்வொன்றும் துண்டுதுண்டுக் காட்சிகளாக மனதில் திரையிட்டுப் போனது. கையில் ரத்தம் படிந்திருப்பதைப் போல உணர்வு எப்போதுமே பிசுபிசுத்தது. அவ்வப்போது கையை அழுத்தித் துடைத்துக்கொண்டான். இரண்டு ஆண்டுகளாக உடனிருந்த தேசிங்கை, அவன் அவ்வட்டாரத்தின் கம்யூனிஸ்ட் பொறுப்பாளர் என்றே அறிந்துவைத்திருந்தான். இன்று அதுவும் இல்லை எனச் சொன்னபோது, தான் காண்பவற்றில் எதெல்லாம் உண்மை, எதெல்லாம் பொய் எனத் தெரியாத தவிப்பு எழுந்தது. தன்னை யாரோ சிலர், ஒரு நெடிய விளையாட்டுக்காக நகர்த்துகிறார்களா என யோசித்தபோது தலை வலித்தது.

ஜெயாவுக்கு என்ன தெரியும்? அவள் நல்லவளா, கெட்டவளா என சிந்தனை ஓடியது. நல்லவள் என்பதும், கெட்டவள் என்பதும் என்ன என்றும் கேட்டுக்கொண்டான். அப்படி யாரும் இருப்பதில்லை எனத் தோன்றவும் மெல்ல அவள் முகத்தைப் பார்த்தான். அவள், சன்னல் பக்கம் திரும்பியிருந்தாள்.

ஜெயாவிடம் எதைப் பேசவும் அவனுக்குப் பயமாக இருந்தது. பேசாமல், போலீஸிடம் சென்று சரணடைந்துவிடலாமா என ஒரு நிமிடம் தோன்றியபோது, தன் எண்ணத்தையே நொந்துகொண்டான். கண்களை மூடி "தானும் ஒரு போராளி" எனச் சொல்லிக்கொண்டான்.

22

சில வாரங்கள் ஆனநிலையில், "தேசிங்கு எங்கே, எப்படி இருக்கிறானோ?" என்ற நினைப்பு முத்துவை வாட்டியபடி இருந்தது.

'பிரிக்ஸ் திட்டம்' என்ற புதிய நடைமுறையை பிரிட்டிஷ் அரசு கொண்டு வந்திருந்தது.

முன்பு பிரிட்டிஷ் ராணுவத்தில் பணியாற்றி ஓய்வுபெற்ற லெப்டினன் ஜெனரல் சர் வேர ரால்ட் பிரிக்ஸ் என்பவர், மலாயாவில் கம்யூனிஸ்ட் நடவடிக்கைகளை ஒடுக்கும் இயக்குனராக ஆங்கில அரசு நியமித்த காலந்தொட்டு, போராட்டவாதிகளுக்கு உணவு கிடைப்பதில் பல இடையூறுகள் ஏற்பட்டிருந்தது. காட்டில் இயற்கையாகக் கிடைத்த உணவுகளையும், மிருகங்களையும் வேட்டையாடி போராட்டத்தைத் தொடர்வது எவ்வளவு காலத்துக்குச் சாத்தியமாகும் எனப் பெருங்குழப்பம் முத்துவுக்கு ஏற்பட்டது.

அரசாங்கம் வெளியிட்டுவந்த ஜனோபகாரி பிரச்சார இதழ்களில், கம்யூனிஸ்ட்டுகள் யானைகளை வேட்டையாடி உண்பதாக கார்ட்டூன் போட்டிருந்ததைப் பார்த்தபொழுது முத்து மிகவும் கவலையடைந்தான்.

அன்றைய பத்திரிகையில் பகாங் பெந்தோங் காட்டுப் பகுதியில் பிரிட்டிஷ் விமானங்கள் தாக்குதல் மேற்கொண்டு, பெரும்பகுதி பயங்கரவாதிகளை அழித்துவிட்டதாகச் செய்தி வெளியாகியிருந்தது.

மலாயா கம்யூனிஸ்ட் கட்சியின் பொதுச்செயலாளர் சின் பெங், அங்குதான் இருந்தாரென்று ஏற்கனவே முத்துவுக்குத் தெரியும். தேசிங்கும் அங்கேதான் இருந்திருப்பாரா, உயிர் பிழைத்திருப்பாரா என்ற கவலை வந்தது. போராட்டத்திற்கெதிராக அடுத்தடுத்து தடங்கல்கள் வந்தவண்ணமாகவே இருந்தன. சரியான வழிகாட்டுதல் இல்லாமல், அடுத்து என்னசெய்வது என்ற தடுமாற்றம் முத்துவை ஆட்கொண்டது.

டாக்சியை, பாகிஸ்தானிய முதலாளியிடம் ஒப்படைத்துவிட்டு அவருக்குச் சேரவேண்டிய வாடகைப் பணத்தையும் கொடுத்துவிட்டு இன்னும் ஓரிரு மாதங்களுக்கு, தான் டாக்சி ஓட்டமுடியாது என்றும் கூறிவிட்டான்.

வாடகை வண்டி ஓட்டுவதையும் விட்டுவிட்டதால் தற்காலிகமாக ஒரு அரிசி மண்டியில் வேலைசெய்யத் தொடங்கியிருந்தான். ஓரிரு நாட்கள் வீட்டுக்கும் வராமல் அரிசி மண்டியிலேயே தங்கிக் கொண்டான். அது எப்போதும் அலையெழுப்பிக் கொண்டிருக்கும் எண்ணங்களிடமிருந்து கொஞ்சம் விடுதலையைக் கொடுத்தது. ஜெயா பக்கத்து வீட்டில் குடி வந்திருப்பது அவனுக்குப் பெரும்சங்கடமாக இருந்தது. ஆனால், தான் இல்லாத நேரங்களில் தன் அப்பாவுக்கும் அம்மாவுக்கும் அவள்தான் பாதுகாப்பு என்று நினைத்தபோது ஆசுவாசமாகவும் இருந்தது

அன்றைக்கு முத்து வீட்டுக்குத் திரும்ப பஸ் எடுக்கக் காத்திருந்தான்.

லொடக் சீத்தாராம் பஸ் அசைந்துவந்தது. அதில் ஏறிய முத்து, முன் இருக்கையில் ஜெயாவும் மற்றொரு பெண்ணும் உட்கார்ந்திருப்பதைக் கவனித்தான். அவனுக்குச் சற்று சங்கடமாகியது.

"ஏன் முழிக்கிறீங்க... இதோ, இந்த சீட்டுல உட்காருங்க," ஜெயா பக்கத்து சீட்டைக் காட்டினாள்.

அதில் அமர்ந்த முத்து, அந்தப் பெண் யார் என்பதுபோல ஜெயாவை நோக்கி பார்வையைச் செலுத்தினான். இதற்குமுன் அந்தப் பெண்ணை முத்து பார்த்ததில்லை.

"இவுங்க ராஜலட்சுமி," முத்து, அந்தப் பெண்ணை உற்றுப் பார்த்தான். முகத்தில் அழுத்திச் சிரைக்கப்பட்ட அடையாளம் இருந்தது.

"யாக்கா... இவுங்கதான் முத்தண்ணனா? பார்க்க வாட்ட சாட்டமா தான் இருக்காங்க. முத்தண்ணே... ஏன், உம்முன்னு இருக்கீங்க. வாயைத் தொறந்தா முத்து கொட்டிடுமா. அட, செத்தப் பேசுங்களேன்..." ராஜலட்சுமிக்கும் லொடக் சீத்தாராம் பஸ்ஸுக்கும் வித்தியாசம் இல்லையென எண்ணிக்கொண்டான்.

முத்துவின் முகத்தில் எரிச்சலைப் பார்த்த ஜெயா, வழக்கமான கிண்டல் கேலிகளை ஒதுக்கிவைத்தாள்.

"இவுங்க முன்ன சௌக்கிட்டில இருந்தாங்க. வயசாயிடுச்சி. அங்கே எடுபிடி வேலை செஞ்சிட்டு இருந்தாங்க. யாரும் மதிக்கிறதில்ல.

காலையில செட்டித் தெருவிலே இட்டிலித் தட்டு, மற்ற சாமான்களை வாங்கப் போனேன். அங்கதான் பார்த்து கூட்டிக்கிட்டு வந்தேன். நல்ல குணம். என்ன செய்யறது? கடவுள், இவுங்களை இப்படிப் படைச்சிட்டான். வவுத்தைக் களுவனுமே... அதான் தோசை, இட்லி வியாபாரத்துக்கு உதவியா கூட்டிக்கிட்டு வந்துட்டேன். இவுங்க வாய்தான் 'லொட லொட'. மனசு சுத்தத் தங்கம்,'' ஜெயா, ராஜலட்சுமியின் வரலாற்றை சுருக்கமாகச் சொன்னாள்.

முத்து எதுவும் பேசவில்லை. ஜெயாவின் பிடிவாதத்தை அவன் நன்கு அறிந்தவன். எதைச் சொன்னாலும் அதற்கான மறுக்கமுடியாத பதில் அவளிடம் தயாராக இருக்கும்.

"ஒன்னைய எதிர்பாத்தேன். ரெண்டு நாளா வரல. அதான், நானே இன்னிக்குக் காலையிலேயே லாரி பிடிச்சி, மிச்சம் மீதி இருந்த சாமான்களையும் பக்கத்து வீட்டுல இறக்கிட்டேன். வாடக கம்மிதான். சமாளிச்சிடலாம். எதுவும் சரிப்படலனா மூட்ட முடிச்ச கட்டிக்கிட்டு வேற எங்கயாவது பொழப்புத் தேடி போக வேண்டியதுதான். குசுனிக்குப் பின்புறமா வீட்டைக் கொஞ்சம் இழுத்துக் கட்டச்சொல்லி பணமும் கொடுத்துட்டேன். ரெண்டு நாளயிலே அந்த வேல முடிஞ்சிடும்,'' என்றாள்.

முத்து எதற்கும் பதில் சொல்லவில்லை.

"இன்னொரு விஷயம், ராஜலட்சுமி நல்லா சைக்கிள் ஓட்டுவாங்க. இட்லி, தோசைய பக்கத்து இடத்துக்கு சைக்கிளிலேயே கொண்டுபோய் வியாபாரம் பண்ணிட்டு வருவாங்க. என்ன ஒண்ணும் பேசாம இருக்க...? டாக்சியை கொடுத்திட்டீயா... இனி, வருமானத்துக்கு என்ன பண்றதுன்னு நெனைக்கவேணாம். இந்த இட்லி, தோசை வியாபாரத்திலே இன்னும் பத்துப்பேருக்கு சோறு போடலாம். கவலைப்படாத... ராஜலட்சுமி எல்லாவகையிலும் ஒத்துழைப்பா இருப்பாங்க.''

ஜெயா எவ்வளவு பேசினாலும் ஏன், சண்முகம்பிள்ளையை விட்டு வந்தாள் என்ற குழப்பமும் பயமும் அகலாமல் இருந்தது. ஆனால் சண்முகம்பிள்ளையிடமே உறவில்லை என ஆனபிறகு, ஜெயாவிடம் எதுகுறித்தும் கேட்கத் தோன்றவில்லை. அவளை விட்டுத் தள்ளியிருப்பதே சரியெனப்பட்டது. அறையில் கிடந்த நூல்களைக் கண்டு அவள் பேசிய பேச்சை இப்போது நினைக்கும் போது எரிச்சலாக இருந்தது.

பஸ் சிகாம்புட் வளைவைத் தாண்டி பாலத்துப் பக்கம் நின்றது. இரண்டு, மூன்று கட்டுகளாக வாங்கிய சாமான்களை ஜெயாவும் ராஜலட்சுமியும் தூக்கிக்கொள்ள முயன்றபோது, எல்லாவற்றையும் தானே வாங்கிக்கொண்டு பஸ்ஸைவிட்டு இறங்கினான் முத்து. ஓடிச்சென்று உதவும் குணத்தை அவனால் துறக்க முடியவில்லை.

மூவரும் வீட்டை நோக்கி நடந்தார்கள். அப்பொழுது நாகப்பன், தனது சைக்கிளில் மெதுவாக வந்து முத்துவின் பக்கத்தில் இறங்கிநின்றார். ஜிம்மியும் வாலை ஆட்டிக்கொண்டு நின்றது.

"முத்து, உங்ககிட்ட கொஞ்சம் பேசணும், அந்த மாமரத்துப் பக்கம் வரீங்களா?" நாகப்பன் இப்படிச் சொன்னதும் முத்துவுக்கு ஆச்சரியமாக இருந்தது. "எப்பொழுதும் யாரிடமும் பேசாதவர். தனக்குள் ஒரு உலகத்தை உருவாக்கிக்கொண்டு அதற்குள் வாழ்பவர். தான் அந்த புறம்போக்குப் பகுதிக்கு வந்ததிலிருந்து அப்படி ஒருவன் பக்கத்து வீட்டில் இருக்கிறான் என்பதையே கண்டுகொள்ளாதவர் ஏன், தனியாகப் பேசக் கூப்பிடுகிறார்?" என எண்ணியவனாக தலையசைத்தான்.

கையில் இருந்த சாமான்களை ஜெயாவிடமும் ராஜலட்சுமியிடமும் கொடுத்து, "நீங்க வீட்டுக்குப் போங்க... நான் நாகப்பன் அண்ணனிடம் பேசிட்டு வர்றேன்..." என்று கூறியவாறு, மாமரத்தை நோக்கி நடந்தான். நாகப்பன், சைக்கிளை ஓரமாக நிறுத்திவிட்டு அங்கிருந்த கல்லில் அமர்ந்தார். முத்து, பக்கத்திலிருந்த மற்றொரு கல்லில் போய் உட்கார்ந்துகொண்டான்.

"எப்படி இருக்கீங்க முத்து? ரெண்டு, மூணு நாளா ஆளையே காணோம். ஏன், தேசிங்கண்ணன் இங்கிருந்து போயிட்டாருன்னு கவலையா? விடுங்க முத்து... போராட்டமுன்னு சொன்னா இதுவெல்லாம் சகஜம். தேசிங்கு போகும்போது எல்லாத்தையும் என்னிடம் சொல்லிட்டுத்தான் போனாரு," நாகப்பன், இப்படிப் பேசியதும் முத்து பதற்றமடைந்தான். நாகப்பன் பேசுவதைக் கவனமாகக்கேட்டான். எதற்காகவும் அவன் வாயைத் திறக்கவில்லை.

"உங்கிட்ட ஒரு விஷயம் சொல்லியிருப்பாரே. அது நான்தான்."

முத்து அதிர்ச்சியடைந்தான்.

"அதிர்ச்சியடையாதீங்க முத்து. நான் ஏன், யாரிடமும் பேசறதில்லைன்னு நீங்க நினைக்கலாம். பேசிப் பேசியே குட்டிச்சுவரானவங்க நாம. கடல் அலையை எழுப்பி எழுப்பி ஆர்ப்பரிக்குது. பார்க்க அழகாத்தான்

இருக்கும். ஆனா, முத்து கடலுக்கடியிலே அமைதியா இருக்கு. முத்துக்கிருக்கும் மதிப்பு அலைகளுக்கில்லை," நாகப்பனின் வார்த்தைகள் அளந்து அளந்து வந்தன.

முத்து, ஆச்சரியத்துடன் நாகப்பனை பார்த்தபடி இருந்தான்.

"இப்போ தேசிங்கு, பகாங் கோல லிப்பிஸ் பக்கம் இருக்காரு. உங்கள ரெண்டு நாளா உளவு பார்க்கச்சொல்லி உத்தரவு. அதான் கொஞ்சம் அவகாசம் எடுத்துக்கிட்டேன். உங்க நண்பன் வீட்டுல நீங்க தங்குனதெல்லாம் தெரியும்."

நாகப்பன் சொன்னது முத்துவுக்கு அதிர்ச்சியாக இருந்தது.

"இதக்கூட நான் சொல்லவேண்டியதில்ல. ஆனா நாம எவ்வளவு எச்சரிக்கையா இருக்கணுமுன்னு உங்களுக்குத் தெரியணும்," என நிறுத்தியவர், "பத்திரிகையிலெ பெந்தோங் காட்டுல நடந்த விமானத் தாக்குதல்ல பல பேர் கொல்லப்பட்டதாக வந்த சேதியெல்லாம் பொய். சின் பெங்கும் மற்ற கொரில்லாக்களும் விமானச் சத்தம் கேட்ட உடனேயே அங்கேருந்து தப்பிட்டாங்க. அவுங்க குடியிருந்த குடிசைகளத்தான் அழிச்சிட்டாங்க. இப்போ செயலாளர் சின் பெங் வேறு இடத்துக்குப் பத்திரமா போயிட்டாரு. இப்போதைக்கு நமக்கு முக்கியமான செய்திகளைக் கொண்டு போவதற்கு ஒரு நம்பகமான ஆளு தேவை. நீங்க அதைச் செய்ய முடியாது. ஏற்கனவே தேசிங்கை போலீஸ் நெருங்கினதால அவர் வெளியேறிட்டாரு. நீங்க அடிக்கடி அவரோட இருந்ததை அவர்கள் பார்த்திருக்காங்க. அதோட, பத்து எஸ்டேட்டில் நடந்த கொலையில் ஒரு டாக்சி சம்பந்தப்பட்டிருக்குன்னு போலீசுக்குத் தெரிஞ்சுபோச்சி. நீங்க கொஞ்சகாலம் இங்கே இருக்கிறது சரியா வராது. இருக்கிற பலத்தை கொஞ்சம் கொஞ்சமா நாம எழக்க முடியாது. நீங்க காஜாங்குக்குப் போயிடுங்க. அங்க உங்களைப் பாத்துக்குவாங்க. எப்பவும் வாய் திறக்காத அப்பாவியா இருக்கணும். இப்போ நேரம் சரியாயில்ல. கெடுபிடி அதிகமாயிடுச்சி."

முத்து, ஒன்றும் சொல்லாமல் அமைதியாக இருந்தான்.

"நீங்க என்னா நெனைக்கறீங்கன்னு புரியும். உங்க குடும்பத்த அம்போன்னு விட்டுடமாட்டோம். முத்து, ஜெயா உங்க வீட்டுப் பக்கம் வந்தபெறகு நான் முழுக்க அவளப்பத்தி ஆராய்ஞ்சிட்டேன். சந்தேகமே வேணாம், உங்கமேல இருக்குற நம்பிக்கையாலதான் வந்திருக்காங்க. அவங்க இட்லிக் கடை வைக்கப்போறதா கேள்விப்பட்டேன். நீங்க இல்லாத இந்த நேரத்துல, அவங்க இங்க

இருக்குறது உங்க குடும்பத்துக்கும் உதவியா இருக்கும். சரி. இனி, நாம அடிக்கடி சந்திக்கிறது முடியாது. ரொம்பநேரம் இங்கே பேசிட்டு இருக்கவும் முடியாது. முடிஞ்சா, இன்னிக்கே காஜாங்கிற்குப் போயிடுங்க. போலீஸ் கண்ணு உங்க மேலே விழுவுறதுக்குமுன்னே புறப்படுங்க...” நாகப்பன் பேசி முடித்ததும் முத்து வாய் திறக்கவில்லை.

நாகப்பன் சைக்கிளை எடுத்துக்கொண்டு புறப்படும்முன் சொன்னார்: “ஜெயாவும் அவளோட இருக்குற அந்த ஒம்போதும் களிமண்ணு போல. நீங்க நெனச்சா அவங்கள நம்ம இயக்கத்துக்குப் பயன்படுத்திக்கலாம்.”

ஜிம்மி, அவர் பின்னே ஓடியது. முத்து, ஒருகணம் ஏற்பட்ட திகைப்பில் மெல்ல எழுந்து வீடுநோக்கி நடந்தான்.

23

முத்து, வீட்டை அடைந்தபோது அம்மா வீட்டில் இல்லை. அவள் செருப்பு, பக்கத்து வீட்டில் கிடந்ததால் அங்கே சென்றான். ஜெயாவும் ராஜலட்சுமியும் ஆட்டுக்கல்லில் மாவு ஆட்டிக் கொண்டிருந்தார்கள். சட்னி செய்வதற்குத் தேங்காய் துருவிக் கொண்டிருந்தாள், அம்மா. நாகப்பன் சொன்னது சரிதான் எனப்பட்டது. அம்மாவுக்கு பேச்சுத் துணைக்கு ஆள் கிடைத்தவுடன் விரோதமெல்லாம் பார்க்கவில்லை. அவள் உழைத்துப் பழகியவள். இவர்களுடன் சேர்ந்து வேலை செய்ய விரும்பியதைப் புரிந்துகொண்டான்.

சண்முகம்பிள்ளை கலியாணம் முடிந்து திரும்பியவுடன், ஏதாவது நடக்குமோ என்ற பயமும் முத்துவை வாட்டியது. ஆனால், ஜெயா எல்லாவற்றுக்கும் துணிந்தே இந்த முடிவை எடுத்திருக்கிறாள் என தனக்குள் சொல்லிக்கொண்டான்.

நாகப்பன் சொன்ன ஒரு விஷயத்தை இப்பொழுது தீவிரமாகச் சிந்தித்தான் முத்து. ஜெயாவுடன் பேசுவதற்கு அவனுக்கு நிறைய விஷயங்கள் இருந்தன. அதை வீட்டில் வைத்துப் பேசமுடியாது. அவள் வேலை முடிந்து வருவதற்காக வீட்டில் வெளியே போடப்பட்டிருந்த பிராஞ்சாவில் அமர்ந்தான்.

ஜெயா, சந்தர்ப்பவசத்தால் சௌக்கிட்டிற்குச் சென்றவள். பசிதான் அவளை அங்கே அனுப்பியது. சண்முகம்பிள்ளை மூலம் அவளுக்கு ஒரு மறுவாழ்வு கிடைத்தபொழுது அதை மனப்பூர்வமாக ஏற்றுக்கொண்டாள் என்று சொல்லமுடியாது. விபச்சாரத்திலிருந்து விடுபட அந்த வாய்ப்பைப் பயன்படுத்திக்கொண்டாள். சண்முகம்பிள்ளையின் சமூக அந்தஸ்து, அவரின் குடும்பம், பணம் எல்லாமே தனக்கு எதிராக ஒருநாள் திரும்புமென்று பலமுறை முத்துவிடம் அவள் சொல்லியிருக்கிறாள். அவள் அறிவாளி. நிச்சயம் உதவுவாள் எனத் தோன்றியது.

"இந்தா... இதைக் குடி," ஜெயா, தேநீர்க் குவளையைக் கொண்டுவந்து மேசையில் வைத்தாள். சேலை முழுதும் தோசைமாவின் அடையாளம். அவள் களைத்திருந்தாள். இந்த வேலைகளைப் பழகிக்கொள்ள கொஞ்சநாள் ஆகலாம்.

தேநீரை எடுத்துப் பருகினான் முத்து.

"உங்களிடம் ஒரு முக்கியமான விஷயம் பேசணும். கொஞ்சம் வெளியே வர்றீங்களா?"

"கொஞ்சம் இரு. மாவை எடுத்து வச்சிட்டு வந்துடுறேன்," ஜெயாவின் பார்வை அவனை ஊடுருவியது.

"கொஞ்சம் அவசரம்" என்றான், முத்து. உள்ளே குசுனிப்பக்கம் எட்டிப் பார்த்த ஜெயா, "ராஜலட்சுமி, மாவை எடுத்துப் பானையில் வச்சிடு. ஆட்டுக்கல்லை சுத்தமா கழுவி வச்சிடு. நான் கொஞ்ச நேரத்துல வந்துடுறேன்" என்றாள்.

"மெதுவா வாங்க, நான் எல்லா வேலைகளையும் பாத்துக்கறேன்," ராஜலட்சுமி, உள்ளேயிருந்து குரல் கொடுத்தாள்.

முத்து, எழுந்து வெளியே நடக்க ஆரம்பித்தான். முச்சந்தியில் இருந்த மதுரைவீரன் கோயில் வரை சென்றதும் நின்றான். காலையிலேயே யாரோ ஏற்றிய எண்ணெய் விளக்கு சின்ன சுடர்விட்டு எரிந்துகொண்டிருந்தது.

"ஜெயா, இனிமே நீங்கதான் அம்மாவையும் அப்பாவையும் பாத்துக்கணும். கொஞ்சகாலம் நான் காஜாங்கில் இருக்கணும்" என்றான்.

"போலீஸ் தேடுதா?" என்ற ஜெயாவின் கண்களைப் பார்க்க சங்கடமாக இருந்தது. இவ்வளவு விரிவாக, இவ்வளவு தெளிவாக, ஒரு சூழலை அனுமானித்து அறியும் அவள் அறிவு ஆபத்தானதா, ஆறுதலானதா என்ற குழப்பம் வந்தது.

"உம் முதலாளிக்கு குறி வச்சிருக்காங்கன்னு சேதி வந்தப்பவே எனக்குச் சந்தேகம் வந்துச்சி. நல்லா குடிச்சிட்டு அந்த ஆளு என் வீட்டுலதான் வந்து அழுதுக்கிட்டிருந்தாரு. அன்னைக்கு போலீஸ்கிட்ட முதலாளி எந்த வீட்டுக்குப் போறாருன்னு ஒனக்குத் தெரியாதுன்னு சொன்ன. ஆனா, அவரோட காரு தெக்கால போனப்பவே அது பத்து எஸ்டேட் பங்களாவுக்குன்னு ஒனக்கும் தெரியும்; எனக்கும் தெரியும்."

சை. பீர்முகம்மது ● 153

முத்து, முதலில் ஒன்றும் தெரியாதவன்போல முகத்தை வைத்திருந்தாலும் அவள் பேசப்பேச வெளிறத் தொடங்கியது.

"எங்கூட இருந்த நீ, திடீருன்னு காணாமப் போயிட்ட. நீ தேசிங்கோட பதற்றமா ஏதோ பேசுறத நான் பாத்தேன். ஆனா நீ திரும்பி வந்து பாத்ரூம் போனதாச் சொன்ன. அது பொய்."

இப்போது முத்து முற்றிலும் கட்டுப்பாட்டை இழந்திருந்தான். உடல் நடுங்கத் தொடங்கியது.

"அவரு எங்கிட்ட, கம்யூனிஸ்ட்டுங்க என்னையக் கொல்ல சதி பண்ணிருக்காங்கன்னு சொன்னப்பவே எனக்கு உன்மேல சந்தேகம் வந்துச்சி. ஆனா அதுக்கு மொத நாளு, அருவிப் பக்கம் அவரு தனியா இருந்தும், ஒன்னய அவரு அவ்வளவு அடிச்சும், நீ ஒண்ணுமே செய்யல. அப்பவே எனக்கு ஒம்மேல இருந்த பயம் போயிடுச்சி. நீ அவர ஒண்ணும் செய்யமாட்டன்னு தோணுச்சி."

முத்து நிமிர்ந்து பார்த்தான். அவன் கண்களில் கண்ணீர்.

"அவரு கெட்டவருதான். ஆனா நான் அவரோட வாழ்ந்திருக்கேன். எனக்கு ஒரு கௌரவம் கெடைச்சிருக்கு. அது அசிங்கமான கௌரவமாவே இருக்கட்டும். ஆனா கௌரவம்."

முத்துவுக்கு நடுங்கிக்கொண்டு வந்தது. கால்கள் வலுவிழந்தன. அப்படியே அமர்பவனை, நாகப்பன் தொலைவில் இருந்தபடி நோட்டம் விட்டுக்கொண்டே இருந்தார்.

"முத்து, ஆனா ஒன்னோட பாதைய நா கொற சொல்லல. ஜப்பாங்காரனாலதான் நான் அனாதையானேன். இப்ப வெள்ளக்காரன். என்னால ஒனக்கு ஆபத்து இல்ல. நம்பு."

கொஞ்சம் நிதானமாக இருந்தது. ஆனாலும் அவளை எதிர்கொள்ள முடியாமல் இருந்தான். மெல்ல எழுந்தவன், "மன்னிச்சிடுங்க" என்றான்.

"எதுக்கு மன்னிப்பெல்லாம். நீ ஏதோ சொல்லவந்த, சொல்லு..." என்றாள் உறுதியாக. அனைத்தையும் சொல்ல தனக்குச் சங்கடத்தை தராமல் அவளே புரிந்துகொண்டது கொஞ்சம் நிம்மதியாக இருந்தது முத்துவுக்கு.

"நிலைமை சரியானதும் நான் இங்கே வந்துடுவேன். உங்களால ஒரு வேல ஆவணும். நீங்கதான் அதைச் செய்யணும்" முத்துவுக்கு, அவளிடம் பேச்சுக் கொடுக்கவே பயமாக இருந்தது. பார்வைவழி

மனதை அறிந்துகொண்டு அதையும் சொல்லிவிடுவாளோ என அவனே தொடர்ந்தான்.

“சண்முகம்பிள்ளை ஊரிலிருந்து வந்ததும் பிரச்சனைகள் வருமா?”

“அவரைப் பத்தியெல்லாம் கவலைப்படாத. நா சமாளிச்சிக்குவேன். ஆமா, ஏதோ முக்கியமான வேலன்னு சொன்னியே, அது என்ன?”

“இப்ப செய்திகள் கொண்டுபோறதுக்கு சரியான ஆள் இல்ல. நீங்க செய்திகள அன்றாடம் வேண்டிய எடத்திலே கொண்டுபோய்ச் சேக்கணும்,” சொல்லிவிட்டு, சுற்றுமுற்றும் பார்த்தான்.

“செய்தியா? யார் மூலம், எப்படி வரும்?” ஜெயா பேச்சில் ஆர்வம் இருந்தது.

“அதை வரும்போது தெரிஞ்சிக்கிங்க. செய்திங்க எழுத்து வடிவத்திலே இருக்காது. எல்லாம் வாய்வழியாத்தான் கேட்டு போய்ச் சேர்க்கவேண்டிய இடத்தில சேர்த்திடணும். யாருக்கும் சந்தேகம் வந்துடக்கூடாது. இப்போ, இட்லி வியாபாரம் செய்யறதாலே எல்லா இடத்துக்கும் சுலபமா நீங்க போயிரலாம். யாரையும் நம்பி வாயை விட்டுடாதீங்க. போலீஸ் கண்காணிப்பு அதிகமாயிடுச்சி. மத்த விஷயங்களை வேறொருத்தர் சொல்வாரு.”

“யாரவர்?” ஜெயா மீண்டும் ஆர்வமாகக் கேட்டாள்.

“நானே ஒரு கருவிதான். எங்கிருந்து, யாரு என்னைய இயக்குறாங்கன்னு எனக்கே இன்னும் முழுசா புரிபடல. ஒங்களுக்கு தகவல் எப்படியாவது வரும்.”

முன்பிருந்த முத்து அல்ல இவன் என்பதை ஜெயா, அவன் பேச்சிலிருந்து அறிந்துகொண்டாள். சம்பளத்தை வாங்கிக்கொண்டு சண்முகம்பிள்ளை வீட்டில் கொடுத்த அடி, உதைகளை வாங்கிக்கொண்டிருந்தவனா இப்படிப் பேசுகிறான் என வியப்பும் மகிழ்ச்சியும் ஒருசேர வந்தது.

இருள் இலேசாக பரவத் தொடங்கியது. மரத்தில் குருவிகள் வந்து கூடின. அவற்றின் குரல் ‘கீச் கீச்’சென்று சுற்று வட்டாரத்தில் கேட்க ஆரம்பித்தது.

“எல்லாத்தையும் நான் பாத்துக்கிறேன். எனக்கு ஏதாச்சும் ஆச்சுன்னா ராஜலட்சுமி பார்த்துக்குவாங்க. கவலைப்படாதே. தைரியமாப் போயிட்டு வா. ராஜலட்சுமியை சாதாரணமா நினைச்சிடாத...”

ஜெயா இப்படிப் பேசியதும், முத்துவுக்குக் கொஞ்சம் நிம்மதியாக இருந்தது.

“நம்ம வேலைக்கு ஓட்டைவாய் கூடாது. பார்த்து நடந்துக்கங்க. அம்மா, அப்பாவிடம் இப்போ எதுவும் சொல்லவேணாம். இரண்டு, மூணு நாள் கழிச்சு மெதுவா, பக்குவமா சொல்லுங்க. இந்தப் பகுதிக்குப் பொறுப்பானவர் நான் நினைச்சதுபோல தேசிங்கண்ணன் இல்ல.”

இதைக் கேட்டதும் ஜெயா திடுக்கிட்டாள்.

“பின்ன யாரு?” ஜெயாவுக்கு ஆர்வம் தாங்கவில்லை.

“ஒருத்தர் இருக்காரு. ஆனா அவரும் பொறுப்பாளர் இல்லன்னு இன்னொரு புதுத் தகவல் வரலாம். எல்லாமே சாத்தியம். ஜெயா, நான் வெறும் கருவிதான்.”

ஜெயாவின் மனதில் ஒருபக்கம் முத்து வேறுஇடம் செல்வதால் துக்கமாக இருந்தாலும் மறுபக்கம், தனக்கும் இந்தப் போராட்டத்தில் பங்கு வந்துள்ளதை நினைத்தபோது மகிழ்ச்சி ஏற்பட்டது.

ஜப்பானியரின் ஆட்சியில் பட்ட துன்ப வடுக்கள் அவளைவிட்டு மறைந்து விடவில்லை. செந்தூலில் நடந்த குண்டுவீச்சில் தாய், தந்தை இருவரையுமே இழந்த துயரம் இன்னும் நினைவை விட்டு அகலவில்லை. இப்பொழுது ஆங்கிலேயர்கள் ஆட்சிக் கூலிகளாக மனிதர்கள் நடத்தப்படுவதையும், அவர்களின் உழைப்பைச் சுரண்டுபவர்களாக அவர்கள் ஆகிவிட்டதையும் நேரில் பார்த்தவள். தன்னாலும் இந்தப் போராட்டத்திற்கு உதவும் நிலை வந்துள்ளதை மனப்பூர்வமாக ஏற்றுக் கொண்டாள்.

“அம்மாகிட்ட வெளியூருக்கு டாக்சி ஓட்டப் போகிறேன்னு சொல்லப்போறேன்,” முத்து இதைக் கூறிவிட்டு வீட்டைநோக்கி நடந்தான். சற்றுப் பொறுத்து ஜெயா அவனைப் பின்தொடர்ந்தாள்.

அவர்களுக்குப் பின்னால் ஜிம்மியோடு, நாகப்பன் சத்தமின்றி நடந்து வருவதை இருவரும் திடுக்கிட்டுப் பார்த்தனர்.

24

மதராஸில், புது மணமக்களுடன் கப்பலேறுவதற்கு துறைமுகத்தில் காத்திருந்தார் சண்முகம்பிள்ளை.

அங்குப் போடப்பட்டிருந்த நீண்ட பெஞ்சில் அவரின் மனைவியும் மகனும் அமர்ந்திருந்தனர். மாமியாரின் பக்கத்தில் புதுப்பெண் நின்றுகொண்டு தரையைப் பார்த்துக்கொண்டிருந்தாள். மகாலட்சுமி, யாருடனோ பேசிக்கொண்டிருந்தாள். வெங்கட்ராமன் சற்றுத் தள்ளி, மரப்பாலங்களின் கீழே இரைதேடிக் குவிந்து விலகும் சிறிய மீன்களையே வேடிக்கை பார்த்துக்கொண்டிருந்தான். சற்றுத் தள்ளியிருந்த பெஞ்சில் சுவாமி அமர்ந்திருந்தார். ஆச்சிரமத்தைச் சேர்ந்தவர்களும் சொந்தக்காரர்களும் ஆங்காங்கே தரையில் அமர்ந்திருந்தார்கள். எல்லாரும் எதை எதையோ பேசிக்கொண்டும், வெற்றிலை போட்டுக்கொண்டும் இருந்தனர். பிள்ளையின் முகத்தில் சோர்வு தெரிந்தது. கடந்த ஒரு மாதமாக, கலியாண அலைச்சலும் இப்பொழுது ரயிலில் வந்த களைப்பும் அவரை முழுமையாக ஆட்கொண்டிருந்தன.

எல்லாம் நல்லபடியாக முடிந்ததில் சுவாமிகள், மகிழ்ச்சியாகக் காணப்பட்டார்.

சண்முகம்பிள்ளைக்கு, இந்த ஒரு மாத காலமாக உடல்தான் ஊரில் இருந்ததே தவிர மனம் முழுதும் மலாயாவில் உள்ள தனது தோட்டங்களிலேயே இருந்தது. அவர் ஊரில் இருக்கும்போது மலாயாவிலிருந்து வந்த கடிதங்கள் கவலையளிப்பதாகவே இருந்தன.

கம்யூனிஸ்ட்டுகளின் கலவரம், பல தோட்ட ஆங்கில மானேஜர்களும் முதலாளிகளும் சுட்டுக்கொல்லப்பட்டது, உணவு நடமாட்டத்திற்குக் கட்டுப்பாடு, ஊரடங்கு என்று பலவிதமான செய்திகள் அவருக்குக் கிடைத்தவண்ணம் இருந்தன.

தனது 'பத்து' எஸ்டேட்டிலும் சிகாம்புட் எஸ்டேட்டிலும் கம்யூனிஸ்ட்டுகளின் நடமாட்டம் அதிகரித்துவிட்டதையும், பத்து

எஸ்டேட்டின் பங்களா பக்கத்துப் புதரில் ஒருவனை யாரோ, கொலை செய்யப்பட்டுக் கிடந்ததையும், தேசிங்கு தலைமறைவாகி விட்ட செய்தியையும் அவருக்கு மானேஜர் கடிதம்வழி தெரிவித்திருந்தார்.

எப்பொழுது கோலாலம்பூரை அடைவோம் என்றே அவரது மனம் தவித்தது.

தோட்டம் பற்றிய கவலைகளினூடே இப்போது புதுப் பிரச்சனை ஒன்றும் புறப்பட்டிருப்பதை சுலோச்சனாமூலம் தெரிந்துகொண்டார்.

இராஜசுந்தரமும் புதுப்பெண்ணும் அவ்வளவு நெருக்கமாக இல்லை என்று, மனைவி சுலோச்சனா அவர் காதில் இரண்டு, மூன்றுமுறை போட்டுவைத்தாள். சண்முகம்பிள்ளையும் அதை ஜாடைமாடையாக கவனிக்கத் தவறவில்லை. இராஜசுந்தரம் நெருங்கும்போதெல்லாம் அவள் தள்ளித்தள்ளிப் போவதும் எப்பொழுதும் ஒருவித மயக்கத்தில் கண்கள் சொருகியபடி இருப்பதையும் பார்த்த அவருக்கு, தான் தவறு செய்துவிட்டோமோ என்று தோன்றியது.

அந்தப் பெண்ணைப் பற்றி பிள்ளைக்கு முழுதும் தெரியும் என்றாலும் சுவாமிகள் அந்த விஷயத்தைப் பொருட்படுத்த வேண்டாம்; அவள் திருந்திவிடுவாளென்று கூறியதை நம்பினார். ஆனால் நிலைமை, சுவாமிகள் கூறியதுபோல இல்லை.

தாலி கட்டும்பொழுது மணவறையில் அவள், தனது தோழிகளுடன் உற்சாகமாகவே இருந்தாள். விருந்திலும் அவளின் உற்சாகம் குறையவே இல்லை.

அதன்பிறகே நிலைமை சரியில்லையென்று சண்முகம்பிள்ளை உணர்ந்தார். ஆண்களைவிட இப்படியான நேரங்களில் பெண்களுக்கே சில நுணுக்கமான விஷயங்கள் பிடிபட்டுவிடும். சாந்தி முகூர்த்தம் நடந்த மறுநாளிலிருந்தே பெண்ணைப் பற்றி அவரிடம் முணு முணுக்க ஆரம்பித்துவிட்டாள் சுலோச்சனா.

சுவாமிகள் கூறியதுபோல, எல்லாம் சரியாகிவிடும் என்பது நடக்கவில்லை. பெண் கூட்டத்தோடு இருக்கத் தயங்கினாள். தனிமையை அதிகம் நாடினாள். தனது தோழிகளுடன் இருக்கும்பொழுது இருந்த உற்சாகம் மற்றவர்களோடு இல்லை. குறிப்பாக, தனது கணவனுடன் இல்லை.

இராஜசுந்தரம் பேயறைந்தவன்போல சொல்லவும் முடியாமல், விழுங்கவும் முடியாமல் தவிப்பது அவருக்கு நன்றாகத் தெரிந்தது.

அவனை இருளுக்குள் தள்ளிவிட்ட குற்றவுணர்வு அவரை குடைந்து கொண்டிருந்தது.

கப்பலேறும் பயணிகள், மூட்டை முடிச்சுகளோடு அங்கே காத்திருந்தார்கள்.

பிரிவுத் துயரங்கள், மகிழ்ச்சி, ஆரவாரங்கள் எல்லாமே கலந்திருந்தன.

தூரத்தில், பினாங்கு போகும் கப்பல் கடலில் அமைதியாக நின்றுகொண்டிருந்தது. அதன் இருபுறங்களிலும் அலைகள் "கிச்சு கிச்சு" மூட்டிக்கொண்டிருந்தன. ஒவ்வொருவராக சுங்கத்துறை சோதனைகளை முடித்துக்கொண்டு கப்பலை நோக்கிப் போய்க் கொண்டிருந்தார்கள்.

காக்கைகள் எதையோ இழந்ததுபோல கூட்டம்கூட்டமாக இரைந்துகொண்டிருந்தன. சிலகாகங்கள், கப்பலின்கொடிக்கம்பங்களில் அமர்ந்து எதையோ கீழ்நோக்கித் தேடிக்கொண்டிருந்தன.

கடல் நீர்மட்டம் உயர்ந்திருந்தது. துறைமுகத்தில் நிறுத்தி வைக்கப்பட்டிருந்த படகுகளை அலைகள் அலைக்கழித்தன. பிரயாணிகள், படகுகளில் தடுமாறியபடி ஏறிக் கொண்டிருந்தார்கள். வயதானவர்கள் படகுகளில் ஏற சிரமப்பட்டார்கள்.

சண்முகம்பிள்ளை, சுவாமிகளை ஏறிட்டுப் பார்த்தார். அவர், எதுவும் நடக்காததுபோல் கடலையே பார்த்துக்கொண்டிருந்தார். அவரின் சிஷ்யர்கள், தங்களுக்குள் தனிக்கூட்டம் ஒன்றை நடத்திக்கொண்டிருந்தார்கள். அதில் நால்வர், இரண்டு பெரிய டிரங்குப்பெட்டிகளுக்குக் காவலாக இருந்தார்கள். அந்தப் பெட்டிகளை சுவாமிகள், தனது காரில் கொண்டு வந்திருந்தார். ஒவ்வொரு பெட்டியையும் இருவர் தூக்கமுடியாமல் தூக்கி வந்து அங்கே வைத்ததை ஏற்கனவே பிள்ளை பார்த்திருந்தார்.

"சுவாமிகள்... என்ன அமைதியாக இருக்கீங்க?" பிள்ளைதான் அவரைக் கேட்டார்.

"ஒண்ணுமில்லை பிள்ள, இந்தப் பொண்ண பிரியறது கொஞ்சம் கவலையா இருக்கு. அங்க போய் உங்க வீட்டுல எப்படி இருக்கப் போறாளோ? இங்க ஹாஸ்டலில தங்கிப் படிச்சவ. படிப்பு முடிஞ்சதும் சென்னையிலேயே தங்கி டாக்டர் வேலை செஞ்சா. அவ, பெத்தவங்ககூடவும் அதிகம் இருந்ததில்லை. ஆசிரமத்திலும் அதிகம் இருந்ததில்லை. விவரம் தெரிஞ்ச நாளிலேருந்து எப்போதாவது விடுமுறைக்கு வீட்டுக்குப் போவா. நானே

அழைச்சா, ஆசிரமத்துக்கு வந்துட்டுப் போவா. தனியாவே இருந்து பழகிட்டா. ஆள், சனம் அண்டாம இருந்துட்டா. நீங்களும் சுலோச்சனாவும்தான் கொஞ்சம் அனுசரிச்சு நல்லது, கெட்டதை அவளுக்குச் சொல்லிக் கொடுக்கணும்.''

சுவாமிகளின் குரலில் சுரத்தில்லை. பயண ஏற்பாடுகள் செய்யப்பட்டதுமே மகாலட்சுமியும் தன் காதுபட சுலோச்சனாவிடம் இரண்டு, மூன்று தடவை இதையே சொல்லிக்கொண்டிருந்தது சண்முகம் பிள்ளைக்கு ஞாபகம் வந்தது.

"நீங்க சொல்றது சரிதாங்க சாமி. அங்க பாருங்க, ரெண்டுபேரும் தெற்கேயும் வடக்கேயும் பார்த்துக்கிட்டிருக்காங்க. சேரமுடியாத காளைகள வண்டியிலே பூட்டிட்டோமோன்னு எனக்குக் கவலையா இருக்கு. சாந்தி முகூர்த்தம் முடிஞ்ச நாளிலேருந்து இராஜசுந்தரம் பேயறைஞ்சவனப் போல இருக்கான். எதையும் வாய்விட்டுச் சொல்ல அவனுக்கு என்ன வருத்தமோ தெரியல. பணம், காசு, தோட்டம், தொரவு, நகை நட்டு இருந்து என்ன பண்ண? நிம்மதி இல்லாட்டி இதெல்லாம் தேளா கொட்டுமே சுவாமி...'' தனது ஆதங்கத்தை சுவாமிகளிடம் சொன்னார், பிள்ளை.

தூரத்தில் நின்ற கப்பலின் புகைபோக்கியில் கரும்புகை வானை வட்டமிட்டது.

சுவாமி, வெங்கட்ராமனையும் மகாலட்சுமியையும் அழைத்து பக்கத்தில் வைத்துக்கொண்டு சொன்னார்:

"கவலப்படாதீங்க பிள்ள. நான் எல்லா புத்திமதிகளையும் சொல்லிட்டேன். எம்பெருமான் எல்லாத்தையும் நல்லபடியா பாத்துக்குவான். எதையும் நம்புவதைவிட பெருமான நம்புங்க. நம்பிக்கதான் வாழ்க்கை. எல்லா சீர்களையும் கலியாணத்துக்கு முந்தியே செய்தாச்சு. அதுல உங்களுக்கும் உங்க மனைவிக்கும் பரமதிருப்தின்னு சொன்னீங்க. இப்போ, இந்த ரெண்டு பெட்டிகளிலும் ஆசிரமத்து சீரா நகைங்க இருக்கு. இதையும் பத்திரமா எடுத்துக்கிட்டுப் போங்க. உங்களுக்கு எது வேணும்னாலும் எங்கிட்ட கேளுங்க. உடனே அனுப்பிவைக்கிறேன். அவளை கண்கலங்காம பார்த்துக்குங்க.''

இதைச் சொல்லியபொழுது, அந்த சந்நியாசியின் கண்கள் பனித்தன. மகாலட்சுமி, வாயைப் பொத்திக்கொண்டு அழுதாள். வெங்கட்ராமன், மௌனமாக சண்முகம்பிள்ளையை பார்த்துக் கொண்டு நின்றான்.

சண்முகம்பிள்ளை அவரைப் பார்த்து ஏதோ சொல்ல நினைத்தார். பிறகு எதுவும் பேசவில்லை.

சுவாமிகள் கண்ணைக் காட்ட, அந்த நான்கு சிஷ்யர்களும் பெட்டிகளைத் தூக்கிக்கொண்டு வந்து சண்முகம்பிள்ளையின் முன்பாக வைத்தார்கள். சற்றுத்தள்ளி உட்கார்ந்திருந்த சுலோச்சனா, "அது என்ன?" என்பதைப்போல் பிள்ளையைப் பார்த்தாள்.

"சுலோச்சனா, இந்த ரெண்டு பெட்டிகளிலும் நகைகள் இருக்கு. மலாயா போய் வீட்டிலே பிரிச்சுப் பாருங்க. இடையிலே திறக்கவேணாம். திருட்டுப்பயம் அதிகம்," சுவாமிகள், சுலோச்சனாவைப் பார்த்து இப்படிச் சொன்னதும் அவளின் கண்கள் விரிந்தன.

இரண்டுபேர் ஒரு பெட்டியைத் தூக்கமுடியாமல் தூக்கிவந்ததை ஏற்கெனவே பார்த்த அவளுக்கு, அந்த இரண்டு பெட்டிகளிலும் எத்தனை ஆயிரம் பவுன் நகைகள் இருக்குமோவென்று நினைத்தபொழுது முகம் பிரகாசமானது.

ஏற்கெனவே கலியாணத்துக்கு அவர்கள் பெண்ணுக்குப் போட்ட நகைகளே சுலோச்சனாவை அதிரவைத்திருந்தது.

அப்பொழுது அங்கே வந்த இராஜசுந்தரம், எல்லாரும் புறப்படத் தயாராகும்படி சொன்னான். போர்ட்டர்கள் அவர்களின் சாமான்களை தூக்கிக்கொண்டு படகை நோக்கி நடந்தார்கள்.

சுவாமிகள், புது மணப்பெண்ணிடம், தணிந்த குரலில் எதையோ சொல்லிக் கொண்டிருந்தார். அவளும் தலையை ஆட்டி ஆட்டி கேட்டுக்கொண்டிருந்தாள். அவளின் தாயும் தந்தையும் பக்கத்தில் வந்து நின்றார்கள். அந்தப் பெண், மகாலட்சுமியிடம் சில வார்த்தைகள் பேசினாள். வெங்கட்ராமன் கடலில் இருந்து கண்களை எடுக்கவில்லை.

படகு நீரில் தள்ளாடியது. சுவாமிகள் படகருகில் வந்து கையெடுத்துக் கும்பிட்டார். சண்முகம்பிள்ளையும் மற்றவர்களும் அவரை நோக்கி கையெடுத்துக் கும்பிட்டார்கள். அந்த இரண்டு பெட்டிகளும் சண்முகம்பிள்ளையின் காலடியில் அசையாமல் இருந்தன. படகு கப்பலை நோக்கிப்போனது.

25

பினாங்கு துறைமுகத்தை வந்தடைந்த ராஜுலா கப்பலிலிருந்து இறங்கிய சண்முகம்பிள்ளைக்குக் கிடைத்த அந்தத் தகவல், அவரை கொஞ்சம் அதிர்ச்சிக்கு உள்ளாக்கியது.

அவரை வரவேற்று அழைத்துச் செல்ல, தோட்ட மேனேஜரோடு சிலரும் மூன்று கார்களில் வந்திருந்தார்கள்.

அவர்கள் பட்டர்வொர்த்தில், சண்முகம்பிள்ளைக்காகக் காத்திருந்தார்கள்.

அவர்களைக் கண்டு பிள்ளையின் முகம் மலர்ந்தது. ஒரு காரில், புது மணமக்களையும் தனது மனைவி சுலோச்சனாவையும் பிள்ளைகளையும் ஏற்றிவிட்டு தனியாக மானேஜரோடு அவர் ஏறிக்கொண்டார். தான் இல்லாத காலத்தில் தோட்ட நிலைமைகளை தனியாகப் பேச அது வசதியாக இருக்குமென்று நினைத்தார்.

இரண்டு தோட்டங்களுக்கும் சண்முகம்பிள்ளையின் மற்ற விவகாரங்களுக்கும் பெரியசாமிதான் பொது நிர்வாகி. முதலாளி நினைப்பதை செய்துமுடிக்கும் ஆற்றல் உள்ளவர்.

கார் பட்டர்வொர்த்தைத் தாண்டி, கோலாகங்சார் நோக்கிப் போய்க் கொண்டிருந்தது.

சாலையின் இருபக்கங்களிலும் முன்பு செழிப்பாக இருந்த ரப்பர் மரங்கள் இப்பொழுது லாலான் காடு மண்டி சோர்வாக தலைசாய்த்துக் கிடந்தன.

நாட்டில் அமைதியின்மையின் அடையாளங்கள் அவற்றில் தெரிந்தன. வெள்ளைக்காரர்கள் தோட்டத்தைப் பார்வையிடுவது குறைந்துவிட்டது. உயிரோடு இங்கிலாந்துக்குத் திரும்பினால் போதும் என்று அவர்கள் நினைத்தார்கள் போலும். பெரும்பாலான ஆங்கிலேயர்கள், தங்கள் குடும்பங்களை இங்கிலாந்துக்கு அனுப்பிவிட்டார்கள்.

இந்தியாவில் சுதந்திரப் போராட்டங்கள் தொடங்கியபொழுது அது இங்கேயும் மக்களிடம் பிரதிபலித்தது. அதுபோல, ஜப்பானியர்

ஆட்சியும் நேதாஜியின் வருகையும் அவர்களைக் கொஞ்சம் சிந்திக்க வைத்துவிட்டது என்பதை சண்முகம்பிள்ளை உணர்ந்திருந்தார். இப்பொழுது இந்தக் கம்யூனிஸ்ட்டுகள்வேறு மறைமுகப் போராட்டங்களை நடத்தும் துணிவையும் பெற்றுவிட்டார்கள்.

பத்து எஸ்டேட்டில் நடந்த கொலை, தேசிங்கின் தலைமறைவு, முத்து டாக்சி ஓட்டுவது எல்லாவற்றையும் பெரியசாமி விபரமாகக் கூறினார்.

"ஜெயா எப்படி இருக்கிறாள்?" பிள்ளை, மெதுவாகக் கேட்டார்.

காரில் ஏறியதிலிருந்து சங்கடமான விஷயங்களையே சொல்லுகிறோம் என்று நினைத்த பெரியசாமி, ஜெயாவின் விஷயத்தை அவர் வாய் திறந்துவிடக்கூடாது என்றே வேண்டிக்கொண்டிருந்தார். ஆனால், எதிர்பாராதவிதமாக பிள்ளை அந்த விஷயத்தைக் கேட்டுவிட்டார்.

பெரியசாமி, சண்முகம்பிள்ளையின் விசுவாசமான நிர்வாகி. ஜெயா சம்பந்தப்பட்டவற்றை பிறகு சொல்லலாமென்று நினைத்தார். இப்பொழுது அவரே கேட்டுவிட்டதால், பெரியசாமி எதையும் மறைக்க முடியாது.

"அது வந்துங்க... எப்படிச் சொல்றதுன்னு தெரியல, சொல்லாமலும் இருக்க முடியல. ஜெயா, இப்போ நீங்க ஏற்பாடு செஞ்சி கொடுத்த கம்போங் சிம்படாக் வீட்டுல இல்லீங்க. வீட்டை காலி பண்ணிட்டு, முத்துவோட பக்கத்து வீட்டிலேயே போய்த் தங்கிடுச்சிங்க. இட்லிக் கட போட்டுருக்கு. எனக்கும் மனசுக்கு வருத்தமாதான் இருந்துச்சி. மகாராணியாட்டம் வச்சிருந்தீங்க. இப்போ மாவாட்டிக்கிட்டிருக்கு."

பெரியசாமி, தயங்கித் தயங்கி விஷயத்தைச் சொன்னார்.

சண்முகம்பிள்ளைக்கு தர்மசங்கடமாக இருந்தது. உள்ளூற அவமானம் கொன்றது. ஜெயா, முத்துவிடம் போனது தனது இயலாமை என மறைமுகமாகச் சொல்வதாக உணர்ந்தார். மானேஜரின் முகத்தைப் பார்க்கத் தயக்கமாக இருந்தது.

"பன்னியை வீட்டிலே அடைச்சி வைச்சாலும் வெளியே போய் மலம்தான் திங்கும். சௌக்கிட்டுலே இருந்தவ குணம் மாறிடுமா? சனியன் தொலைஞ்சது விடுங்க..." சண்முகம்பிள்ளை சலித்துக் கொண்டார். அவர் அதை, அவ்வளவு எளிதாக எடுத்துக்கொள்வார் என மானேஜர் நினைக்கவில்லை. கொஞ்சம் நிம்மதியானார்.

கார், தைப்பிங்கை தாண்டி கோலாகங்சாரை நோக்கிப் போய்க்கொண்டிருந்தது. ஆங்காங்கே மாட்டுவண்டிகளால் வேகம்

தடைப்பட்டது. வழியெங்கும் ராணுவக் கவச வாகனங்கள் சாலையோரங்களிலும் ரப்பர் மரங்களுக்கிடையிலும் நிறுத்தி வைக்கப்பட்டிருந்தன. துப்பாக்கி, ஆயுதங்களுடன் ராணுவ வீரர்கள் நின்றுகொண்டிருந்தார்கள். கவச வாகனங்களின்மேல் இயந்திரத் துப்பாக்கிகள் நீட்டிக்கொண்டிருந்தன. நிலைமை சரியில்லையென்று சண்முகம்பிள்ளை யூகித்துக்கொண்டார். ஈப்போவில் நின்று சாப்பிட்டுவிட்டுப் போகலாம் என்றுதான் முதலில் நினைத்தார். ஒரு வார காலமாக, கப்பல் சாப்பாடு நினைத்ததுபோல் இல்லை. ராணுவ நடமாட்டத்தைப் பார்த்ததும் காரை நேராக கோலாலம்பூருக்கே விடச் சொன்னார். அவரின் காரைத் தொடர்ந்து மற்ற கார்கள் வருகிறதா என்பதை அடிக்கடி கண்ணாடிவழி பார்த்துக்கொண்டார்.

"ஜெயா இப்படிச் செய்துவிட்டாளே... அதுவும், அந்த டிரைவர் முத்துவோடு போய்விட்டாளே... சகோதரன் என்றுதானே சொன்னாள்? ஆமாம், விபச்சாரிக்கு அண்ணனாவது, தம்பியாவது? அவளை நேரில் பார்த்து நாலு கேள்வி நாக்கைப் பிடுங்கிக்கொள்வது போல கேட்கணும். இது பெரிய துரோகம்தானே? பணமும், நகையும் நட்டும் வாரிவாரிக் கொடுத்தேனே? இப்படி, என்வேலைக்காரனோடு போய்ச் சேர்ந்துவிட்டாளே..." சண்முகம்பிள்ளை, தனக்குள்ளே முனகிக்கொண்டார். அவருக்கு ஆத்திரம் வந்தது. அவமானமாகவும் இருந்தது.

அவர்கள் இருவரும் ஜோடியாக, தன்முன் வரும் சந்தர்ப்பம் வாய்த்தால் அதை எப்படித் தாங்குவது? தன்னிடம் அடி, உதைபட்டு அடங்கி நடந்தவன், ஒரு வார்த்தை எதிர்த்துப் பேசாதவன் எப்படி, இப்படி மாறினான்? நீண்ட பயணத்தில் அந்தக் காரில் இஞ்சின் சூடேறியது போலவே அவரின் உடம்பும் சூடேறியது. நான் படுத்திருந்தவளோடு முத்துவா? அவரால் அந்த நிலையை ஏற்றுக்கொள்ளவே முடியவில்லை. மனம் புழுங்கியது.

கார் கண்ணாடிகளை நன்றாகத் திறந்துவிட்டார். வேகமாக வீசிய காற்று அவரின் கொதிப்பை அடக்கப் போதுமானதாக இல்லை. சாய்ந்து உட்கார்ந்துகொண்டார்.

"நெலமையப் பாத்தீங்களா பெரியசாமி. இந்த நாய், இப்படிப் பண்ணிட்டாளே..." சண்முகம்பிள்ளையால் அவளைப்பற்றி பேசாமல் இருக்க முடியவில்லை.

"அவுங்க கலியாணம் ஒண்ணும் பண்ணலைங்க. ஏதோ, ஒரே எடத்துல இருக்காங்க, அவ்வளவுதான். கூடவே, முத்துவோட அம்மா அப்பாவும் இருக்காங்க. இரண்டு நாளைக்கு முந்தி யாரோ

164 • அக்கினி வளையங்கள்

ஒரு போண்டான், ஜெயாவோடு வந்து தங்கியிருக்கிறதா கேள்விப்பட்டேன்.”

இதைச் சொன்னதும் சண்முகம்பிள்ளைக்கு, முதன்முதலில் சௌக்கிட் விடுதியில் பார்த்த அந்த அரவாணியின் முகம் ஞாபகத்துக்கு வந்தது. அவளாகத்தான் இருக்க வேண்டும்.

இனி, அந்த புறம்போக்குப் பகுதியை சௌக்கிட்டாக மாற்றி விடுவார்கள் என்றே அவரின் எண்ணம் ஓடியது. சந்தர்ப்ப வசத்தால் கெட்டுப்போனவர்கள் பிறகு திருந்தவே மாட்டார்கள் என்றே நினைத்தார்.

ஜெயா எப்படி இட்லி, தோசை விற்கப்போகிறாள்? அந்தக் கஷ்டங்களை அவள் உடம்பு ஏற்றுக்கொள்ளுமா? அவள்மேல் ஆத்திரப்படும் அதேவேளையில், அவளைப் பற்றி அனுதாபமும் அவருக்குப் பிறந்தது.

“பெரியசாமி, நாளைக்கு முத்து வீட்டுக்கு யாரையாவது அனுப்பி நெலமைய தெரிஞ்சிட்டு வாங்க... நீங்க போகாதீங்க. நான் ஊருலேருந்து வந்துட்ட விசயத்தையும் லேசா ஜெயா காதுல போட்டுவைக்கச் சொல்லுங்க. ஒருசமயம், நான் இங்கே இல்லாததாலே அவ அங்கே போய் தங்கியிருக்கலாமில்லையா? அவளுக்கு இங்க என்னையவிட்டா முத்துவ மட்டுந்தானே தெரியும். கம்போங் சிம்படாக்கிலே ஏதும் பிரச்சனைகள் உண்டாயிருக்கலாம். அதனால் அவள், அங்கே போயிருக்கலாம். நாம் எந்த முடிவுக்கும் முதல்ல வரவேண்டாம். விசாரிச்சிட்டு அப்புறம் பாத்துக்குவோம்.”

சண்முகம்பிள்ளைக்கு நம்பிக்கை போய்விடவில்லை என்பதே மனேஜருக்கு சங்கடத்தைக் கொடுத்தது. எப்படி விசாரித்தாலும் அது, சண்முகம்பிள்ளைக்கு எதிராகவே இருக்கும் என உறுதியாக நம்பினார்.

காரைக்குடியில் ஜெயாவுக்கென்று ஒரு நெக்லஸ், பனிரெண்டு வளையல்கள், வைரத் தோடு என்று தனியாக வாங்கி வைத்திருந்தார். நாலைந்து காஞ்சிபுரம் பட்டுப் புடவைகளும் வாங்கியிருந்தார். திருமண பரபரப்பில்கூட ஜெயாவின் நினைவு அவ்வப்போது அவருக்கு வரத் தவறியதில்லை. ஏன், இப்படிச் செய்தாள்? இது துரோகமா? அவரால் கணிக்க முடியவில்லை.

நிர்ணயிக்கமுடியாத முடிவுகளால் அவரின் மனம் ஜெயாவை சுற்றியே வந்தது.

26

முத்து, காஜாங்கை அடைந்தபோது சாயங்காலம் மணி 4.30 ஆகிவிட்டது. அந்த இயக்கத்துக்கு அவன் புதியவன் என்றாலும், சில ரகசிய சமிக்ஞைகளை தேசிங்கும் நாகப்பனும் சொல்லிக் கொடுத்திருந்தார்கள். அது, இயக்கத்தில் உள்ளவர்களை அடையாளம் கண்டுகொள்வதற்கு உதவியாக இருந்தது.

காஜாங் ரயில்வே ஸ்டேசனில் போய் உட்கார்ந்து வருவோர் போவோரை பார்த்துக் கொண்டிருந்தான் முத்து. மாட்டு வண்டிகள் ஒன்றுவிட்டு ஒன்றாக சென்றுகொண்டிருந்தன. அவ்வப்போது கார்களும் பெரும் இரைச்சலுடன் சாலையில் சென்றன. சைக்கிள்காரர்கள் பெரிய கட்டுகளாக பொருட்களை ஏற்றிக்கொண்டு பயணப்பட்டுக் கொண்டிருந்தார்கள். ரயில் வரும் நேரம் என்பதால் அந்த இடம், சற்று அதிகப் பரபரப்புடன் இருந்தது.

"என்ன தம்பி, இந்தப்பக்கம் பார்த்து ரொம்ப நாளாச்சே... வாங்க, டீ குடிக்கப் போகலாம்..." என்று சொல்லிக்கொண்டே, அவன் தோளில் கைபோட்டார் ஒருவர். அவரை முன்பின் முத்து பார்த்ததில்லை. தனது ரகசிய சைகை வேலை செய்கிறது என்பதை உடனே அவன் தெரிந்துகொண்டான்.

"என் பெயர் மாரி. உங்க பேரு என்ன தோழர்?" என்று, ரகசியக் குரலில் அவர் பேசினார்.

"என் பேரு முத்து. நான் சிகாம்புட்டிலிருந்து வர்றேன். இங்கே ஒருவரை அவசரமாகப் பார்க்கவந்தேன்," முத்து, முழுவதுமாக தன்னைப்பற்றி கூறவில்லை.

"தெரியும் தோழர். நீங்க இங்கே அனுப்பப்பட்டிருக்கீங்கன்னு எங்களுக்கு நாகப்பன் தகவல் கொடுத்திருந்தார். ஆனா, இந்த நேரத்தில இங்கே வந்ததுதான் தப்பாப் போச்சு. தோழர்...

கவலைப்படாதீங்க. மற்ற விபரங்கள பிறகு சொல்றேன். நாம் அந்தக் கடையிலே போயி காப்பி குடிச்சிட்டு, அப்புறமா நடந்துக்கிட்டே பேசலாம். எப்போதும் சாப்பாட்டுக் கடையிலோ, மக்கள் அதிகமா உள்ள இடத்திலோ எதுவும் பேசாதீங்க," மாரி பேசிக்கொண்டே ஒரு சாப்பாட்டுக் கடையில் நுழைந்தார்.

காஜாங் நகர் முழுவதும் ஒருவித பரபரப்பில் இருப்பதாக முத்துவுக்குப்பட்டது. யாருடைய முகத்திலும் சிரிப்பைக் காணோம். பயம்கலந்த முகத்துடன் நடமாடிக்கொண்டிருந்தார்கள். எல்லா இடங்களிலும் ராணுவ வீரர்களின் நடமாட்டமும் கவச வாகனங்களின் உறுமலும் இருந்தன. முத்து எல்லாவற்றையும் உள்வாங்கிக் கொண்டிருந்தான். ஏதோ, நடக்கக்கூடாதது நடந்திருப்பதாகவே அவனுக்குப் பட்டது.

"தோழர், ஏன் இவ்வளவு ராணுவ நடமாட்டம். ரொம்ப பரபரப்பா இருக்கே..." முத்து, தன்னை தோழர் என்று அழைத்தது மாரிக்கு மகிழ்ச்சியாக இருந்தது.

"காப்பி குடிங்க" என்றார், மாரி.

"இருவரும் காப்பியைக் குடித்துவிட்டு எழுந்தபோது, ஒரு சீனர் பக்கத்து மேசையிலிருந்து வந்து மாரியின் முதுகில் தட்டினார்.

"சுடா பாயார்... பிர்கி."

மாரி, வேகமாகக் கடையை விட்டு வெளியே வந்தான். முத்துவும் அந்தச் சீனரும் அவனைத் தொடர்ந்துவந்து கடையின் எதிர்திசையில் நின்றார்கள். கொஞ்சநேரத்தில் திரும்பிப் பார்த்தபோது சீனரும் காணாமல்போயிருந்தார்.

திடீரென்று, ராணுவம் அந்தக் கடையில் புகுந்தது. அங்கிருந்தவர்களை ஒவ்வொருவராக விசாரித்துக்கொண்டிருந்தார்கள். இது நடக்கப் போகிறது என்பதை அந்தச் சீனர், மாரியின் முதுகைச் சொரியும் விதத்தில் உணர்த்திவிட்டார். அந்த சமிக்ஞை கிடைத்த மறுகணமே மாரி, கடையை விட்டு வெளியேறினார்.

"வாங்க முத்து, போகலாம். இங்கேருந்து பஸ் ஸ்டேஷன் பக்கத்துலதான்." இருவரும் நடந்தார்கள்.

மாரி நடந்துகொண்டே, முத்துவின் தோளை உரசியவாறு பேசினார். முத்து எல்லாவற்றையும் கூர்ந்து கவனித்துக்கொண்டே நடந்தான்.

"தோழர், இன்னிக்கின்னு ஒரு வேண்டாத அசம்பாவிதம் நடந்து போச்சு. ஈடுசெய்ய முடியாத இழப்பு நமக்கு. பலநாள்

தேடல்களுக்குப் பெறகு லியூ கோன் கிம்மை இன்னிக்கு சுட்டு சாகடிச்சிட்டாங்க. அவர்தான் சிலாங்கூர் கம்யூனிஸ்ட் கட்சித் தலைவர். காஜாங் போலிஸ் படைக்கு அவர் சிம்மசொப்பனமாக இருந்தார். நேர்மையா, மக்களுக்காக உழைச்ச தோழரை இழந்தது பெரிய சோகம். அதனாலதான் இந்தப் பரபரப்பும் ராணுவக் குவிப்பும்."

தோழர் லியூ கோன் கிம் பற்றி தேசிங்கு ஏற்கனவே சொல்லியுள்ளான். அவனை காஜாங்கில் சந்திக்க முடியுமென்றே முத்து நினைத்திருந்தான். அது, இனி முடியாது என்பது பெரிய ஏமாற்றமாக இருந்தது.

அவசரகாலம் அமலில் இருந்ததால் மக்கள், வேகமாக வீடுகளை நோக்கிப் போய்க்கொண்டிருந்தார்கள். முத்துவும் மாரியும் அவர்களுடன் சேர்ந்து நடக்கத் தொடங்கினார்கள்.

"வெளியே ரொம்பநேரம் இருக்கக்கூடாது. நாம இப்ப, பெராங் பெசார் போவோம். அங்க, என் மாமா வீடு இருக்கு. இன்னிக்கு அங்க நாம தங்கிட்டு நாளைக்குக் கிளம்பிடுவோம்" என்று மாரி, தன் திட்டத்தை விளக்கினார்.

நடந்துகொண்டே மாரி, முத்துவிடம் மிகச் சன்னமான குரலில் பேசினார்.

"நம்ம தோழர்களெல்லாம் இந்தச் சம்பவத்துக்குப் பெறகு கொஞ்சம் மெதுவா செயல்படணும்னு கேட்டுக்கிட்டாங்க. லியூ கோன் கிம்மை தோட்டாக்களால சல்லடையாக்கிட்டாங்க. யார் கொடுத்த தகவலுன்னு தெரியலே. சரியான இடத்துல சண்டை நடந்திருக்கு. அவரைக் கொன்னதுகூட பெரிய விசயமில்லே முத்து; அதற்குப் பெறகு நடந்ததுதான் பெரிய கொடூரம். கைகளையும் கால்களையும் கட்டி, இரண்டு கம்புகளுக்கிடையில தொங்கவிட்டு, காட்டிலருந்து கிராமங்களுக்கிடையில பிணத்தைத் தூக்கி வந்திருக்கானுங்க. இன்னைக்கு காலையிலருந்து ஒரு ஜீப்பிலே அவர் உடம்ப வைச்சு, ஒவ்வொரு கிராமத்துக்கும் எடுத்திட்டுப் போயி, ஒலிபெருக்கியில "ஒரு பயங்கரவாதியின் கதையைப் பாருங்க. எங்களிடம் எதிர்ப்பைக் காட்டினால் இதுதான் கதி. யாரையும் விட்டுவைக்கமாட்டோம். இவர்களை ஒழிக்கும்வரை எங்கள் துப்பாக்கிகள் தூங்காது" என்று சொல்லியே ஊர்வலம் வர்றானுங்க. அதோட, முன்னையும் பின்னையும் ஏகப்பட்ட ராணுவ வாகனங்களை ஊர்வலமா விட்டுருக்கானுங்க. மக்கள் பயந்து, நம்ம இயக்கத்துக்கு ஆதரவா இருக்கவிடாமச் செய்ய

அவர்களோட நடவடிக்கை இது. இன்னும் மூணுநாள். இப்படி எல்லா இடத்துக்கும் குறிப்பா தெற்குப் பகுதி, செலாங்கூர் மாநிலப் பகுதி முழுக்க ஊர்வலம் நடத்தப்போறாங்களாம். உடல் நாற்றமெடுத்தாலும் பரவாயில்லைன்னு நினைச்சிட்டாங்க. லியூ கோன் கிம்மை அவங்க அறியாமலேயே பெரிய ஹீரோ ஆக்கிட்டானுங்க. கிம்மின் கனவே, சமதர்ம சமுதாயத்தை உருவாக்குறதுதான். பொதுமக்களுக்கு அவர் எந்தத் தீங்கையும் செஞ்சதில்ல. காலனி ஆட்சியையும் முதலாளித்துவத்தையும்தான் கடுமையா எதிர்த்தாரு. அவரு சீனர்தான். ஆனால் மனிதர்களை மதிக்கத் தெரிஞ்சவரு. தோழர்கள்கிட்ட நிறம், இனம், மொழின்னு வேறுபாடு காட்டமாட்டாரு. நான் பலமுறை அவரை சந்திச்சிருக்கேன். தாடிக்கார பயங்கரவாதின்னு வெள்ளைக்கார ஆட்சி முத்திரையைக் குத்திடுச்சு. அவரு எப்பவும் சிரிச்சிக்கிட்டுதான் இருப்பாரு. அவரைப் பார்த்தா, "இவரா ஆங்கிலேயர்கள் சொன்ன அந்த பயங்கரவாதி"ன்னுதான் கேட்கத்தோணும்..." மாரி, மிகுந்த துயரத்தோடு சொல்லிக்கொண்டிருந்தார்.

தான் காஜாங்கிற்கு வந்த இந்த நேரம் இப்படியாகிவிட்டதே என்று முத்துவுக்கு மேலும் வருத்தமாக இருந்தது.

இனி, அடுத்து என்ன செய்வது? அப்பா முனியாண்டியும் அம்மா முருகாயியும் நாகப்பனும் அவன் நினைவில் வந்துபோனார்கள். ஜெயா, என்ன செய்துகொண்டிருப்பாள் எனத் தோன்றவும், சண்முகம்பிள்ளை ஊரிலிருந்து திரும்பி வந்திருப்பார் என நினைத்துக் கொண்டான்.

இயக்கத்தில் உள்ளவர்களைத் தொடர்ந்து சந்திக்கும்போது அவனுக்கு இப்போது இந்தப் போராட்டத்தில், தான் யார் என்பது கொஞ்சம் தெளிவாகப் புரிந்தது. போராட்டம் ஒரு தொடர் ஓட்டம்போல. ஒருவர் ஓடி முடிந்ததும் மற்றவர் அவர் கையிலிருக்கும் குச்சியை வாங்கிக்கொண்டு ஓடவேண்டும். அடுத்தவரின் கையில் குச்சியை ஒப்படைக்கும் வரை முழுமூச்சாக ஓடவேண்டும்.

"என்ன தோழர், சிந்தனை... லியூ கோன் கிம் கவலைப் படுத்துறாரா? அதை விடுங்க தோழர். என்ன செய்யிறது, நம்ம இயக்கத்துக்காக இப்படி பல நல்லவர்கள் உயிரைக் கொடுத்துக்கிட்டுதான் இருக்காங்க..."

சற்றுநேர அமைதிக்குப் பிறகு, மாரி பேசினார்.

"நம்ம இயக்கத்துல கடுமையான கட்டொழுங்கு இருப்பது உங்களுக்குத் தெரியும். ஆனா, நமக்கிருக்கும் சில வசதிக்குறைகளால் நாமே முடிவெடுத்துச் செயல்படும் தெறமைய வளத்துக்கணும்."

மாரி, பல ஆண்டுகளாக இயக்கத்தில் இருந்திருக்கவேண்டுமென்று முத்து நினைத்தான். அவர் எதிலும் தெளிவாகயிருந்தார். அவர், மிகத் தைரியசாலியாகவே தென்பட்டார்.

மாரியும் முத்துவும் காஜாங் பேருந்து நிலையத்தில் நுழைந்தனர். வெறிச்சோடிக் கிடந்தது. பெராங் பஸ் செல்லும் பஸ் இன்னும் உள்ளே நுழையவில்லை. ஆங்காங்கு மாட்டுச் சாணங்கள், ஈக்கள் குழுமி மொய்க்கும் சத்தம் கேட்டுக்கொண்டேயிருந்தது.

காப்பிக் கடையில் அவர்களை எச்சரித்த சீனர், யாருடனோ பேசிக்கொண்டிருந்தார். மாரியைப் பார்த்ததும் அவருடன் மற்றவர்கள் இருப்பதைப் பார்த்து தயங்கி நின்றார். இவரிடம் ஏதோ, அவசர செய்தி சொல்வதற்கே அங்கே நிற்பதாகப்பட்டது.

அந்தச் சீனர், மாரியை நோக்கி நடந்தார். அருகில் சென்றதும் மாரி, அவரோடு இணைந்தவாறு நடந்தான். முத்து, பின்னால் வந்துகொண்டிருந்தான்.

கடை வாசல்வரை இருவரும் மிகவும் தணிந்த குரலில் பேசிக்கொண்டே வந்தனர். பிறகு சீனர் வேறுதிசையில் சென்றுவிட்டார்.

மாரி, முத்துவிடம்... "முத்து, நாம பெராங் பெசார் போகல. திட்டத்தில் மாற்றம் இருக்கு. இப்போ உங்கள, ஜொகூருக்கு அனுப்பும்படி உத்தரவு வந்திருக்கு. அங்கே ஒரு தமிழ்ப்பகுதி இயங்கி வருது. சுதர்மன் என்பவர்தான் அதற்குத் தலைவரா இருக்காரு. நல்லா தமிழ்ப் படிச்சவரு. கவிதையெல்லாம் எழுதுவார். நல்ல மனுசன். தமிழ்நாட்டிலிருந்து இங்கே வந்து தொழிற்சங்கங்களில் ஈடுபாட்டுடன் செயல்பட்டவரு. ஜொகூருல, முதல் தமிழ்ப் பள்ளிக்கூடம் அமையறதுக்கு பெரிய முயற்சி செஞ்சவரு. வீரசேனன், பொறைக்கலம், குருதேவர் ஆகிய இயக்கத் தலைவர்களுடன் ஒண்ணா இருந்தவரு. வீரசேனனை, கோலாசிலாங்கூர் பக்கம் கூர்க்கா படை சுட்டுக் கொன்னுட்டாங்க.

குருதேவர், பொறைக்கலம் இன்னும் ஐந்நூறு பேரை, காலனிய ஆதிக்க இந்தியாவுக்கு நாடு கடத்திடுச்சு. சுதர்மன் மட்டும் இதிலே தப்பிச்சிக்கிட்டாரு. இப்போ அவரு, ஜொகூர் காட்டுக்குள்ளே

இருக்காரு. உங்களைப் போல ஒரு விசுவாசமான ஆளு அங்கே தேவைப்படுது. நீங்க இன்னைக்கு ராத்திரி ரயில்ல புறப்பட்டு ஜொகூர் போயிடுங்க. தனிச்சு செயல்படும்போது ஜாக்கிரதையா இருக்கணும். வாயை விட்டுடக் கூடாது.

அதோட, ராணுவத்தினர் நோட்டீஸ்களை விமானம் மூலம் வீசியிருக்காங்க. கம்யூனிஸ்ட்டுகள் சரண் அடைஞ்சா, அவங்களுக்குப் பொதுமன்னிப்பு வழங்க முன்வந்திருக்காங்க. இது, எத்தனைபேரை காட்டிலிருந்து வெளியே இழுத்துவரும்னு தெரியல. ஜொகூரிலும் நோட்டீஸை வீசியிருக்காங்க. உங்களை அங்கே அனுப்பச்சொல்லி உத்தரவு வந்திருக்கு. நீங்க திடமனசோட, தைரியமா அங்கே புறப்படத் தயாராயிடுங்க. இதுவே, நான் உங்களப் பாக்குறது கடைசியா இருக்கலாம்.''

முத்துவுக்கு, தேசிங்கின் நினைவு வந்தது. அவனும் அப்படித்தான், ‘‘இது, கடைசித் தடவையாக இருக்கலாம்...'' எனச் சொன்னான்.

தன்னைவிட்டு ஒவ்வொருவராகப் பிரிவது முத்துவுக்கு வேதனையாக இருந்தது.

‘‘சரீங்க... நான் ராத்திரி டிரெயின்ல புறப்படுறேன்'' முத்து, நிறுத்தி நிறுத்திப் பேசினான். அதில் அவனுடைய மனச் சங்கடத்தை மாரி உணர்ந்துகொண்டான்.

‘‘திடமாக இருங்க. இன்னும் நிறைய நடக்கணும். நிறைய அலையணும். கடைசி நிமிஷத்துல எல்லா திட்டமும் மாறும். எதுக்கும் தயாரா இருக்கணும். வெள்ளைக்காரப் பயலுங்க நாட்டைவிட்டுப் போறவரையிலும் நமக்கு நிம்மதியில்ல...'' மாரி பேசிக்கொண்டே நடந்தார். முத்து, அவரைப் பின்தொடர்ந்தான்.

மாரியும் முத்துவும் மீண்டும் ரயில்வே ஸ்டேசனுக்கு வந்தனர். ஸ்டேசனைச் சுற்றிலும் ராணுவ வாகனங்கள் நிறைந்திருந்தன. மாரி, ரயில்வே ஸ்டேசனை ஒரு சுற்று சுற்றிவிட்டு வந்தான். ரயில் புறப்பட, குறைந்தது மூன்றுமணி நேரம் தாமதமாகலாம் என்று மாரி குறிப்பிட்டார்.

காலையில் சென்ற ரயில், கிம்மாஸுக்குப் பக்கத்தில் கவிழ்ந்து ஏழு வண்டிகளை அப்புறப்படுத்திக் கொண்டிருக்கிறார்களாம். சேதம் அதிகமாம். இது இயக்கத்துத் தோழர்களால் செய்யப்பட்ட நாசவேலை என்றுபேசிக்கொண்டார்கள். தண்டவாளங்கள்சேதப்படுத்தப்பட்டதால் ரயில் கவிழ்ந்துவிட்டது. ரயில் எஞ்சினுக்கு முன்பாக தண்டவாளத்தில்

ஒரு கவச வாகனம் நிறுத்தப்பட்டிருந்தது. அதன் ரப்பர் டயர்கள் கழற்றப்பட்டு இரும்புச் சக்கரம் பொருத்தியிருந்தார்கள். பிரகாசமான விளக்குகள் முன்புறம் எரிந்துகொண்டிருந்தன.

டிக்கெட்டை மாரியே வாங்கினான். முத்துவின் பாக்கெட்டில் பத்து வெள்ளியைத் திணித்து, "வைத்துக்கொள்ளுங்கள் தோழர். இது, இயக்கம் தரச்சொன்னது. வேணுமுன்னா இன்னும் வாங்கிக்கிங்க..." மாரி, பணத்தை பாக்கெட்டில் வைத்துவிட்டு முத்துவை நிமிர்ந்து பார்த்தான்.

"போதுங்க. என்னிடம் கொஞ்சம் பணம் இருக்கு. ரயில் எத்தனை மணிக்குப் புறப்படும்?" என்று கேட்டான்.

"இன்னும் மூணு மணி நேரமாகுமுன்னு ஸ்டேசன் மாஸ்டர் சொன்னார்."

ரயில் கிம்மாசில் கவிழ்ந்துவிட்ட தகவல் பரவியதால், பயணிகள் ரயிலில் ஏற அச்சப்பட்டு வேறுவாகனங்களை நாடிப் போனார்கள். முத்து, தனது சிறிய பயணப் பையைச் சுமந்துகொண்டிருந்தான். ரயில்வே ஸ்டேசனில் இருந்த சிறிய டீக்கடையில் ராணுவ வீரர்களும் போலீஸ்காரர்களும் நிறைந்திருந்தார்கள். இருவரும் அங்கே போடப்பட்டிருந்த நீண்ட பெஞ்சில் அமர்ந்தார்கள். அப்பொழுது அந்த சீனத் தோழர், ஒரு சிறிய பையுடன் அங்கே வந்தார்.

"ஹலோ மாரி, எங்கே பயணம்?" என்று கேட்டுக்கொண்டே அவர்கள் பக்கத்தில் வந்தமர்ந்தார்.

"நான் போகல. இவருதான் ஜொகூர் போறார். வழியனுப்ப வந்தேன்," மாரி பதிலளித்தான்.

"நான் பத்து பகாட் போகிறேன். வழியிலே இறங்கிக்கொள்வேன். பேச்சுத்துணைக்கு நல்ல ஆள் கிடைச்சிருக்காரு..."

சீனர், பாக்கெட்டிலிருந்து சிகரெட்டை எடுத்து நீட்டினார். இருவருமே சிகரெட் புகைப்பதில்லை. சீனர், சிகரெட்டை நீட்டியது ஆபத்து என்பதற்கு அறிகுறியென்று மாரி உணர்ந்தான்.

மாரி, நிதானித்துக் கொண்டான்.

"இரயில் புறப்பட நேரமாகும், வாங்களேன்... ஒரு மீ கோரிங் சாப்பிட்டுவிட்டு வரலாம்," சீனர், பையுடன் அங்கிருந்து தள்ளி நடந்தார். மாரி, சீனரின் பக்கத்தில் தோள்கள் உரச நடந்துசென்றான்.

“தோழரே, கிம்மாசுக்கும் சிரம்பானுக்கும் இடையில் ரயில் கவிழ்ந்ததால் அந்தப் பகுதியில் போலீசும் ராணுவமும் கடுமையான தேடல் நடவடிக்கையில் இறங்கியுள்ளன. ஒருபக்கம், காலனி ஆதிக்கவாதிகளின் கெடுபிடி நம்மீது முழுமூச்சுடன் செயல்படுகிறது. இதுக்கிடையில, வேறு பிரச்சனைகளும் இப்ப முளைச்சிட்டுது. முன்ன ஈயலம்பங்களில் வேலைசெய்த சீன கொங்சிக்காரர்கள், ரகசிய சங்கங்களை வைத்துச் செயல்பட்டது உங்களுக்குத் தெரியும். அவர்கள் “சண்டு” போதை மருந்துக்காக எதையும் செய்யத் தயாராகிவிட்டார்கள். இப்பொழுது, மக்களிடமும் கொள்ளையடிக்கும் வேலையைக் காட்ட ஆரம்பித்துவிட்டார்கள். இவர்களுக்கும் நமக்கும் முடிச்சுப்போட்டு காலனித்துவ அரசாங்கம் பிரச்சாரம் செய்கிறது. நாம் ஒரு இலட்சிய சித்தாந்தத்திற்காகப் போராடுகிறவர்கள். அவர்களோ, போதைக்காக கொள்ளையடித்துவிட்டு காட்டுக்குள் ஓடி ஒளிந்துகொள்கிறார்கள். இப்பொழுது நமது இயக்கம், இவர்களுக்கு எதிராகவும் செயல்படவேண்டியுள்ளது. செயலாளர் சின் பெங்கிடமிருந்து இன்றைக்கு தகவல் வந்துள்ளது. ரகசியக் காவடிகளை முதலில் ஒரு வழிக்குக் கொண்டுவர வேண்டும். இல்லாவிட்டால், நமது இயக்கத்துக்கு மக்களிடத்தில் வெறுப்பு வந்துவிடும். மக்களின் ஆதரவு இல்லாமல் நமது போராட்டம் வெற்றிபெறாது.”

மாரி, ஒரு புதிய விஷயத்தை முழுவதுமாக அறிந்துகொள்வதற்காக அந்தச் சீனர், நிதானமாகப் பேசிக்கொண்டு வந்தார்.

முத்து, அமைதியாக நடந்துவந்தான்.

“இப்போ ரயிலில் போவதோ, வேறு எந்தப் பொது போக்குவரத்துகளில் பயணம் செய்வதோ சரியாக இருக்காது. ஜெலுபு காட்டுப்பாதை ஜொகூர், பகாங், நெகிரி மாநிலங்களை இணைக்கிற ஒரு முக்கோணமான பகுதியிருக்கிறது. அங்கேதான், நமது இயக்கத்தின் இந்தியப் பகுதி இயங்கிவருகிறது. சுதர்மன் என்பவர், அந்தப் பிரிவுக்குத் தலைவராக இருப்பது உங்களுக்குத் தெரியும். நானும் அங்கேதான் போகப் போகிறேன். அங்கே செல்ல, ரகசிய சுரங்கப்பாதை ஒன்று சிலாங்கூர் எல்லையில் இருக்கிறது. முத்துவும் என்னோடு வரட்டும். அவருக்கும் காட்டு வாழ்க்கையைக் கற்றுக்கொள்ள இது ஒரு வாய்ப்பாக இருக்கும். சண்டு புகைக்கும் ரகசியக் குழுக்கள் சிலாங்கூரிலிருந்து இப்பொழுது நெகிரி எல்லையில் காட்டுப்பகுதியில் செயல்படுகிறார்கள். போகும்பொழுது அவர்களை எதிர்ப்பதற்காக நமது இயக்க கொரில்லாக்கள் இருக்கும்

பகுதியில்தான் நாங்கள் முதலில் தொடர்புகொள்வோம். அதை வெற்றிகரமாக முடித்துவிட்டு ஜொகூருக்குப் போய்விடுவோம். உங்கள் நண்பர் முத்துவை தைரியமாக என்னோடு வரச் சொல்லுங்கள். இரவோடு இரவாக காட்டுக்குள் சென்றுவிடுவது நல்லது. காட்டுக்குள் ஒரு மணி நேரம் நடந்தால் சுரங்கப்பாதையின் வாசலுக்குப் போய்விடலாம்,” சீனர் பேசி முடித்ததும், வேகமாக காஜாங்கை விட்டு ஜெலுபு போகும் நெகிரி செம்பிலான் பாதையில் நடக்க ஆரம்பித்தார்.

மாரி, சுருக்கமாக விஷயத்தை முத்துவிடம் சொல்லிவிட்டு, அந்தச் சீனரை பின்தொடரச் சொன்னான்.

காஜாங் நகரத்தின் மூலைமுடுக்குகளில் எல்லாம் கண்கொத்திப் பாம்பைப் போல ராணுவ வீரர்கள் சமயம் பார்த்துக் காத்திருந்தார்கள்.

முத்து, அந்தச் சீனனைப் பின்தொடர்ந்து நடந்தான். பிரதான சாலையிலிருந்து ஆயிர் ஈத்தாம் வரை நடந்தவன், அங்கே ஒரு வளைவில் காட்டுப்பாதையில் புகுந்தான்.

மின்மினிப்பூச்சிகள் தலையில் விளக்கேந்தியபடி, எதையோ கூட்டம் கூட்டமாகத் தேடிக் கொண்டிருந்தன. கையில் எடுத்து நெற்றியில் பூசிக்கொள்ளும் அளவுக்கு இருட்டு கெட்டியாக இருந்தது. சீனனுக்கு, அந்த இருட்டும் பாதையும் தடையாக இல்லை. பழக்கப்பட்டவனைப்போல வேகமாக நடந்தான். முத்துவுக்கு அது புதிய அனுபவம். தடுமாறித் தடுமாறித்தான் அவனால் நடக்க முடிந்தது.

வெகுதூரம் காட்டுக்குள் அவர்கள் வந்துவிட்டார்கள். அந்தச் சீனர், திடீரென்று ஓரிடத்தில் நின்று சுற்றும்முற்றும் தரையில் எதையோ தேடினார். ஓரிடத்தில் மண்ணைத் தோண்டினார். உள்ளேயிருந்து ஒரு சிறியபெட்டியை வெளியே எடுத்தார். பிறகு அந்தப் பெட்டியிலிருந்து எதையோ எடுத்து இடுப்பில் செருகிக்கொண்டார். அது துப்பாக்கியாக இருக்கலாம். மீண்டும் பெட்டியை மண்ணில் புதைத்துவிட்டு, சருகுகளை எடுத்து அந்த இடத்தில் பரப்பினார்.

எதுவும் பேசாமல் மீண்டும் நடக்க ஆரம்பித்தார். முத்து, அவரைப் பின்தொடர்ந்தான். ஏதோ ஒரு திட்டம் வகுத்து அது, ஏதோ ஒன்றாக மாறி, இப்போது காட்டுக்குள் அந்த இரவில் நடப்பது என, எல்லாமே அவனுக்கு எதிர்பாராத திருப்பமாகவே இருந்தது.

நள்ளிரவு வரை நடந்துகொண்டேயிருந்தார்கள். பூச்சிகள், பறவைகளின் வினோதச் சத்தங்கள் சிலநேரம் அச்சுறுத்தி அடங்கின. இரவில் உணவு தேடி அலையும் விலங்குகள், ஏதேவொரு புதரிலிருந்து தம்மீது பாயக்கூடும் என்ற அச்சமும் முத்துவுக்கு இருந்தது. ஆனால் அந்தச் சீனர், எந்தத் தயக்கமும் இல்லாமல் நடந்துகொண்டிருந்தார். முழுமையடையாத நிலவு, வானத்தின் உச்சியில் இருப்பது சில இடங்களில் தெரிந்து மறைந்தது. ஒரு மேட்டில் நின்றபோது, நீர் வேகமாக விழும் சத்தம் கேட்டுக்கொண்டிருந்தது. பக்கத்தில் எங்கோ நீர்வீழ்ச்சி இருக்கலாம் என்று முத்து நினைத்தான்.

சீனர், தன் பாக்கெட்டிலிருந்து தீப்பெட்டியை எடுத்து வெளிச்சம் காட்டினார்.

பின், மெல்லிய குரலில் முத்துவிடம் சொன்னார்: "நாம் சுரங்கத்துக்கு வந்து விட்டோம், குனிந்தபடியே வா..."

27

விடிகாலைச் சூரியன் அடர்ந்த மரங்களின், இலைகளினூடாக எட்டிப் பார்த்தான். சூரியக் கதிர்கள் 'சுளீர்' என்று, முத்துவின் முகத்தில் பட்டதும்தான், தாம் சுரங்கத்துக்குள் இல்லை என்பது முத்துவுக்கு உறுதியானது. நள்ளிரவில் சுரங்கத்துக்குள் நுழைந்தது முதல் ஏதோ கனவுலகில் நடமாடுவதுபோன்ற பிரமையிலிருந்து அவனால் மீள முடியவில்லை. விரிந்தும் குறுகியும் செல்லும் சுரங்கப்பாதை, பல கிளைகளாகப் பிரிந்து பிரிந்து சென்று கொண்டிருந்தது. ஒவ்வொரு கிளை பிரியும் சந்திப்பிலும் சில அடையாளங்கள்வழி சரியான பாதையை ஆ லாய் முடிவுசெய்து முன்னேறிக் கொண்டிருந்தார். ஆங்காங்கு சில இடங்களில் சிறிய பந்தங்கள் இருந்தன. ஒரு ஆள் நடக்கக்கூடிய அளவுக்கு பாதைகளும் பல இடங்களில் மண்டியிட்டு நகர வேண்டிய சந்துகளுமாக அந்தச் சுரங்கப்பாதை மிகப்பெரிய சவாலாக இருந்தது. பூச்சிகளும் பிற ஊர்வனவும் அடிக்கடி கண்களுக்கும் கைகளுக்கும் தென்பட்டன. காட்டு மரத்துண்டுகளை பல இடங்களில் அடுக்கி முட்டுக் கொடுத்திருந்தார்கள். மரத்துண்டுகளின் இடைவெளியில் உடலைக் குறுக்கி இருவரும் சென்றனர்.

"உண்மையில், இது ஜப்பான்காரர்கள் உருவாக்கிய குகை. அவர்கள் இதுபோன்று நாட்டில் சில இடங்களில் சுரங்கம் அமைத்து ரகசியமாக நடமாட முயன்றனர். ஆனால் அவர்கள் சுரங்கத்தை முழுமைப்படுத்தவில்லை. போர் முடியும் காலத்தில், ஜப்பானியர்களிடமிருந்து நமது இயக்கம் இந்தக் குகையை கைப்பற்றி மேலும் மேம்படுத்தியுள்ளது. இது, இப்போது மூன்று மாநிலங்களைத் தொடர்புபடுத்தும் ரகசிய வழியாகும். நேரத்தை மிச்சப்படுத்தும் குறுக்கு வழியும்கூட. கெடாவிலும் சியாம் எல்லையிலும்கூட நமது நடமாட்டம் சுரங்கவழிதான்" என்று, ஆ லாய் சொன்ன தகவல் முத்துவுக்கு பிரமிப்பாக இருந்தது. இயக்கத் தோழர்கள், தங்கள் கொள்கையில் கொண்ட தீவிரத்தை அந்தக் குகை அவனுக்கு மிகத் தெளிவாகக்காட்டியிருந்தது.

குகையை விட்டு வெளியே வந்ததும் ஆ லாய், முன்பைவிட வேகமாக நடக்கத் தொடங்கியிருந்தார். இரவில் அந்தக் காட்டிலும் குகையிலும் குழப்பமின்றி நடமாடக் கூடியவரை பகல் வெளிச்சம் மேலும் சுறுசுறுப்பாக்கியிருந்தது.

முத்துவுக்குத்தான், ஆ லாய்க்கு ஈடு கொடுத்து நடக்க முடியவில்லை.

வழியில் ஒரு சிறிய நீரூற்று இருந்தது. ஆ லாய், அங்கே நின்று திரும்பிப் பார்த்தார். சிலஅடி தூரத்தில் முத்து சிரமப்பட்டு நடந்து வந்துகொண்டிருந்தான். அவர், சற்று நின்று நீரூற்றில் முகம் கழுவினார். பையைத் திறந்து, வாட்டிய காயா தடவப்பட்ட ரொட்டித் துண்டுகளை எடுத்துச் சாப்பிட்டார்.

முத்து அருகில் வந்ததும் முகம் கழுவச் சொன்னார். கையிலிருந்த பையைக் கீழே வைத்துவிட்டு, தண்ணீரைத் தொட்டான். அது மிகவும் குளிர்ந்திருந்தது. கால்களில் கற்களும் கோரைப்புற்களும் மீனா கொடிகளும் குத்திக் கிழித்திருந்த பகுதிகள் எரிய ஆரம்பித்தன. முகம் கழுவிவிட்டு, ஆ லாய் பக்கம் வந்தபொழுது அவர், ரொட்டித் துண்டுகளை எடுத்து அவனிடம் நீட்டினார்.

குகைக்குள் வெகுதொலைவு வந்தபிறகு, ஒரு அகன்ற வெளியில் இருவரும் ஓய்வு எடுத்தனர். முத்து, ரொட்டியும் நீரும் அதீத சுவை தருவனவாக உணர்ந்தான்.

இரவு முழுதும் நடந்துவந்த களைப்பு முத்துவை முழுவதுமாக ஆட்கொண்டிருந்தது. ஆ லாய், இரவு புறப்பட்டபொழுது எப்படி இருந்தாரோ அப்படியேதான் அதிகாலையிலும் இருந்தார். உடைகள் மட்டுமே அழுக்கேறியிருந்தன.

“இப்போ, நாம நெகிரி செம்பிலானையும் சிலாங்கூரையும் தாண்டி வந்துவிட்டோம். இந்த இடத்திலிருந்து நாம பகாங்கில் இருக்கும் ‘தாசெக்’ பகுதிக்குப் போகவேண்டும். அங்கேதான் சுதர்மன் இருக்கிறார். பதினோரு ரெஜிமெண்ட்டுகள் கொண்டது நமது விடுதலைப் படை. அதில், ஏழாவது ரெஜிமெண்ட் இந்தியர்களைக் கொண்டது. அதற்குத் தலைவர்தான் சுதர்மன். நல்ல மனிதர். எதிரிகளைக்கூட கொல்வதற்குத் தயக்கம் காட்டக்கூடிய மனிதாபிமானம் கொண்டவர். சீக்கிரம் சப்பிடுங்க. நாம் பேசிக்கொண்டே நடக்கலாம். எந்தத் தடையும் இல்லாவிட்டால் சாயங்காலம் ‘தாசெக்’ போய்ச் சேர்ந்துவிடலாம்.”

பேசிக்கொண்டே நீரூற்றில் தண்ணீரை அள்ளிப் பருகினார். முத்துவும், நீர் அருந்திவிட்டு அவரைப் பின்தொடர்ந்தான்.

“ஜொகூரில் நிறைய தொழிற்சங்கவாதிகளை காலனித்துவ அரசாங்கம் கைது செய்தது. 20-6-1948 அன்று இரவு 11 மணியளவில், பிரிட்டிஷ் ஹை கமிஷ்னர் சர்.மால்கம் மெக்டோனல்ட், சிங்கப்பூர் வானொலி மூலம் அவசரகாலப் பிரகடனத்தை அறிவித்தார். அன்றிரவே, தயார்நிலையில் இருந்த போலீசும் ராணுவமும் தொழிற்சங்கவாதிகளைக் கைது செய்தது. கைதானவர்களில் பலர் அரசாங்கத் தரப்பிற்கு ஒத்துழைக்க ரகசிய ஒப்பந்தம் செய்து கொண்டுவிட்டார்கள். இது, நமது இயக்கத்துக்குத் தெரியாது. எல்லாவற்றிலும் மிகக் கவனமாக இருப்பவர்களுக்கும் மார்க்ஸின், ‘எதிலும் சந்தேகப்படு’ என்ற வார்த்தையை அதிகம் மதிப்பவர்களுக்கும் கூட இந்த வேடதாரிகளிடம் சந்தேகம் வராததுதான் பெரிய ஆச்சரியம்.”

ஆ லாய், கனிவான குரலில் பேசிக்கொண்டே போனதால், அவரை வேகமாகப் பின்தொடர வேண்டிய கட்டாயத்தில் முத்து இருந்தான்.

குரங்குகள் மரத்துக்கு மரம் தாவிக்கொண்டிருந்தன. குறைந்தது இன்னும் பத்து மணிநேரம் நடக்கவேண்டுமென்று ஆ லாய் கூறியதைக் கேட்டபொழுது முத்துவுக்கு மலைப்பாக இருந்தது.

முத்துவைவிட ஆ லாய்க்கு பதினைந்து வயது கூடுதலாகயிருக்கும். ஆனால், களைப்பின்றி அவர் நடந்துகொண்டிருந்தார். அது அவருக்குப் பழக்கமாகிவிட்டது. முத்து, இளம்வயதில் சிகாம்புட் தோட்டத்தில் காடுமேடுகளில் திரிந்தவன்தான். சண்முகம் பிள்ளையிடம் டிரைவராகச் சேர்ந்தபின்னும் டாக்சி ஓட்டிய காலங்களிலும் அவன் நடப்பது குறைந்துவிட்டது.

முத்துவுக்கு, இதற்குமுன்பு பார்த்த காடும் இப்பொழுது பார்க்கும் காடும் முழுமையாக வெறுபட்டிருந்தன. முற்றிலும் கரடுமுரடான வழித்தடங்கள். வேர்கள் ஒவ்வொன்றும் பாறைகள்போலக் குறுக்கிட்டன. குறுக்கிடும் செடிகளில் கைவைத்து நகட்டினால் முட்கள் குத்திக் கிழித்தன. மீனா கொடிகளும் காட்டுச் செடிகளும் எல்லா முனைகளிலும் எதிரியைத் தாக்குவதற்கு கூர்மையான கத்தியைப் பொருத்திக்கொண்டிருந்தன. கொஞ்சம் ஏமாந்தாலும் கால்களையோ, கைகளையோ ‘கீறிக் கீறி’ பதம் பார்த்தன. எப்போதும், எங்காவது திடுக்கிடும் ஒரு அரவம் கேட்டுக்கொண்டே இருந்தது. இதுவரை பார்க்காத பறவைகள், புதிய ராகங்களைப் பாடின. ஓர் அணில்பிள்ளை கூட காட்டில் அச்சத்தை உண்டாக்கும் படியான கண்களைக்கொண்டிருந்தது. ஓங்கி வளர்ந்த மரங்கள், ஆகாயத்தில் கைகூப்பி ஞானத்தேடல் நடத்திக் கொண்டிருந்தன.

அந்தக் காலை நேரத்திலும் சூரியக் கதிர்கள் எவ்வளவு முயற்சித்தும் காட்டின் முழு இருளையும் விரட்டமுடியாமல் இலைகளுக்கு இடையில் எட்டிஎட்டி எம்பி நின்று பார்த்தன.

முத்துவுக்கு, அந்த அடர்ந்த காடு புதிய செய்திகளைச் சொல்லிகொண்டே வந்தது. ஆ லாய், இன்னும் வேகமாக நடக்க ஆரம்பித்தார்.

“முத்து, நான் சொல்வதை கவனமாகக் கேளுங்கள். வரலாற்றிலிருந்து பாடம் படிக்காதவன் தனது இலட்சியத்தில் முன்னேறவே முடியாது. வரலாறு சுவையானது. திடுக்கிடவைப்பது மட்டுமல்ல; எதிர்காலச் சந்ததிக்கு வழிகாட்டி மரமுமாகும்.”

ஆ லாய், நடப்புச்சூழலின் வெறுப்பினால் மட்டும் இயக்கத்துக்கு வந்தவராகத் தெரியவில்லை. அவர் பேசுவது தெளிந்த சிந்தனைவாதியுடையது போல ஒலித்தது.

“இதை நான் உனக்குச் சொல்லவேண்டும். உன்னிடம் எதைப் பேசவேண்டும் என எனக்குச் சில கட்டுப்பாடுகள் உண்டு. ஆனால் எல்லாவற்றையும் மீறி நாம் மனிதர்கள். பேசத்தானே வேண்டும்...” என கூறிச் சிரித்தவர், பின்தொடர்ந்தார்.

“அவசரகாலம் அமலுக்கு வந்ததும், பத்தாயிரத்துக்கும் மேற்பட்டவர்கள் தலைமறைவுப் போருக்கென காட்டிற்கு வந்துவிட்டார்கள். அனைவருக்கும் உணவு, உடை, ஆயுதம் தருவது சாத்தியமாகவில்லை. அதோடு, காட்டிற்கு வெளியேயும் நமக்குப் பலவழிகளில் உதவ தொண்டர்கள் தேவைப்பட்டார்கள். மக்களின் ஆதரவைப் பெறாமல், இப்படியான மக்களுக்கான போராட்டம் வெற்றிபெறாது. மேலும் மூர்க்கமான ராணுவத் தாக்குதல்கள் நடக்கும்பொழுது நமக்கு பெருத்த உயிர்ச்சேதம் ஏற்படும். இதைக் கருத்தில்கொண்டு, சில ஆயிரம் போராளிகள் மட்டுமே காட்டில் கொரில்லா போருக்குத் தங்கவைக்கப்பட்டார்கள். மற்றவர்கள், மக்களோடு மக்களாக வெளியே தொண்டர் படைக்கும், வெளி வேலைகள் செய்வதற்கும் அனுப்பி வைக்கப்பட்டார்கள். பெருத்த சேதங்கள் நமக்கு ஏற்படும்பொழுது, வெளியேயிருப்பவர்கள் அந்த இடத்தை நிரப்பிவிடுவார்கள். இப்படித்தான் நமது பரிமாற்றங்கள் நடந்துகொண்டிருந்தன. பிரிட்டிஷ் அரசாங்கம் மிகக் குறைந்த கணக்கில்தான்போராளிகளின்எண்ணிக்கையைஅப்போதைக்கப்போது அறிவித்தது. அது, பல ஆயிரம் என்பது எங்களுக்கு மட்டுமே தெரிந்த ரகசியம்.”

ஆ லாய் பேசிக்கொண்டே வந்தவர், தனது நடையின் வேகத்தைக் குறைத்தார். முத்துவுக்கு வாயில் விரலை வைத்து, "சத்தம் போடாதே..." என்று சைகை செய்தார். அங்கிருந்த புதரில் சடக்கென்று விழுந்து படுத்துக்கொண்டார். முத்துவும் அதைப் பின்பற்றினான்.

அவர்கள் எதிர்திசையில் தலையைத் தூக்கிப் பார்த்தபொழுது, அங்கே சில மூங்கிலால் ஆன குடிசைகள் தென்பட்டன. மனித நடமாட்டமும் இருந்தது.

அரைகுறை ஆடைகளில் பெண்களும் ஆண்களும் ஒரு காட்டுப்பன்றியை ஏதோ செய்துகொண்டிருந்தார்கள். சிறுவர்கள் கூடி நின்றார்கள். அவர்கள் பூர்வகுடிகள். அந்தக் காட்டில் குடிசை அமைத்துக்கொண்டு வாழ்பவர்கள்.

ஆ லாய், எழுந்து அவர்களை நோக்கிப் போனார். முத்துவும் பின்தொடர்ந்தான்.

அவர்களை அடைந்ததும் தலைவன்போல் இருந்த ஒருவன், ஆ லாயை நோக்கி கையசைத்தான். ஆ லாய், அவனருகில் சென்று தனது பையைத் திறந்து ஒரு பொட்டலத்தைத் தந்தார். அதை உடனடியாகப் பிரித்தான். அந்தப் பொட்டலத்தில் உப்பும் வாய்ப் புகையிலையும் இருந்தன.

காட்டில் வாழும் கள்ளம் கபடமற்ற அவர்களைப் பார்க்க முத்துவுக்கு ஆச்சரியமாக இருந்தது. பழங்குடியினர் பற்றி அவன் கேள்விப்பட்டிருக்கிறான். இப்போதுதான் நேரில் பார்க்கிறான்.

பன்றியின் தோலை அகற்றுவதில் அவர்கள் ஈடுபட்டிருந்தார்கள். பக்கத்தில் நெருப்புமூட்ட சிலர் முயன்றுகொண்டிருந்தார்கள். சிறுவர்கள் கையில் நீண்ட கால்களுடைய தவளைகள் இருந்தன. நெருப்பில் சுடப்பட்ட அவற்றை சாப்பிட்டுக் கொண்டிருந்தார்கள். முத்துவுக்கு, அந்தத் தவளையைப் பார்த்ததும் அருவருப்பாக இருந்தாலும் எந்தவித உணர்ச்சியையும் வெளிப்படுத்தவில்லை.

தலைவன், ஆ லாயை பக்கத்தில் அமர்த்திக்கொண்டான். முத்து, அங்கே மூங்கிலால் ஆன குடிசைப் பகுதியில் கிடந்த ஒரு மரக்கட்டையில் அமர்ந்தான்.

அந்தப் பழங்குடியினர் ஏற்படுத்திய நெருப்பு இலேசாக எரிய ஆரம்பித்தது. அனைவரின் முகத்திலும் மகிழ்ச்சி. சுள்ளிகளைப் பொறுக்கி அந்த நெருப்பில் போட்டார்கள்.

இளம்பெண்களும், நடுத்தர, வயது முதிர்ந்தவர்களும் அவர்களில் இருந்தார்கள். கீழ்ப்பகுதியில் மட்டும் சிறிய ஆடையோ, வேறு ஏதோ ஒருவகை மறைப்போ இருந்தது. மேலாடை யாருக்கும் இல்லை. சில இளம்பெண்கள் மட்டும் இந்த இரண்டு அந்நியர்களைப் பார்த்து வெட்கப்படுவதுபோல் தெரிந்தது. தங்களுக்குள் எதையோ பேசி சிரித்துக் கொண்டார்கள். ஒருவரின் பின்னே மற்றொருவர் மறைந்து நின்று இவர்களைப் பார்த்தார்கள்.

தலைவன் சிரித்தபடியே, அவர்களை அன்று அங்கேயே தங்கும் படியும் நிறைய கதை பேசலாமென்றும் கூறினான்.

ஆ லாய், தனக்கு வேலைகள் இருப்பதாகவும் பிறகு ஒருநாள் நிறைய புகையிலையும் உப்பும் வாங்கி வருவதாகவும் கூறி எழுந்தார்.

தலைவன், ஒரு பெண்ணை அழைத்து ஏதோ கூறினான். அவள், அங்கிருந்த ஒரு குடிசைக்குள் போய் கையில் நாலைந்து பெரிய மரவள்ளிக் கிழங்குகளைக் கொண்டு வந்தாள். அது நெருப்பில் வாட்டி வைக்கப்பட்டிருந்தது. அவற்றை வாங்கி ஆ லாயிடம் தந்தான் தலைவன். பிறகு அங்கேயிருந்த இன்னொரு குடிசைக்குள் அவனே சென்று ஒரு பெரிய டுரியான் பழத்தைக் கொண்டுவந்து ஆ லாயிடம் சிரித்தவாறு நீட்டினான். அது காட்டு டுரியான் பழம். பெரிதாக இருந்தது. அதை வாங்கி முத்துவிடம் கொடுத்து சுமந்து வரச்சொன்னான்.

தலைவனிடம் கை கொடுத்துவிட்டு ஆ லாய் வேகமாக நடக்க ஆரம்பித்தான். சிறிதுதூரம் சென்றதும் ஆ லாய் நின்று திரும்பிப் பார்த்தார். அந்தப் பழங்குடி இருப்பிடம் கண்ணில்படவில்லை. கடிகாரத்தில் மணி 1.30ஐ காட்டியது.

தரையில் அமர்ந்து டுரியானை உடைக்கும்படி கூறி, தனது பையிலிருந்து ஒரு கத்தியை எடுத்துக் கொடுத்தார். அதை உடைக்க கொஞ்சம் சிரமமாக இருந்தது முத்துவுக்கு. சிரமப்பட்டு அதை உடைத்தான். அருமையான மஞ்சள் நிறச் சுளை. வாசம் நாற்திசையிலும் பரவியது. உடைத்த பழத்தை ஆ லாயிடம் நீட்டினான். ஆ லாய், பாதியை எடுத்துக்கொண்டு மறு பாதியை அவனிடமே தந்து உண்ணும்படி சொன்னார்.

அந்த மதியவேளையில் அது அருமையாக இருந்தது முத்துவுக்கு.

அவன், அந்தப் பழங்குடியினர் இடத்திற்கு வரும் வரையிலும் களைப்படைந்திருந்தான். அங்கே அமர்ந்து ஓய்வெடுத்தது புதுத்தெம்பைத்

தந்தது. இப்பொழுது வயிறு நிறைந்ததும் மேலும் உடல் தெம்பு பெற்றது. பக்கத்தில் தேங்கியிருந்த மழைநீரில் கையை சுத்தமாகக் கழுவச் சொன்னார், ஆ லாய். பிறகு, அந்த டுரியான் தோல்களை ஒரே இடத்தில் வீசாமல் நாலு திசைகளிலும் வீசினார். வெகு தூரத்தில் அவை போய் விழுந்தன. அவர் எழுந்து நடக்க ஆரம்பித்தார்.

"இந்த சக்காய் மக்கள் மிகவும் நல்லமனிதர்கள். கள்ளம் கபடமற்றவர்கள். நேர்மையானவர்கள். ஆனால் இவர்களை பிரிட்டிஷ் ராணுவம் இப்பொழுது வளைத்து வைத்துள்ளது. நமது இருப்பிடங்களைக் கண்டுபிடிப்பதற்கு இவர்களை காலனித்துவ அரசு பயன்படுத்துகிறது. நேற்றுவரை இவர்கள் பக்கமே திரும்பிப் பார்க்காதவர்கள் இப்பொழுது அதிக அக்கறைகொண்டு உதவிகள் செய்கிறார்கள். நிறையப் பணமும் பொருட்களும் துணிகளும் தருகிறார்கள். பெரும்பாலும் காடு அவர்களுக்கு அத்துப்படி. மெல்லிய வாசத்தை வைத்தே, பல விஷயங்களைக் கண்டுபிடித்து விடுவார்கள். நம்மிடம் டுரியான் பழம் கொடுத்ததுகூட நம்மை காட்டிக் கொடுக்கவாக இருக்கலாம். இந்தப் பழ வாசத்தை வைத்து நமது இருப்பிடத்தைச் சுலபமாகத் தெரிந்துகொள்வார்கள். அவர்களைப் பின்தொடரும் ராணுவம் நம்மைச் சும்மாவிடுமா?" இந்தக் கேள்வியைக் கேட்டுவிட்டு, முத்துவின் முகத்தைப் பார்த்தார், ஆ லாய்.

உண்மையில், முத்து தடுமாறிப் போனான்.

"ஊகம்தான். ஒருவேளை, அது யதார்த்தமாகக்கூட தரப்பட்டிருக்கலாம். ஆனால் ஊகங்களே நம்மை வழி நடத்துகின்றன" என்று கூறிவிட்டுச் சிரித்தார், ஆ லாய்.

இதுவெல்லாம் அவனுக்குப் புதிதாக இருந்தாலும், தான் கற்றுக்கொள்ள வேண்டியது நிறைய உள்ளது என்று தெரிந்து கொண்டான். பழத்தோலை மூலைக்கு ஒன்றாக ஏன் வீசினார் என்பது அவனுக்குப் புரிந்தது.

'எதிலும் சந்தேகப் படு!' என்பது, எவ்வளவு சரியான சொல். தான் இன்னும் நிறைய படிக்கவேண்டியுள்ளது என்று முத்து நினைத்துக் கொண்டான்.

இந்தக் காடும் அதன் வாழ்க்கையும் தனக்கு வேறு ஒரு உலகத்தைக் காட்டுவதாகவே நினைத்தான். காலனித்துவவாதிகளை எதிர்ப்பது மட்டுமல்ல; வாழ்க்கையும் இங்கே போராட்டமாகத்தான் இருக்கப் போகிறது.

அவனுக்கு மனதில் உறுதிகள் தோன்றின. ஆ லாய் வெளிப்படையாகப் பேசுவது, தன்மேல் உள்ள நம்பிக்கையில் என்றும், அதைக் காப்பாற்ற எந்த நிலையிலும் தனது போராட்டத்தைக் கைவிடுவதில்லை என்றும் அவன் உள்மனம் கூறியது.

இது, தனக்கான சுக வாழ்க்கையல்ல; மக்களுக்காக, அவர்களின் விடுதலைக்காக ஏற்றுக்கொண்ட வாழ்க்கை. தேசிங்கிடம் வாங்கிப் படித்த நூல்கள், அதன் கருத்துகள் அவனை வேறுமனிதனாக மாற்றின. அந்த அனுபவங்களைப் படிக்கும்பொழுது நரம்புகள் முறுக்கேறின. இப்பொழுது அதுவே அனுபவமாக வரும்பொழுதுதான் முழுமையாக உணரமுடிகிறது.

அம்மா, அப்பா, ஜெயா, ராஜலட்சுமி, நாகப்பன் எவருமே அவனுக்கு இப்பொழுது அதிமுக்கியமாகத் தெரியவில்லை. நாட்டில் எத்தனையோ அம்மா, அப்பாக்கள் என்றே பொதுவாக நினைக்கத் தோன்றியது. நடக்க நடக்க எல்லா உறவுகளின் ஒட்டுதலும் உடலிலிருந்து பிரிந்துசெல்வதாகத் தோன்றியது.

இருவரும் வேகமாக நடக்க ஆரம்பித்தார்கள். இன்னும் ஏறக்குறைய நான்கு மணி நேரத்தில் 'தாசேக்'கை அடைந்துவிடலாமென்று ஆ லாய் கூறினார். நேற்றிரவு முழுதும் அந்த இருட்டில் நடப்பதற்கு அவன் பட்டபாடு கொஞ்சநஞ்சமல்ல.

28

வெகுதூரத்தில் மத்திய மலைத்தொடர், ஒரு கர்ப்பிணியைப்போல மல்லாக்கப் படுத்திருந்தது. அகன்று கூர்மையாகி நின்ற அதன் மார்பகங்களிலிருந்து அருவிகள் இறங்கி ஓடிவந்தன. வெய்யில் நேரத்தில் கரும்பச்சை சேலையை உடுத்தி அது, பின்பு மாலை நேரத்தில் நீலப் போர்வையை மேலே போர்த்திப் படுத்திருந்தது - பனியின் தாக்கம் போலும்.

ஒரு முடுக்கிவிட்ட இயந்திரம்போல் ஆ லாய் நடந்து கொண்டிருந்தார்.

பூர்வகுடித் தலைவன் தந்த டுரியான் பழத்தை அவர் கையாண்ட விதத்திலிருந்து எதிலும் முன்னெச்சரிக்கைமிக்கவர் என்பதை முத்து தெரிந்துகொண்டான். எனவே, கேள்விகளற்று அவர் பின்னால் நடப்பதில் எந்த மனத்தடையும் அவனுக்கு எழவில்லை. காட்டில், எப்படி வாழ்க்கை அமையப்போகிறது என்ற கவலை அவனுக்கு முதலில் இருந்தாலும், இப்பொழுது அது பெரிய விஷயமாகப் படவில்லை.

அவர்கள் மூன்று மணிநேரம் நடந்திருப்பார்கள். முத்து, வழிநெடுகிலும் ஏதாவது சந்தேகங்களைக் கேட்டபடியே நடந்தான். நடக்கும்போது பேசியதில் மூச்சு வாங்கினாலும், மூளைக்குத் தட்டுப்பட்ட கேள்விகளையெல்லாம் அடுக்கிக்கொண்டே சென்றான். ஆ லாய், சந்தேகங்கள் எதையும் காட்டாமல் பதில் கூறுவது முத்துவுக்குத் தன்மீதே கௌரவத்தை உண்டாக்கியது. தன்னை அவர்களில் ஒருவராகக் கருதுவதாகவே எண்ணினான்.

இந்த மண்ணின் விடுதலைக்காக எந்த எதிர்பார்ப்பும் இல்லாமல் உழைத்து, காலனித்துவப் படைகளால் கொல்லப்பட்ட ஜொகூர் மாநில தொழிற்சங்க சம்மேளனத் தலைவர் இராமசாமி, சிங்கப்பூர் நேவல் பேஸ் தொழிற்சங்கத் தலைவர் மயில் இராவணன், மலாயா ஜப்பானியர் எதிர்ப்படைத் தலைவராகவும், மலாயா கம்யூனிஸ்ட் கட்சித் தலைவராகவும் பணிபுரிந்த தோழர் ஆக் கோக், நாடு கடத்தப்பட்ட தோழர் சாம்பசிவம், தூக்கில் தொங்கிய கணபதி,

சுட்டுக் கொல்லப்பட்ட வீரசேனன் என்று நீண்ட போராளிகளின் பட்டியலையும், அவர்களின் கொள்கைப் பிடிப்பையும் விளக்கிக்கொண்டே நடந்தார், ஆ லாய்.

"முத்து, சுதர்மனைப் பற்றி உன்னிடம் ஒரு விஷயத்தைச் சொல்லவேண்டும். இப்பொழுது இயக்கத்தில் அவருக்கு அவ்வளவு நம்பிக்கையில்லாமல் இருக்கிறது. சில சந்தேகங்கள் அவரின்மேல் ஏற்பட்டுள்ளது. ஒருவன், மிகவும் மனிதநேயத்தோடு இருப்பது சிலசமயங்களில் அவனை ஏமாளியாக்கிவிடுகிறது. இப்பொழுது சுதர்மனின் நிலையும் இப்படித்தான் ஆகிவிட்டது."

ஆ லாய் திரும்பி, முத்துவின் முகத்தைப் பார்த்தார். நடக்கும் களைப்பைத் தாண்டி அதில் ஆச்சரியங்கள் தெரிந்தன.

"நீ அங்கே போய்ச் சேருவதற்குமுன்பே இதைச் சொல்லிவிடுவது நல்லது என்று எனக்குப்பட்டது. அவரின் நடவடிக்கையை மெய்க்காவலர்களே மிக உன்னிப்பாகக் கவனித்து வருகிறார்கள். இது மேலிடத்து உத்தரவு. என்னதான் நியாயமாகப்பட்டாலும் நாம் சிலவேளைகளில் உயர்மட்ட உத்தரவை மீறமுடியாது. முத்து, நீ அங்கே சென்றதும் இதையெல்லாம் அவரிடம் கேட்காதே. அதனால்தான் முன்னெச்சரிக்கை நடவடிக்கையாக இதை உன்னிடம் சொல்கிறேன்."

முத்துவுக்கு மூச்சு வாங்கியது. "ஆனா, அவர் முக்கியமானவருன்னு..." முழுமையாகப் பேசமுடியாமல் மூச்சு முட்டியது. அது அதிர்ச்சியின் விளைவாகவும் இருக்கலாம்.

"நமக்கு மக்களின் விடுதலைதான் முக்கியமே தவிர, தனிப்பட்ட நபர்கள் இல்லை. அதோடு, இப்போது நமது உயர்மட்டத் தலைவர்களிடத்தில் பீக்கிங்கை பின்பற்றுவதா, மாஸ்கோவை பின்பற்றுவதா என்று பெரிய சித்தாந்தப் போராட்டம் நடக்கிறது. இதிலெல்லாம் நீ தலையிடாதே. நீயோ புதுசு. கொஞ்சநாளைக்குப் பிறகு உனக்கே ஒரு தெளிவு பிறக்கும். இங்கே பயிற்சி மட்டும் தருவதில்லை. அன்றாடம் வகுப்புகளும் நடைபெறும். நீ அந்த வகுப்புகளுக்குத் தவறாமல் போய் வா." பேசிக்கொண்டே மீண்டும் முத்துவை திரும்பிப் பார்த்தார், ஆ லாய்.

"சுதர்மன்மேல் ஏன், சந்தேகம் வந்துள்ளது?"

"நேற்று இரவு முழுக்க உன்னிடம் அவரைப்பற்றி பாதிதான் சொன்னேன். மீதியையும் சொல்கிறேன்."

அந்தக் காட்டில் நடப்பது எப்படியென்று இப்பொழுது முத்துவுக்கு ஓரளவு பழக்கமாகிவிட்டது. ஆ லாயின் காலடிகளைப் பின்பற்றி நடந்தான்.

"வெளியே சென்ற தொண்டர் படையினரில் சிலரை அரசாங்கம் கைதுசெய்து சித்திரவதை செய்தும், பணம் கொடுத்தும் அவர்கள் பக்கம் இழுத்துக்கொண்டது. அப்படி அவர்கள் பக்கம் போனவர்களுக்கு சுதர்மனை உயிராகவோ, பிணமாகவோ பிடித்துக் கொடுப்பதற்கு முப்பதாயிரம் வெள்ளி தரப்படும். அப்படி, அந்தப் போராட்டத்தில் இவர்களே உயிர் துறந்தால் அவரின் குடும்பத்தாருக்கு அறுபதாயிரம் வெள்ளி வரை தர சிங்கப்பூர் ரகசியப் போலீஸ் வளாகத்தில் வைத்து ஒப்பந்தம் செய்யப்பட்ட தகவல் கிடைத்தது. சுதர்மனும், தனது இருப்பிடத்தை உடனே மாற்றிவிட்டார். தகவல் அனுப்புவதற்கு மட்டும் சிலரை பழைய இடத்தில் நிறுத்திவிட்டு அவர் வேறு இடத்திற்கு முகாமை மாற்றிவிட்டார். இந்த நேரத்தில், முன்பு தொண்டர் படைக்கும், வெளியே மக்களிடம் கலந்து பிரச்சாரம் செய்வதற்கும் அனுப்பப்பட்ட பலர் மீண்டும் காட்டுக்கு வந்து தாங்கள் தொடர்ந்து வெளியேயிருந்து வேலைசெய்ய முடியவில்லை என்றும், அரசாங்கத்தின் கெடுபிடி அதிகமாகிவிட்டதாகவும், எந்த நேரத்திலும் தாங்கள் கைது செய்யப்படலாமென்றும் சுதர்மனிடம் வந்து முறையிட்டார்கள். இந்த இடத்தில்தான் சுதர்மன் தவறு செய்துவிட்டார். 'எதிலும் சந்தேகப் படு' என்ற மார்க்ஸின் வார்த்தையை மறந்துவிட்டார். காட்டுக்கு வருவதற்கு முன்பு இந்திய தேசிய ராணுவத்திலும் அதன்பின் தொழிற்சங்கங்களிலும் ஒன்றாகப் பணியாற்றியவர்களே இப்பொழுது கம்யூனிஸ்ட் கொள்கைகளை ஏற்று, போராட்டத்திற்கு அவரோடு வந்தவர்கள், அவர்களை எப்படி சந்தேகிப்பது? அவர்களைத் தட்டிக்கழிக்க முடியாமல் தலைமறைவு ஆயுதப் போராட்டத்திற்கு அனுமதி வழங்கினார். ஒரு குறிப்பிட்ட தேதியில் அவர்களைச் சந்திக்கவும் ஏற்பாடு செய்யப்பட்டது. ஆனால், அதற்குமுன்பே முக்கிய ஏழாவது ரெஜிமெண்ட் பாதுகாப்பான வேறுபகுதிக்கு மாற்றப்பட்டுவிட்டது. தகவல் தருவதற்கு இருந்தவர்கள்கூட மறைவிடத்தில் பாதுகாப்பாக இருந்தார்கள்."

இடையில் வேர்கள், படிக்கட்டுகள்போல அடுக்கடுக்காக குறுக்கிடவும் இரண்டு கைகளையும் ஊன்றி ஏறினார். முத்துவும் அவரைப் பின்தொடர்ந்தான். கொஞ்சம் மூச்சு வாங்கியபின் தொடர்ந்தார்.

"காட்டுக்குள் வந்த அந்த சிவிலியன் போராளிகள், ஏற்கனவே ராணுவத்திடம் ரகசிய சிக்னல் கொடுத்தவுடன் தாக்குதல்

மேற்கொள்ளும்படி சொல்லியுள்ளார்கள். உள்ளே வந்தவர்களை அங்கே மறைவாக சுதர்மனால் நிறுத்தி வைக்கப்பட்டிருந்தவர்கள் வேறுவழிகளில் சுதர்மனிடம் கொண்டுசேர்த்தார்கள். அவர்களால் காலனித்துவப் படைக்கு சிக்னல் தரமுடியாமல் போய்விட்டது.''

ஆ லாய் திரும்பிப் பார்த்தார். முத்து, மிகவும் களைத்திருந்ததால் பதில் சொல்லவில்லை எனப் புரிந்துகொண்டவர், தொடர்ந்து நடந்தார்.

``காட்டுக்கு வெளியே காத்திருந்த CID போலீஸ் பொறுமையிழந்தது. விமானம், பீரங்கித் தாக்குதலை மேற்கொண்டது. மறைவிடங்களைத் துளைத்தெடுத்தது. பாவம், மீனா கொடிகளும் குருவிச் செடிகளும் கருகியதுதான் மிச்சம்.

உள்ளே வந்த தோழர்கள், தங்கள்மேல் எந்தச் சந்தேகமும் வராதபடி நடந்து கொண்டாலும் சிறிதுகாலத்துக்குப் பிறகு அவர்கள் தனிமையில் அழுவதும் சோர்ந்து போவதுமாக இருந்தார்கள். இந்நிலையில், அவர்களை உள்ளே வைத்திருப்பது ஆபத்தை விலை கொடுத்து வாங்கியதாகிவிடும். அவர்களை வெளியே அனுப்புவதை விட சுதர்மனுக்கு வேறுவழி இருந்திருக்க வில்லை. மாநில சீனத் தலைவருக்கும், மாவட்டத் தலைவருக்கும் ரகசியத் தகவல் அனுப்பியபிறகு அவர்களை காட்டிலிருந்து மக்கள் வாழும் பகுதிக்கு அனுப்பிவைக்க மாவட்ட அதிகாரிகள் மற்றும் சில விடுதலைப் போராளிகளையும் துணைக்கு அனுப்பியுள்ளார். அவர்களோ, வஞ்சகமாகவே உள்ளே வந்தவர்கள். சுதர்மன், உடன் சென்ற தனது சக தோழர்களுக்கு எச்சரிக்கை செய்தே அனுப்பி வைத்தார். எப்படியோ, தந்திரமாக அவர்களை ஏமாற்றி போலீஸ் பதுங்கியிருந்த இடத்திற்கு அனைவரும் வந்து சேர்ந்தபொழுது துப்பாக்கிகள் வெடித்தன. இதில் மாவட்ட அதிகாரியும் ஒரு தோழரும் படுகாயமடைந்தார்கள்.

இவர்களோடு வந்த அந்த காட்டிக்கொடுப்பவர்கள் ஓடி மறைந்து விட்டார்கள். சுதர்மனின் நிலை மிகவும் தர்மசங்கடமான நிலைக்குத் தள்ளப்பட்டுவிட்டது. அந்த மாஜி போராளிகளை எந்தவித விசாரணையுமின்றி காட்டிலேயே தண்டனையைக் கொடுத்திருந்தால் இப்படியான பின்னடைவு ஏற்பட்டிருக்காது. தலைவலி போய் திருகுவலி வந்ததுபோல் மீண்டும் ஒரு சோதனை குறுக்கிட்டது.

ஜொகூர் லாபீஸ், சிகாமட் பகுதிக்குச் செல்வதாக, முன்பு அவரோடிருந்த மாஜி தோழர்களிடம் கூறியிருந்திருக்கிறார். அவர்களும் போலீஸிடம் இதைத் தெரிவித்து விட்டார்கள். சுமார்

மூன்றுமாத காலம் தொடர்ந்து அதிரடித் தாக்குதல்களை மேற்கொண்டும் அவர்களால் சுதர்மனை பிடிக்க முடியவில்லை.

முதல் தாக்குதல் நடந்து இரண்டு தோழர்கள் பிடிபட்டதிலிருந்து சுதர்மன் முன்ஜாக்கிரதை நடவடிக்கைகளை எடுக்க ஆரம்பித்து விட்டார். லாபீஸ் சிகாமட் தாக்குதல் நடந்தபொழுது அவர் அடர்ந்த காட்டுப்பகுதியான மெர்சிங்கில் ஐம்பது மைல் உள்ளே தள்ளியிருந்தார். இதன்பிறகு, அந்த மாஜி தோழர்களிடம் பெற்ற தகவல்களினால் பல போராட்டவாதிகள் உயிரிழக்க நேர்ந்தது.

மனிதாபிமானத்துடன் அவர்களை வெளியேவிட்டது, பல சந்தேகங்களை சுதர்மன்மேல் மேலிடத்துக்கு ஏற்படுத்தியது. அவர்களை வெளியேவிட்டதால் பல உயிர்ச் சேதங்கள் மட்டுமல்லாது நமது உணவு, ஆயுதம் வரும் வழிகள் அடைபட்டுப் போய்விட்டன. இயக்கம், பல சங்கடங்களை எதிர்நோக்கவேண்டியுள்ளது. இதுதான் இப்போதைய நிலைமை. அங்கே சென்றதும் இதையெல்லாம் அவரிடம் பேசாதே. அவரே ஏதாவது சொன்னால் கேட்டுக் கொள். காஜாங் மாரிமுத்து, என்னிடம் உன்னைப் பற்றி சொல்லியுள்ளார்.

இப்பொழுது சுதர்மனை உயர்மட்டக் குழு கூட்டங்களுக்கு அழைப்பதில்லை. மாநில அளவில் பல ரகசியங்கள், நடவடிக்கைகள் அவரிடமிருந்து மறைக்கப்படுகின்றன. அவர் கண்காணிக்கப் படுகின்றார் என்பதை அறிந்து அவர் மிகவும் மன வேதனையில் இருக்கிறார்."

விரிவாகப் பேசிக்கொண்டே வந்த ஆ லாய், முத்துவின் முகத்தை ஏறிட்டுப் பார்த்தார். முத்து ஏகப்பட்ட அதிர்ச்சியில் இருந்தான். இயக்கம் மிகவும் கட்டொழுங்குமிக்கது என்பதை தேசிங்கு பலமுறை அவனிடம் கூறியிருந்தான். அதிக கட்டொழுங்கும் பிடிவாதங்களும் நிறைந்தது கம்யூனிசக் கொள்கைகள் என்பதை அவன் நன்கறிவான். மக்கள் சிந்தனையை, பொதுவுடைமை என்ற நேரெதிரான கொள்கைக்கு மாற்றுவது சுலபமான காரியமல்ல. ஒரு வாழ்க்கைக்கும் பழக்கவழக்கங்களுக்கும் காலந்தோறும் வாழ்ந்து பழகிவிட்டவர்களை மாற்றி, முற்றாக வேறுபாதையில் நடத்திச் செல்வது மிகச் சிரமமான காரியம். அதனால்தான் இந்த ஆரம்ப போராட்ட நிலையிலேயே விதிகளில் அது விட்டுக் கொடுக்காது.

"என்னை நம்பி இவ்வளவு ரகசியம் சொல்கிறீர்கள். அது எனக்கு பயமாகவும் நம்பிக்கையையும் தருகிறது."

ஆ லாய் மென்மையாகச் சிரித்தார். "நான்கூட உன்னை வெறும் சின்னப்பயல் என்று நினைத்தேன். ஆனால், நீ நியாயமாகவே சிந்திக்கிறாய். உனக்கு நல்ல எதிர்காலம் இருக்கிறது. இப்போதுவரை பெரிய ரகசியம் எதையும் நான் சொல்லிவிடவில்லை. ரகசியங்கள் பல அடுக்குகளில் இருக்கும். இயக்கத்தில் எனக்குத் தெரியாத பல ரகசியங்கள் உண்டு. நாம் தகுதியாகும்போது அது நம்மை வந்து சேரலாம். நானும் இங்கே வந்து ஆறு மாதங்களுக்கு மேலாகிறது. வெளியே நிதி சேர்க்கவும் வேறு வேலைகளைக் கவனிக்கவுமே எனக்குக் கட்டளையிடப்பட்டிருந்தது. என்றாலும் ஆறு மாதத்திற்கு ஒருமுறை இங்கே வரவேண்டிய பல வேலைகள் என்னிடம் ஒப்படைக்கப்பட்டுள்ளது. முக்கியமான தகவல்களைச் சொல்ல வேண்டும். அதோடு, உனக்கு ஒரு ஆச்சரியம் தாசேக்கில் காத்திருக்கிறது. அதைப் பார்த்து நீ பெரிய மகிழ்ச்சியடைவாய்.

"என்ன ஆச்சரியம்?"

"அதை நேரில் நீயே வந்து பார். ஆச்சரியங்கள் நேரில் பார்த்தால்தான் மகிழ்ச்சி. முதலிலேயே தெரிந்துகொண்டால் அதற்குப் பெயர் ஆச்சரியமில்லை.

"அதோடு, நான் சொன்ன விஷயங்கள் எதுவும் வெளியாகக்கூடாது. பிறகு உன்னையும் சுதர்மனைப்போல கண்காணிக்க ஆரம்பித்து விடுவார்கள். இவ்வளவு சிரமங்களை ஏற்று இங்கே வந்தது வீணாகிவிடும். உனக்கு வயது இருக்கிறது. இந்தப் போராட்டத்தில் போகவேண்டிய தூரம் ரொம்ப அதிகம். அதில் எத்தனையோ அனுபவங்களைப் பெறமுடியும். நான் சொன்னவற்றையெல்லாம் நீ கவனத்தில் வைத்துக்கொள். நாம் இன்னும் கொஞ்ச நேரத்தில் தாசேக் போய்விடலாம்."

இன்னும் வேகமாக ஆ லாய் நடந்தார். முத்து கைக்கடிகாரத்தைப் பார்த்தான். மாலை 5.30 மணியாக இருந்தது.

வண்டுகள் இலேசாக குரல் எழுப்பின. அந்த மாலைவேளையில் சூரியன் செந்நிறமாக மேற்கே அழகு காட்டிக்கொண்டிருந்தான். அந்த அடர்ந்த காட்டுக்குள் எவ்வளவு முயற்சித்தும் சூரியஒளி முழுதுமாக உள்ளே வரவில்லை. இருட்டு, கடமை தவறாத வேலைக்காரனைப் போல குறிப்பிட்ட நேரத்திற்கு முன்பாகவே வந்து கை கட்டி நின்றது.

முத்து, நடந்துகொண்டே முன்பு தோட்டத்தில் நடந்த மகாபாரத நாடகத்தை நினைத்துக் கொண்டான். அதில் சகுனி கூறிய ஒன்று மீண்டும் மீண்டும் நினைவுக்கு வந்தது.

"துரியோதனா! எதிரிகள் ஒரே வகையானவர்கள் இல்லை. எத்தனையோ வகையினர். அவர்களை வீழ்த்தும் வழிகளும் பலதரப்பட்டவை. சில எதிரிகளின் சக்தியைக் குறைத்துவிட்டாலே போதும். நாம் நிம்மதியாக இருக்கலாம். வேறுசில எதிரிகளுக்கு அவ்வப்போது நாம் இன்னல்கள் தந்துகொண்டே இருக்கவேண்டும். அப்பொழுதுதான் அவர்களை விலக்கிவைக்க முடியும். இன்னும் சில எதிரிகளை வேரோடு ஒழித்துக்கட்டிவிட வேண்டும். அப்பொழுது தான் நமது நிம்மதி காப்பாற்றப்படும். பாண்டவர்கள், இந்த மூன்றாவது வகையைச் சேர்ந்தவர்கள்!" என்று சகுனி கூறியது, எவ்வளவு உண்மை என இப்போது தோன்றியது. அவ் வரிகள் அவனுக்குள் எங்கோ மனனமாக இருந்தது ஆச்சரியத்தைக் கொடுத்தது.

இப்பொழுது சுதர்மனை நினைத்தபொழுது அவர் ஏன், அந்த மாஜி தோழர்களை அனுமதித்தார்; பிறகு வீட்டுக்கு அனுப்பி வைத்தார்? எதிரிகளை அனுமானிக்கும் திறன் அவருக்கு இல்லையோ?

அவர்கள் ஏறக்குறைய தாசேக் தலைமைப் பீடத்தை அடைந்து விட்டார்கள். ஆ லாயின் முகத்தில் மகிழ்ச்சி ரேகை படர்ந்ததை முத்து கவனித்தான். தனக்கு ஏதோ ஆச்சரியம் அங்கேயிருக்கிறது என்று சொன்னது அவனுடைய ஆவலை அதிகமாக்கியது. அது என்னவாக இருக்கும்? ஆவலும் வேகமுமாக நடந்தான் முத்து.

சுதர்மனை சந்திக்கப் போகிறோம் என்ற எண்ணமே அவனை வட்டமிட்டது.

இருவரும் அந்த அடர்ந்த காட்டுக்குள் இருந்த சிறுசிறு கூடாரங்களைக் கண்டார்கள். செடிகளும் காட்டுக்கொடிகளும் அந்தக் கூடாரங்களின் மேல் படர்ந்திருந்தன. ஆகாயத்திலிருந்து விமானங்கள் பறந்தால் அந்தக் கூடாரங்களைக் காண முடியாது. ஏதோ, செடி கொடிகள் வளர்ந்திருப்பதுபோல்தான் தெரியும். அந்த இடம்தான் மொத்தப் போராட்டத்திற்கே தலைமையகம்.

ஆ லாய், முன்னே சென்றபொழுது நாலைந்து பேர் கூடாரத்திலிருந்து வெளியே வந்து அவரை கட்டிக் கொண்டார்கள். அவர்களின் முகங்களில் எல்லையில்லா மகிழ்ச்சி.

ஒவ்வொரு மறுசந்திப்பும் போராளிகளுக்கு மறுபிறப்பு போலத்தான். இன்னும் உயிரோடு இருக்கிறோம் என்பதே எவ்வளவு பெரிய மகிழ்ச்சி. சிலர் இறந்திருப்பார்கள். சிலர் பிடிக்கப்பட்டு சிறைகளில் இருப்பார்கள். இன்னும் சிலர் படுகாயம்

அடைந்து மருத்துவமனைகளில் படுத்திருப்பார்கள். பலரை இந்தியாவிற்கும் சீனாவிற்கும் நாடு கடத்தியிருப்பார்கள். அப்படி எதுவும் இல்லாமல், ஆ லாய் வந்தது தாசேக் பகுதியில் இருந்த மகிழ்ச்சியான சூழ்நிலையை இரட்டிப்பாக்கியது.

ஆ லாய், முத்துவை நோக்கி கண்காட்டினார். அங்கே தேசிங்கு நின்றுகொண்டிருந்தான். அவனை இங்கே பார்த்ததும், ஆ லாய் சொன்ன அதிசயம் இதுதானென்று முத்து உணர்ந்துகொண்டான். ஓடிப்போய் அவனை தழுவிக்கொள்ள, அவனும் சற்று உணர்ச்சி வசப்பட்ட நிலையில் முத்துவை இறுக அணைத்துக் கொண்டான்.

29

சண்முகம்பிள்ளை நிம்மதியில்லாமல் இருந்தார். தோட்டத்தை விற்றுவிடலாமா என்று அவர் நினைத்தபொழுது, விலை ஒன்றுக்குப் பாதியாகக் குறைந்துவிட்டது.

நாட்டின் அவசரகால நிலைமையும், ஆங்காங்கே ரயில்களைக் கவிழ்ப்பதுமாக நிலைமை சரியாக இல்லை. வெள்ளைக்காரர்கள், வந்த விலைக்கு தோட்டங்களை விற்றுவிட்டு இங்கிலாந்துக்குத் திரும்பும் அவசரத்தில் இருந்தார்கள். பணமுள்ள சீனர்கள், தோட்டங்களை வாங்கிப் போட்டுக்கொண்டிருந்தார்கள். ரப்பர் விலையும் படுவீழ்ச்சியடைந்திருந்தது. இதற்கிடையில், தனது உயிருக்கு எப்போது வேண்டுமானாலும் ஆபத்து வரலாம் என்ற அச்சம் வற்றாமல் இருந்தது.

சண்முகம்பிள்ளை முடிவெடுக்க முடியாத சூழ்நிலையில் இருந்தார்.

இராஜசுந்தரம் வெளியே சொல்ல முடியாத மனவேதனையில் இருப்பதுபோல் இருந்தான். வெகுநேரம் ஹாலில் அமர்ந்து கம்பெனி வேலைகளைப் பார்ப்பவன், ஃபைல்களை புரட்டிப் புரட்டி பார்த்துவிட்டு அங்கேயே படுத்துவிடுவான். அவனுடைய அறையில் மனைவியுடன் தங்குவதும் பேசுவதும் வெகுவாகக் குறைந்துவிட்டது.

அவன் மனைவி சோர்ந்துபோன கண்களுடன் காலையில் எழுந்து, பொது மருத்துவமனைக்கு வேலைக்குப் போய்விடுகிறாள். அவள் டாக்டருக்குப் படித்திருந்ததாலும் மெட்ராசில் டாக்டராக பணியாற்றியதாலும் இங்கே வேலைக்கு ஏற்பாடு செய்வது சண்முகம்பிள்ளைக்கு சிரமமாக இருக்கவில்லை. ஆனால் கணவன், மனைவிக்குள் எந்தவித ஒட்டும் இல்லாமல் அவரவர் பாதையில் அவரவர் சென்றதுதான் பிள்ளைக்கு கவலையளிப்பதாக இருந்தது.

அண்மையில், ஜெயாவை சிகாம்புட் மூணாவது மைலில், கையில் ஏதோவொரு பையுடன் அவர் பார்த்தபோது அவளும் பார்த்தாள். சண்முகம்பிள்ளை காரில் இருந்தவாறு கண்ணாடியை நன்றாகத் திறந்துவிட்டபோது ஜெயா, ஏதும் நடக்காததுபோல வேகமாக, மூணாவது மைல்வளைவில் இருந்த மார்க்கெட்டில் மறைந்துவிட்டாள்.

மற்றொருநாள், அவர் முடிவெட்டிக்கொண்டிருந்தபோது பக்கத்து சைக்கிள் கடையில் தனது சைக்கிளை உருட்டிக்கொண்டு வந்து அவள், டயருக்கு பஞ்சர் ஒட்டுவதை சண்முகம்பிள்ளை கண்ணாடி வழியாகப் பார்த்தார். பாதி முடிவெட்டிய நிலையில் அவரால் எழுந்து போகமுடியவில்லை.

சண்முகம்பிள்ளைக்கு ஏதோ, இந்த உலகமே தனக்கெதிராக சதி வேலைகளில் ஈடுபட்டிருப்பதுபோன்ற உணர்வு மேலிட்டது. அவரின் மனம் எங்கெங்கோ தறிகெட்டு அலைந்தது. எதிலும் கவனம் செலுத்த முடியவில்லை. பூஜையறையில் முன்பு எப்போதையும்விட அதிக நேரத்தைச் செலவழித்தார்.

சிலசமயங்களில், பத்து எஸ்டேட் உட்புறமாக தொலைவிலிருந்த நீர்வீழ்ச்சிக்குப் போய் வெகுநேரம் நீர், பாறைகளின் வழியே கொட்டுவதைப் பார்த்துக்கொண்டே தனிமையில் உட்கார்ந்திருப்பார். அவ்வழியாக வரும் பால் வெட்டும் தொழிலாளர்கள், அவரைப் பார்த்து தங்களுக்குள் பேசிக்கொண்டு ஒதுங்கிப் போய்விடுவார்கள்.

அவருக்குள் ஏதோ மாற்றம் உருவாகிக்கொண்டிருக்கிறது என்பது வீட்டில் இருப்போருக்கும் தெரிந்துதான் இருந்தது. ஆனால் யாரும் வாய் திறந்து அவரிடம் ஏதும் கேட்கவில்லை. எது பேசினாலும் முன்புபோல் அவருக்குக் கோபம் வருவதில்லை. மிக சாந்தமாகவே பதிலளித்தார். அவரது வழக்கமான சுபாவமே மாறிவிட்டிருந்தது.

சுலோச்சனா, அடிக்கடி மருத்துவமனையும் வீடுமாக இருந்தாள். சிலஇரவுகளில் மருமகள் மருந்துப்பெட்டியுடன் பக்கத்திலேயே இருந்து பார்க்கவேண்டிய சூழலும் ஏற்பட்டது. அப்போதெல்லாம் தன் மருமகள், தன்னிடம் எதையும் பேசாமல் இருப்பதும், அவள் கரங்கள் மெல்ல நடுங்கிக்கொண்டிருப்பதும் சுலோச்சனாவுக்கு சங்கடமாக இருக்கும். சண்முகம்பிள்ளை, தனது மனைவியின் உடல்நிலையைப் பார்த்து எந்த நேரத்திலும், எதுவும் நடக்கலாமென்ற முடிவுக்கு வந்துவிட்டார்.

சை. பீர்முகம்மது ● 193

காலம் ஒரு சக்கரம். அது சுழன்றுகொண்டே இருக்கிறது. கீழ்ப்பாகம் மேலேயும் மேல்பாகம் கீழேயும் வர அதிகக் காலம் பிடிப்பதில்லை. திடீரென்று, மேலே போன தனது நிலை இப்பொழுது கீழ்நோக்கி நகருவதை சண்முகம்பிள்ளையால் உணரமுடிந்தது. பணம், தொழில், தோட்டம் என்று அவருக்கு எல்லாமே இருந்தது. ஆனால் நிம்மதி, அதை எதைக் கொடுத்து வாங்குவதெனத் தெரியவில்லை.

நிலைகுத்திய பார்வையுடன், அருவியின் ஒரு பாறைமேல் உட்கார்ந்திருந்தார் சண்முகம்பிள்ளை. புதிதாக வாகனம் ஓட்ட இணைந்தவனை தொலைவில் பாதுகாப்பாக நிறுத்தியிருந்தார். கைத்துப்பாக்கி ஒன்றை வைத்துக்கொள்ள போலீஸ் அனுமதி கொடுத்திருந்ததால் கொஞ்சம் தைரியம் கூடியிருந்தது.

“இங்கேதானே முத்துவை கடைசியாகக் கூட்டிவந்து அடித்தேன். எவ்வளவு விசுவாசமாக இருந்தான்,” முத்து, தன்னைப் பிரிந்துபோனதிலிருந்து பிரச்சனைகள் உருவாகிவிட்டதை அவர் இப்பொழுதுதான் உணர்ந்தார். ஒருமுறை, மனக்கண்ணில் முத்து தன்னிடம் வந்து சேர்ந்த நாளையும் அதன்பிறகு கோயில் கும்பாபிஷேகம் வரையில் அவருடைய ஏறுமுக வாழ்க்கையும் பின், இரண்டு மூன்றுமுறை அவனை அடித்தையும் அதன்பிறகு அவன், வேலையை விட்டுவிட்டு டாக்சி ஓட்டப்போனதையும் நினைத்தபொழுது இதில் தனது தவறே அதிகமென்று அவரின் உள்மனம் உறுத்தியது.

இப்பொழுது முத்து எங்கிருப்பான்? டாக்சி ஓடுவதையும் நிறுத்திவிட்டதாக அவருக்குத் தகவல் கிடைத்தது. ஆனால் அவன் சிகாம்புட்டில் தாய், தகப்பனோடோ, ஜெயாவோடோ இல்லை.

முத்துவை இப்பொழுது பார்க்க நினைப்பதுகூட ஒருவகை சுயநலம் என்றே அவரின் மனம் உறுத்தியது. சிலர் அதிர்ஷ்டக்கல் என்று மோதிரங்களில் பதித்து அணிந்து கொள்கிறார்கள். சிலருக்கு சில பொருட்களின்மேல் அலாதிப்பிரியம் இருக்கும். இப்பொழுது சண்முகம்பிள்ளை முத்துவையும் அப்படி அதிர்ஷ்டக்காரனாக நினைத்துதான் அவனைத் தேடும் வேலையில் இறங்கவைத்தது.

சிகாம்புட், பத்து எஸ்டேட் அருவியில் அமர்ந்தவாறு இருந்த சண்முகம்பிள்ளையின் கவனம் எதிலும் செல்லவில்லை.

இதற்கிடையில், வருமான வரி இலாகா கணக்குகள் அனுப்பியது சரியில்லை என்றும் மீண்டும் ஒருமுறை சில சந்தேகங்களைக்

கேட்டு அவசரக்கடிதம் எழுதியிருப்பதாக மானேஜர் பெரியசாமி சொன்னபொழுது, சண்முகம்பிள்ளையின் மனதில் 'திக்' என்றது. வருமான வரி இலாகா எந்த விஷயத்தில் கேள்விகேட்கக்கூடாது என்று அவர் நினைத்தாரோ, அந்த இடத்தில் அவர்கள் கைவைத்துவிட்டார்கள்.

அருவி நிற்காமல் கொட்டிக்கொண்டேயிருந்தது. அது, அதன் இயல்பு. மாலை நேரத்து வெய்யில் அருவியின் சாரல்களில் பட்டு வைரத்தின் ஒளியைத் தந்துகொண்டிருந்தது.

சண்முகம்பிள்ளை, தன்னை மறந்து ஏதோ இன்னொன்றின் பிடிக்குள் போவதைப்போல உணர்ந்தார். தனது மனதை அவராலேயே கட்டுப்படுத்த இயலவில்லை. சண்முகம்பிள்ளை, வியாபாரத்தில் எப்பொழுதும் நிதானம் தவறாதவர் என்ற பெயர், அம்பாங் ஸ்ட்ரீட்டிலும் பிறகு ரப்பர் வியாபாரத்திலுள்ள சீனர்களிடத்திலும் இருந்தது. ஆனால், இப்பொழுதெல்லாம் அந்த நிதானம் தவறிவிடுவதாகவே அவருக்குப்பட்டது. அப்படி நிதானம் தவறாதவனாக இருந்திருந்தால் முத்துவை அடித்திருப்பேனா? சுவாமிகளின் அறிவுரைகளைக் கேட்டு அந்தப் பெண்ணை மகன் இராஜசுந்தரத்துக்கு இப்படி அவசரப்பட்டு கலியாணம் பண்ணி வச்சிருப்பேனா? எல்லாவற்றையும் செய்யவைத்தது எது என யோசித்தார். அந்தப் பதில் அவ்வளவு உண்மையாக இருக்கும் என்பதால் பாதியிலேயே அந்த யோசனையைக் கைவிட்டார்.

ஆறுதல், தேறுதலுக்கு ஜெயாவாவது கூட இருந்தால் பரவாயில்லை. இப்பொழுது அவளும் இல்லாதது கனத்தை அதிகமாக்கியது. ஜெயா, சிகாம்புட் 3ஆவது மைலில்தானே இருக்கிறாள். யாரையாவது அனுப்பி அழைத்து வரவேண்டும். வருவாளா? இப்படி அவர் நினைத்தபோது, அருவி கொட்டும் ஓசையையும்மீறி மலைமேட்டில் சுள்ளிகள் நொறுங்கும் ஓசை கேட்டது. சண்முகம்பிள்ளை ஏறிட்டுப் பார்த்தார்.

அங்கே ராஜலட்சுமி, யாரோ சிலரோடு பேசிக்கொண்டிருப்பது தெரிந்தது. இந்த நேரத்தில் இவளுக்கு, இங்கே என்ன வேலை?

ஒற்றையடிப்பாதையில் ராஜலட்சுமி சைக்கிளை உருட்டியபடி அருவிப்பக்கம் வந்தாள்.

ஜெயாவும் ராஜலட்சுமியும் ஒன்றாக, ஒரேவீட்டில் இருப்பதை மானேஜர் பெரியசாமி முன்புசொன்னது ஞாபகத்துக்கு வரவே,

அருவிப் பாறையிலிருந்து எழுந்து வேகமாக ராஜலட்சுமியை நோக்கி வந்தார்.

"என்ன ராஜலட்சுமி, இந்த நேரத்திலே இங்கே என்ன பண்றே?" என்று கேட்டவாறு, அவளின் சைக்கிள் பாரை பிடித்து நிறுத்தினார். அவரை சற்றும் அங்கே எதிர்பார்க்காத ராஜலட்சுமி திகைப்படைந்தாள். அவளின் பார்வை அருவியின் எதிர்ப்புறமிருந்த மேட்டுப்பக்கம் ஒரு கணம் திரும்பி பிறகு சகஜநிலைக்கு வந்தது.

"காலையில ஆப்பம், தோசை, இட்லி விக்கிறோமில்ல. சாயுங்காலம் வடை, மோதகம் விக்கிறோம்..." என்று இழுத்தாள்.

"இந்த நேரத்திலே, இங்கே யாரு இருக்கா, நீ வடை விற்க?" என்று கேட்டவாறு, சைக்கிளின் பின்புறமிருந்த கூடையை ஏறிட்டுப் பார்த்தார். அதில் ஓரிரண்டு வடை, கொழுக்கட்டைகள் இருந்தன.

"இதெல்லாம் யாரு செய்றது?"

"ஏன், உங்களுக்குத் தெரியாதாக்கும் ஒண்ணும் தெரியாத பாப்பா போட்டுக்கிட்டாளாம் தாப்பா. எல்லாம் தெரிஞ்சிக்கிட்டே கேக்குறீங்களே! எல்லாம் அக்கா ஜெயா போட்டுக்கொடுக்கிறதைத் தான் நான் வித்துக்கிட்டு வர்றேன். ஆளு ரொம்பத் தளர்ந்து போயிட்டீங்களே, என்ன விஷயம்? ஜெயா அக்காவை முன்பு பார்க்க சௌக்கிட்டுக்கு வந்தப்போ, என்னம்மா மாப்பிள்ளையாட்டம் இருந்தீங்க. அப்போ பாத்ததுக்கும் இப்ப பாக்கிறதுக்கும் ஆளு சுருங்கிப் போயிட்டீங்களே?"

சண்முகம்பிள்ளைக்கு அவள் பேச்சு எரிச்சலாகயிருந்தது. அதேநேரம், தன்மேலே கொஞ்சம் பச்சாதாபமும் வந்தது.

"இங்கே யாரும் இல்லாதபோது, உனக்கு எப்படி வியாபாரம் நடக்குது?"

"அட, நீங்க ஒண்ணு. இங்கே விறகு பொறுக்குற பையனுங்க கூப்பிட்டாங்க, அதான் வந்தேன். கம்பத்திலேயிருந்து விறகெடுக்க வந்தவங்க, நேரமிருந்தா மத்தியானமே வடைய கொண்டுக்கிட்டு வரச் சொன்னாங்க. அதான் கொண்டாந்தேன்..." என்று கூறியவாறு, அடிக்கொருதரம் சேலைத்தலைப்பை இழுத்துவிட்டுக் கொண்டிருந்தாள் ராஜலட்சுமி.

அவளைப் பார்க்க சண்முகம்பிள்ளைக்கு வெறுப்பாகத்தான்

இருந்தது. ஆனால் ஜெயாவைப் பற்றி மேற்கொண்டு தெரிந்து கொள்வதற்கு அவளைவிட்டால் வேறுஆள் இல்லை. இனி, நயமாகப் பேசி ராஜலட்சுமி மூலம் புதிய பாதையைப் போட வேண்டும்.

"ஜெயா, உன்னைய விட வயசு கொறஞ்சவ. அவள ஏன், அக்கான்னு கூப்புடுற?" சண்முகம்பிள்ளை பேச்சை இயல்பாக்க முயன்றார்.

"அது பழகிடுச்சி" என்றாள், சாதாரணமாக.

"அது சரி. உங்க அக்கா எப்படியிருக்கா? நல்லா இருக்கிறாளா? அடிக்கடி என்னை இங்கே வந்து பாத்துட்டுப் போ ராஜலட்சுமி" என்று கூறியவாறு, பையிலிருந்து பத்து வெள்ளியை எடுத்து நீட்டினார்.

"சில்லறைக்கு எங்கே போவேன்?"

"அட, சும்மா வச்சிக்க. சில்லறையா முக்கியம்? உன்னை இவ்வளவு நாளு கழிச்சுப் பாத்திருக்கேன். ஜெயாவை கேட்டதாச் சொல்லு. முடிஞ்சா ஒருதரம் என்னை வந்து பாக்கச் சொல்லு. நான் அவளுக்கு என்ன கெடுதி செஞ்சேன்? நல்லாதான வச்சிருந்தேன். இப்படி திடீருன்னு நான் ஊருக்கு போயிருந்தப்போ, கம்போங் சிம்படாக் வீட்டை காலி செஞ்சிட்டு இந்த முத்துவோட வந்திட்டாளே. இது ஞாயமா? நீயே சொல்லு ராஜலட்சுமி..."

இந்தக் கேள்வியைக் கேட்டுவிட்டு அவளின் முகத்தைக் கூர்ந்து பார்த்தார்.

"இதையெல்லாம் நீங்களே வந்து அந்த அக்காகிட்டே பேசிக்குங்க. எனக்கு இதிலே என்ன வந்தது? நான் வர்றேன்..." என்று இழுத்தவாறு, சைக்கிளை உருட்ட ஆரம்பித்தாள்.

"கார் இருக்குற எடம் வரையிலும் நானும் கூடவே பேசிக்கிட்டே வர்றேன். அப்புறம் நீ போகலாம்" என்றார், பிள்ளை.

"விறகு எடுக்கவந்த பையனுங்களுக்கு வடை விற்க இவள் வந்திருப்பாளா, இல்லை வேறு எதற்கு வந்திருப்பாள்?" அவருக்கு சந்தேகங்கள் தோன்றின.

"விறகு எடுக்க வந்த அந்தப் பையன்கள் போயிட்டாங்களா, எங்கே உள்ளவங்க?"

"அங்கே கம்பத்துலே இருக்கிறவங்க, இன்னிக்கு மத்தியானம் அவுங்களைப் பாத்தேன். சாயுங்காலம் ஏதும் மிச்சம் மீதி இருந்தா

கொண்டுவரச் சொன்னாங்க. அதான் கொண்டுவந்து கொடுத்துட்டுப் போறேன். அவுங்க விறகைத் தூக்கிக்கிட்டு வேகமா நடந்திட்டாங்க" என்று கூறியவாறு, சைக்கிளை வேகமாக உருட்ட ஆரம்பித்தாள்.

"நான் சொன்னதை மறந்திடாதே ராஜலட்சுமி. ஜெயாவை உடனடியா நான் பாக்கணும். நிறைய விஷயம் பேசவேண்டியிருக்கு. அதற்கு நீதான் உதவி செய்யணும்," என்று கூறியவாறு, பையிலிருந்து மீண்டும் ஒரு ஐந்து வெள்ளியை எடுத்து நீட்டினார்.

"இந்தா, இதை செலவுக்கு வச்சிக்க. புதுசா சேலை துணிமணி வாங்கிக் கட்டிக்க. எப்ப, எது வேணுமுன்னு நினைச்சாலும் உடனே என்ன வந்து தயங்காமப் பாரு," இவ்வாறு கூறி, பணத்தை ராஜலட்சுமியிடம் கொடுத்துவிட்டு காரை நோக்கிப் போனார்.

30

சையது காக்கா கடையில், தேத் தாரேயும் ரொட்டி சானாயும் நெருப்பாய்ப் பறந்தது.

கடையின் வெளிப்புறத்தில், சீட்டு விளையாட்டின் உச்சமாக குரல்கள் ஓங்கி ஒலித்துக்கொண்டிருந்தன.

கடையின் உள்ளே சமையல்கூடத்தில் பாத்திமா பம்பரமாகச் சுழன்றுகொண்டிருந்தாள். அவளின் வேகத்தைக் கண்டு கொள்ளாதவன் போல சையது காக்கா செயல்பட்டார். கடந்த ஒரு வாரமாகவே, காக்காவுக்கும் பாத்திமாவுக்கும் வாக்குவாதங்கள் நடந்து கொண்டேயிருந்தன.

வியாபாரத்தைவிட அதிகமான பொருட்கள் காலியாகின்றன. ஆனால், கல்லாவில் வாங்கிய பொருட்களுக்கான பைசா சேருவதில்லை என்று சையது முனங்கிக் கொண்டேயிருந்தார். இது முதலில், வழக்கமான பல்லவிதான் என்று பாத்திமா இருந்தாள். ஆனால், நாள் ஆகஆக அவரின் நச்சரிப்பு அதிகமாகிக்கொண்டே வந்தது. இரவு படுக்கைக்குச் செல்லும் வரையிலும் சிலசமயங்களில் அதற்குப் பிறகும் நீடித்தது.

மாலை 4.30 மணி. கடையில் கூட்டம் இருந்தது. அது, வழக்கமாக காக்கா கடையில் மாலை தேனீர் அருந்த வரும் கூட்டம்.

ஜெயா சைக்கிளில் அங்கே வந்து வழக்கமான இடத்தில் நின்றாள். சைக்கிளின் பின்புறம் பிரம்புக்கூடை இருந்தது. அதில் வடை, கொழுக்கட்டை, மோதகம் என்று பலகாரங்கள் இருந்தன.

'என்னாயிருக்கு?' என்று கேட்டவாறு, ஜெயாவைச் சுற்றி ஒரு கூட்டம் கூடியது.

கடந்த ஆறு, ஏழு மாதங்களாக மக்களுக்கு ஜெயா நன்கு அறிமுகமாகியிருந்தாள். சண்முகம்பிள்ளையோடு அவளுக்கிருந்த

தொடர்பு மக்களுக்கு சுவரஸ்யமான கதையாகியிருந்தது. மறைவாகப் பேசிக்கொண்டார்கள். ஆனால் நேரடியாக யாருக்கும் அதுபற்றி கேட்கும் துணிவு இல்லை.

ஜெயாவின் சைக்கிள் மணிச்சத்தம் சுற்றுவட்டாரச் சிறுவர்களுக்கு பரிச்சயமாகியிருந்தது. 'பலகார ஆச்சி' என்ற புதுப்பெயர் ஜெயாவுக்குக் கிடைத்திருந்தது. மழையோ, வெயிலோ, 'பலகார ஆச்சி'யின் சைக்கிள் மணிச்சத்தம் அவர்கள் முகத்தில் புத்துணர்ச்சியைக் கூட்டிவிடுவது வாடிக்கையானது. கம்போங் பகுதிகளுக்குச் செல்லும் முன்பாக, காக்கா கடைவாசலில் அவள் சற்றுநேரம் சைக்கிளை நிறுத்துவது வாடிக்கை. காக்காவுக்கும் இது மகிழ்ச்சிதான். பலகாரம் வாங்கியவர்கள் கூடுதலாக ஒரு தேநீர் குடிப்பது அவருக்கு வருமானம்தான்.

கூடையைத் திறந்தாள். ஆளாளுக்கு வேண்டியதை வாங்கிக் கொண்டார்கள். பலகாரங்களை எடுத்துக்கொடுத்து காசை வாங்கிப் போடும் அதேநேரத்தில், அவளின் கண்கள் பாத்திமாவின் பக்கம் அடிக்கடி திரும்பின.

பாத்திமா, உள்ளே தேநீர் தயாரித்து அனுப்புவதில் மும்முரமாக இருந்தாலும் அடிக்கடி ஜெயாவின் பக்கம் திரும்பி கண்ஜாடையால் எதையோ உணர்த்திக் கொண்டிருந்தாள்.

சையது காக்கா, ரொட்டி சானாய் போடுவதிலும் தேநீரைக் கொண்டு வைப்பதிலும் கவனமாகயிருந்தார்.

ஜெயா, சைக்கிளை தள்ளிக்கொண்டு கிளம்பிய சமயத்தில் சண்முகம்பிள்ளையின் கார் அந்தக் கடைமுன் நின்றது. ஜெயாவை அங்கே அவர் எதிர்பார்க்கவில்லை. திகைப்படைந்தவராய் காரை விட்டுக் கீழே இறங்கி கதவில் சாய்ந்து நின்றுகொண்டார்.

ஜெயாவால் அவரைத் தவிர்த்துவிட்டு முன்னே செல்ல முடியவில்லை. என்ன பேசுவதென்று தெரியாமல் மௌனமாக நின்றாள்.

காக்கா கடையிலிருந்து வெளியேறிய ஒருசிலர், அவர்களை கவனித்துச் செல்வதை சண்முகம்பிள்ளை உணர்ந்துகொண்டார். அங்கே நின்றுகொண்டு அவளிடம் பேசுவது தனக்குக் கௌரவக் குறைச்சல் என்பது அவருக்குப் புரிந்தது. ஆனாலும் இந்த வாய்ப்பை விட்டால் இனி, அவளைப் பார்க்கமுடியாமல் போய்விடலாம் என்பதால், அதிகம் தாமதிக்காமல் அவளை நோக்கி,

“உனக்கு நான் என்ன கேடு செஞ்சேன்? ஏன், இப்படி நடந்துக்கிறே ஜெயா?” என்று வெடித்தார். அவளின் சைக்கிள் பாரில் கையை வைத்து நிறுத்தினார்.

‘வா, அந்தப் பக்கம்...’ என்று கூறியவாறு, தூங்குமூஞ்சி மரத்தின் பக்கம் நடந்தார் பிள்ளை.

ஜெயா, சைக்கிளை திருப்பி அவரைப் பின்தொடர்ந்தாள்.

“நான் ஊருக்குப் போனவன் திரும்பி வரமாட்டேன்னு நினைச்சுட்டியா ஜெயா? ஏன், கம்போங் சிம்படா வீட்டை விட்டுட்டு முத்து வீட்டுக்கிட்ட வந்துட்டே?”

அடக்கிவைத்திருந்த உணர்வு நிதானமாகவே வெளிப்பட்டது. ஜெயாவை பார்ப்பதற்குமுன் அவர் மனதிலிருந்த கோபமும் ஆவேசமும் இப்போது குறைந்துவிட்டதுபோல் இருந்தது. வார்த்தைகளை கவனமாகவே பேசினார்.

ஜெயா அதிகம் யோசிக்கவில்லை. அங்கு நின்றுகொண்டு அவரிடம் பேசுவது சங்கடமாகயிருந்தது. சீக்கிரம் சென்றுவிட வேண்டும் என்று யோசித்தவள், படபடவென்று பேசத் தொடங்கினாள்.

“நான் பலமுறை யோசிச்சுதான் இந்த முடிவை எடுத்தேன். உங்களுக்கும் உங்க பொண்டாட்டிக்கும் என்னால ஏகப்பட்ட சண்டைகள் நடந்திருக்கு. உங்க நிம்மதியே போயிடுச்சு. அதோட, இப்ப மருமகள்னு ஒருத்தி புதுசா வந்துட்டா. அடுத்து, உங்க ரெண்டு பொண்ணுங்க தலை எடுக்குதுங்க. எதையும், எத்தனை நாளைக்கு ஒளிச்சுவச்சு வாழமுடியும்? சமூகத்துல உங்களுக்குன்னு ஒரு பேரு வந்திடுச்சு. இந்த நேரத்தில, நான் உங்களோடயிருக்கிறது உங்க அந்தஸ்துக்கு சரியா வருமா? ஏதோ, இலைமறை காய்மறையா கொஞ்சகாலம் இருந்துட்டோம். இனி, அப்படி வாழமுடியாதுங்க. அதோட, நீங்க ஊருக்குப் போனபிறகு காலிப் பசங்க அடிக்கடி வீட்டுப்பக்கம் வந்து தொல்லை கொடுத்தானுங்க. என் அண்ணன் சாமிநாதனிடம் சொன்னா, வெட்டுக் குத்துன்னு இறங்கிடுவான். எதுக்கு வீண் கலாட்டான்னுதான் வீட்டை மாத்திட்டேன்...”

ஜெயா அமைதியாகப் பேசினாள். எந்தக் காரணத்தைக் கொண்டும் அங்கிருந்து வெளியேறிய ரகசியத்தை சொல்லக்கூடாது என்ற வைராக்கியம் மனதில் இருந்தது.

“உங்க கௌரவத்துக்கு நான் இடைஞ்சலா இருக்க விரும்பல்லெ. எனக்கு ஒரு புதுவாழ்க்கையே கொடுத்திருக்கீங்க. சாக்கடையிலிருந்த

என்னைத் தூக்கிவிட்டீங்க. அந்த நன்றியை மறக்கமாட்டேன். ஒரு புழு, பூச்சியாய் சௌக்கிட்டுக்குள்ளே கிடந்தவளுக்குத் தனி மரியாதையை ஏற்படுத்தினீங்க...'' இதைச் சொல்லும்பொழுது ஜெயாவின் கண்கள் கலங்கின. நன்றியுணர்வோடு அவரை கையெடுத்துக் கும்பிட்டாள். தன் கண்களில் நீர்வழிவது அவளுக்கே ஆச்சரியமாக இருந்தது.

சண்முகம்பிள்ளையும் உணர்ச்சிவசப்பட்டார்.

``நீங்க கொடுத்த நகை, துணிமணிகளை பத்திரமா வச்சிருக்கேன். எப்பன்னு சொல்லுங்க, கொண்டுவந்து உங்ககிட்டே கொடுத்திடுறேன். என்மேல கோபப்படாதீங்க. எது எது, எப்படி எப்படி நடக்கணுமோ அது அது, அப்படி அப்படித்தான் நடக்கும்.''

ஜெயா இதைக் கூறியதும், பிள்ளைக்கு முகம் சிவந்தது.

``உனக்கு அறிவு இருக்கா? சும்மாவா நகை நட்டுகளைக் கொடுத்தேன். நீயும் எனக்கு எவ்வளவோ சந்தோஷத்தையும் நிம்மதியையும் கொடுத்திருக்கே. அதுக்கு அந்த நகை துணிமணிகள் எம்மாத்திரம்?'' சண்முகம்பிள்ளை குரலை உயர்த்த நினைத்தும் அதில் கடுமை கூடவில்லை. தனக்குள் எப்போதுமிருக்கும் உக்கிரம் குறைந்து விட்டதாகவே உணர்ந்தார்.

``இல்லே, நாளைக்கு உங்க சொந்தபந்தங்கள் வந்து, ``இந்தத் தேவடியாள் எல்லாத்தையும் பறிச்சுக்கிட்டா''ன்னு ஒரு வார்த்தை கேட்டுட்டா, நான் நாண்டுக்கிட்டு செத்துப்போயிடுவேன். உங்களுக்கு என் உடலை மட்டும்தான் தரமுடிஞ்சது. அதற்காக நீங்க எனக்கு ரொம்பவே செஞ்சிட்டீங்க. ஆனா இனி, அந்தப் பழைய வாழ்க்கைய நாம தொடரமுடியாது. அதற்குச் சாத்தியமே இல்ல. இனி, நீங்க உங்க பாதையிலே போங்க; நான் என் பாதையிலே வாழ்க்கைய அமைச்சிக்கிறேன். நமக்குள்ள எல்லாம் முடிஞ்சிபோன கதை. நீங்க நிம்மதியா, உங்க குடும்பத்தோட இருக்கணும். புதுசா வந்திருக்கிற மருகமகள் உங்களை மதிக்கணும். அது, பெரிய இடத்துப் பொண்ணுன்னு கேள்விப்பட்டேன். உங்களைக் கேவலமா நினைச்சா அது நல்லாயில்ல பாருங்க... உங்க மகன் நல்லா படிச்சவரு மட்டுமில்ல; பண்பான மனுசரு. அப்படியொரு பிள்ளையோட மனசு கோணாம நடக்கிறது உங்க பொறுப்பில்லையா? இனி, எதிர்காலமெல்லாம் அவரு கையிலதானேங்க இருக்கு. அதோட, உங்க பொஞ்சாதி உடம்பு முடியாம இருக்காங்க. நாம ரெண்டுபேரும் மறுபடியும் ஒண்ணா இருக்கிறமாதிரி செய்தி பரவுச்சுன்னா அவுங்க தாங்கமாட்டாங்க.

அவுங்க, இந்தளவுக்கு உடம்பு சரியில்லாமப்போனதற்கு நம்ம விவகாரம்தான் காரணம். இது, உங்களுக்கும் தெரியும். தயவுசெஞ்சு இன்னைக்கே அவுங்ககிட்டே போயி, நம்ம தொடர்பு அத்துப்போச்சுன்னு சொல்லிடுங்க. அவுங்க ஒரே வாரத்திலே எழுந்து நடமாட ஆரம்பிச்சிடுவாங்க."

ஜெயா, இப்படி அழுத்தமாகக் கூறியதும் சண்முகம்பிள்ளைக்கு அவள் சொல்வது சரிதான் என்றுபட்டது.

"இன்னும் கொஞ்சம் பலகாரம் பாக்கியிருக்கு. ரெண்டு எடத்துக்குப் போகணும்..." ஜெயா பேசிக்கொண்டே சைக்கிளைத் திருப்பி மலாய் கம்பம் பக்கமாக ஓட்ட ஆரம்பித்தாள்.

பிள்ளை, வாய் திறக்க முடியாதவராக அப்படியே நின்றார். ஜெயா, இப்படி மாறுவதற்கு வேறுகாரணங்கள் இருக்கவேண்டும். எப்படி, திடீரென்று அவள் இவ்வளவு மாறியிருக்க முடியும்? ஏதோ நடந்திருக்கிறது.

ஊருக்குப் புறப்படுவதற்கான வேலைகள் நடந்துகொண்டிருந்த பொழுது, ஒருநாள் காலை, இராஜசுந்தரம் கம்போங் சிம்படாக்கிற்குத் தனியாகப் போனான். அவனை, தனது வீட்டுவாசலில் பார்த்த ஜெயா அதிர்ச்சியடைந்தாள்.

வந்தவன் மிக மரியாதையாக, "உங்ககிட்ட கொஞ்சம் தனியா பேசணும். பேசலாமா?" என்றான்.

ஜெயா தலையாட்டினாளே தவிர, வாய் திறக்கமுடியவில்லை. பலமுறை அவனைப் பார்த்திருக்கிறாள். ஆனால், ஒருபோதும் பேசியதில்லை.

"உள்ளே வாங்க," அவனை, உள்ளே அழைத்து நாற்காலியில் அமரச் சொன்னாள்.

"உங்ககிட்ட நேருல பேசிட்டா நல்லதுன்னுதான் இங்கே வந்தேன். தயவுசெஞ்சி நான் இங்கே வந்ததையோ, உங்களிடம் பேசினதையோ அப்பாவிடம் சொல்லிடாதீங்க," இராஜசுந்தரம் மிக நிதானமாகப் பேசினான்.

அவன் என்ன சொல்லவருகிறான் என்பதில் ஜெயா குழப்பம் அடைந்தாள். அவன் பீடிகைபோடாமல் நேரிடையாக விஷயத்துக்கு வந்துவிட்டால் நல்லதென்று நினைத்தாள்.

“எங்க அம்மாவுக்கு நாளுக்குநாள் உடல்நில பாதிக்கப்பட்டு நெலமை மோசமாயிட்டு வருது. அவுங்க உடல்நிலைய நினைச்சுதான் நான் கலியாணத்துக்கு சம்மதிச்சு ஊருக்குப் போறேன். அப்பாவுக்கு, அம்மாவைப் பத்தி உள்ளுக்குள்ள கவலையிருந்தாலும் அதை வெளியே காட்டுறதில்ல.”

சுற்றிச் சுற்றி பேசினான். எதைச் சொல்லவேண்டுமோ அதைச் சொல்லவில்லை.

“இப்போ, நீங்க என்ன சொல்லவர்றீங்க தம்பி?” ஜெயா, அவனிடம் இப்படிக் கேட்டவுடன் இராஜசுந்தரம் நிமிர்ந்து அவளைப் பார்த்தான். அவன் பார்வை கெஞ்சுவதுபோல் அவளுக்குப்பட்டது.

“அப்பா, ஏதோ உங்ககிட்ட தொடர்பாயிட்டாரு. அந்தத் தொடர்ப நினைச்சுத்தான் அம்மா அன்னாடம் கவலைப்படுறாங்க. ஏற்கனவே அவுங்களுக்கு இனிப்பு நீர் வியாதி இருக்கு. இரத்த அழுத்தமும் அதிகமாயிடுச்சு. இதிலே இந்தக் கவலையும் சேந்ததுல அவுங்க ரொம்பவும் பலவீனமாயிட்டாங்க. எனக்கு எங்க அம்மாதான் சகலமும். அவுங்க இன்னும் நீண்டகாலம் சுகமாயிருக்கனுமுன்னா நீங்க மனசு வச்சாதான் முடியும். எங்க அம்மாவைக் காப்பாத்துங்க.”

இப்படிப் பேசியவன், தடாலென்று ஜெயாவின் காலில் விழுந்துவிட்டான்.

ஜெயாவுக்கு அந்த நேரத்தில் என்னசெய்வதென்று தெரியவில்லை. அவன், அப்படி தனது காலில் விழுவானென அவள் எதிர் பார்க்கவில்லை.

“என்ன தம்பி? எழுந்திருங்க, எழுந்திருங்க...” என்று கூறியவாறு, பின்நகர்ந்து சோபாவில் பொத்தென்று உட்கார்ந்தாள்.

கீழேயிருந்து எழுந்த இராஜசுந்தரத்தின் கண்கள் கலங்கியிருந்தன. அவன், தனது தாயின்மேல் எவ்வளவு அன்பு வைத்துள்ளான் என்று அறிந்தபொழுது ஜெயாவின் கண்களும் கலங்கின.

“நீங்க, அப்பாவ உட்டு விலகிடுங்க. மாசாமாசம் நா கம்பெனிவழியா உங்களுக்குப் பணம்தர ஏற்பாடு செஞ்சிடுறேன். இல்லாட்டி, மொத்தமா ஒரு தொகையைக் கொடுத்துடுறேன். நீங்க ஏதாவது வியாபாரம் செஞ்சி கௌரவமா வாழணும். கெஞ்சிக் கேட்டுக்கிறேன். எங்க அம்மாவைக் காப்பாத்துங்க...”

அவன் கையெடுத்துக் கும்பிட்டான்.

"உங்க அம்மாகிட்டே நான் மன்னிப்புக் கேட்டதா ஒரு வார்த்தை சொல்லிடுங்க," ஏதேதோ பேச நினைத்தவள் பேசமுடியாமல் அழுதாள்.

இராஜசுந்தரத்தின் முகத்தில் நிம்மதி பிரவாகித்தது. கையில் கொண்டுவந்திருந்த பெட்டியைத் திறந்தான். அதில் கட்டுக்கட்டாக பணம் அடுக்கிவைக்கப்பட்டிருந்தது. அதை வெளியே எடுத்து ஜெயாவிடம் நீட்டினான்.

"தம்பி, இதைவிட என்னை அவமானப்படுத்த முடியாது" என்றவள், மேலும் அழத் தொடங்கினாள். இராஜசுந்தரம் திகைப்படைந்தான். இப்படியான ஒரு குணத்தை சுந்தரம் எதிர்பார்க்கவில்லை.

எல்லா மனிதர்களிடத்திலும் எங்கோ ஒரு மூலையில் தேவதைகள் இருக்கிறார்கள்.

இராஜசுந்தரம் காரை எடுத்துக்கொண்டு கிளம்பினான். அதன் பிறகு அங்கே, அந்த வீட்டில் இருப்பது சரியாக வராது என்ற முடிவோடு ஜெயா, முத்துவின் இருப்பிடம் நோக்கிப் புறப்பட்டாள்.

31

சிகாம்புட் தோட்டத்தை ஒரு சுற்று சுற்றிவிட்டு, சைக்கிளை வேகமாக மலாய்க் கம்பத்துப் பக்கம் ஓட்டினாள், ஜெயா. சண்முகம்பிள்ளையிடம் பேசியதிலிருந்து இனி, அவர்மூலமாக தனக்கு எந்தக் குறுக்கீடும் இருக்காது என்று ஜெயா முடிவுசெய்தாள். நகைகளைத் திரும்பவும் அவரிடம் கொடுக்க ஒப்புக்கொள்ளாதது அவளுக்குக் கொஞ்சம் சங்கடத்தை ஏற்படுத்தியது. ஆனாலும் அதற்கு சரியான சந்தர்ப்பம் வரும் என்று நினைத்துக் கொண்டாள்.

ஜெயா, சைக்கிளை வேகமாக மிதித்தாள். சைக்கிள் கம்பத்தைத் தாண்டி காட்டுப்பக்கம் போய் நின்றது.

நாலைந்துபேர் அங்கே நின்றுகொண்டிருந்தார்கள். ஜெயாவிடம் வந்தவர்கள் கூடையிலிருந்த பலகாரங்களை எடுத்துச் சாப்பிட்டார்கள்.

"நல்லா, ருசியா இருக்கு ஜெயா..." என்றான், ஒருவன்.

"இப்போ இருக்கிற பசிக்கு எல்லாமே ருசியாத்தான் இருக்கும். அது சரி. ஜெயா, இன்னைக்கு இரவு நிலைமை எப்படி? சாப்பாட்டுச் சாமான்கள எடுத்து வரமுடியுமா?" வந்தவர்களில் மற்றவன் கேட்டான். அவன் குரலிலிருந்தே உணவுத் தட்டுப்பாடு அதிகமாக இருக்கவேண்டுமென்று தெரிந்துகொண்டாள்.

கையில் பணமிருந்தாலும் உடனே வாங்கிவிட முடியாதளவு அவசரகாலக் கெடுபிடிகள் தலைவிரித்தாடின. மதியம் பாத்திமா கடைக்குப் போனபோது, தனக்கு நிலைமை சரியில்லையென்று அவள் காட்டிய கண்பார்வைமூலமே ஜெயா புரிந்துகொண்டாள்.

சிகாம்புட் தோட்டத்திலிருந்து உணவு சப்ளை நடக்கிறது என்று போலீஸ் மோப்பம் பிடிக்க ஆரம்பித்துவிட்டது.

ராஜலட்சுமி கொஞ்சம் கொஞ்சமாக பத்து எஸ்டேட் அருவிக்கரைக்கு அப்பால் சென்று அரிசி, பருப்புகளை வைத்துவிட்டு வந்தாள். அதுவும் ரொம்ப நாளைக்கு தாக்குப்பிடிக்காது.

"முடிஞ்ச அளவு, இன்னைக்கு ராத்திரி சையது காக்கா கடைக்குப் பின்புறமிருக்குற மேட்டுப்பக்க புதரில் சேர்த்துவைக்கிறத எடுத்துக்கோங்க. பாவம் பாத்திமா. நம்மால அவளுக்குக் குடும்பத்துல பிரச்சனை. முடிஞ்ச மட்டும் அவளும் உதவி செய்றா..." ஜெயா உணர்ச்சிவசப்பட்டாள்.

"சரி, நேரமாவுது. நான் வர்றேன். ராவு பத்து மணிக்குமேல வழக்கமான இடத்தில இருக்கும் சாமான்கள எடுத்துக்கோங்க. அரிசியோ, பருப்போ அங்க எதையும் சிந்திடாம பார்த்துக்கோங்க. ஜாக்கிரத. போலீஸ் கெடுபிடி அதிகமாயிருக்கு..."

ஜெயா, சைக்கிளைத் திருப்பி வேகமாக மிதித்தாள். வந்தவர்கள் அந்தக் காட்டுக்குள் மறைந்தார்கள்.

ஜெயா, சையது காக்கா கடைவாசலில் பெரியகூட்டம் நிற்பதைப் பார்த்தாள். கடைமுன்பாக போலீஸ் வாகனங்கள் நின்றன.

ஏதோ விபரீதம் நடந்திருக்கிறது என்பதை அந்தச் சூழ்நிலை தெளிவாகக் காட்டியது.

சைக்கிளை நிறுத்திவிட்டு கடையின் உட்பக்கம் எட்டிப் பார்த்தாள். அங்கே பாத்திமாவைச் சுற்றி போலீஸ்காரர்கள் கேள்விமேல் கேள்வி கேட்டுக் கொண்டிருந்தார்கள். சையது காக்காவின் முகம் வெளிறிப்போயிருந்தது. பாத்திமாவின் பிள்ளைகள் கண்ணை கசக்கிக்கொண்டு பின்புறமாக நின்றிருந்தனர்.

கடையின் பின்புறம், குசுனியில் தேனீருக்காக சுடுநீர் கொதித்துக் கொண்டிருந்தது. ரப்பர் கட்டை விறகுகள் 'பட் பட்'டென்ற ஓசையுடன் சுடர்விட்டு எரிந்தன.

ஜெயா நிலைமையைப் புரிந்துகொண்டாள். யாரோ, பாத்திமாவுக்கு எதிராக உளவு சொல்லியிருக்க வேண்டும். பிரிட்டிஷ் காலனித்துவவாதிகள் மிகக் கெட்டிக்காரர்கள். நம் கையைக் கொண்டே நம் கண்ணை குத்திவிடுவார்கள்.

என்னதான் நடக்கிறது என்று அறிய, கடையின் பக்கவாட்டில் நடந்துபோய் ரொட்டி சானாய் போடும் மேசைப்பக்கம் நின்றாள், ஜெயா. அப்பொழுது பாத்திமா, ஜெயாவை நிமிர்ந்து பார்த்துவிட்டு தலையை கவிழ்த்திக்கொண்டாள். தலை முக்காட்டை இழுத்துப் போர்த்தியிருந்தாள். கேரளத்தில், இளமையிலேயே அவளுக்குக் கற்றுக் கொடுத்த பாடம் அது.

போலீஸ்காரர்கள் கேட்டதுக்கெல்லாம், தனக்கு எதுவும் தெரியாது என்றே திரும்பத்திரும்ப பதிலளித்தாள் பாத்திமா.

"உங்க கடை அரிசியும் பால் டின்னும் சீனியும் எப்படி அந்த மேட்டுக்குப் போச்சு?" மலாய்க்கார போலீஸ் இன்ஸ்பெக்டர் ஒருவர் கேள்வி கேட்டார்.

"என்னங்க, அது எங்க கடை அரிசி, சீனி, பால் டின்னுன்னு எப்படிச் சொல்றீங்க? பெயரா எழுதியிருக்கு?" பாத்திமா படபடப்பாகவே பேசினாள். அவளின் குரல், தான் எதற்கும் தயார் என்பதுபோலவேயிருந்தது. சையது காக்காவின் நிலைமைதான் தர்மசங்கடமாகியது. தனது மனைவி இப்படித் துணிச்சலாக போலீஸ்காரர்களிடம் பேசுவதைப் பார்த்து அவருக்கு ஆச்சரியமாக இருந்தது. அவரால் எதையும் நம்பவே முடியவில்லை. தனது மனைவி, கம்யூனிஸ்ட் போராளிகளுக்கு உதவியிருக்க முடியுமா? கடையைத் தவிர அவளுக்கு வேறு இடம் போகத் தெரியாதே!

கடையின்முன்னே திரண்டு நின்ற தோட்டப் பாட்டாளிகளுக்கு பாத்திமாவின் அந்தத் துணிச்சல் ஆச்சரியத்தைத் தந்தது.

எப்பொழுதும் கடையின் பின்புறம் முக்காட்டை இழுத்து இழுத்து மூடிக்கொண்டிருக்கும் பாத்திமா, எப்படி இப்படியானாள்? யாராலும் இதை நம்பமுடியவில்லை. நம்பாமலும் இருக்க முடியவில்லை.

சையது காக்கா, கெஞ்சும் பாவனையில் போலீஸ்காரர்களிடம் பேசினார்.

"அவ அப்படியான ஆளு இல்லீங்க. கடையை விட்டா அவளுக்கு எதுவும் தெரியாதுங்க. பினாங்கு வந்து இறங்கியதிலிருந்து அவ எங்கேயும் போனது இல்லீங்க..."

சையது காக்கா, வெளியே இப்படிப் பேசினாலும் சாமான்கள் குறைந்துவந்ததன் மர்மம் அவருக்கு இப்பொழுதுதான் புரிந்தது. இப்படிச் செய்துவிட்டாளே, இவள் அதிகம் படிச்சவளும் இல்லையே! திருக் குர்ஆனை முழுவதுமாக ஓதத் தெரிந்து வச்சிருந்தா. உலக நடப்பு, பத்திரிகை, புத்தகம் எதையும் தெரிஞ்சவ இல்ல. எப்படி இவளுக்குப் போராளிகளுக்கு உதவுற அறிவு வந்துச்சு?

"மிஸ்டர், இது உங்க கடை. உங்கள விசாரிக்காமல் உங்க மனைவிய விசாரிக்கறோமுன்னா எங்களுக்கு அவ்வளவு துல்லியமா

தகவல் கெடச்சிருக்குன்னு அர்த்தம். யாரும் தப்பமுடியாது,” போலீஸ்காரர் மிரட்டலாகக் கூறினார்.

விசாரணை முடியவில்லை. செந்தூல் போலீஸ் ஸ்டேஷனுக்கு பாத்திமாவை அழைத்துச்செல்ல, அவள் கையில் விலங்கு மாட்டினார்கள். அதைப் பார்த்த சையது காக்காவின் முகம் சுண்டிச் சுருங்கிவிட்டது. தனது பாரம்பரியத்தில் யாருக்குமே கைவிலங்கு போட்டு அவர் பார்த்ததில்லை. அவரால் அதைத் தாங்கிக்கொள்ள முடியவில்லை. தேம்பித்தேம்பி அழுதார். அவமானம் பிடுங்கித் தின்னது.

“நானும் கூட வரமுடியுமா?” சையது காக்கா, போலீஸ்காரரிடம் கேட்டார்.

“நீங்க வந்து ஒண்ணும் ஆகாது. நாங்க விசாரிச்சபிறகுதான் எந்த முடிவும் எடுப்போம். நீங்க, இங்கே உங்க கடையையும் பிள்ளைகளையும் பார்த்துக்கிட்டு இருங்க. எங்க விசாரணைக்கு அவுங்க ஒத்துழைப்புத் தந்தால் நல்லது. அதை அவுங்ககிட்ட சொல்லுங்க.”

அந்த இன்ஸ்பெக்டர் பேசிக்கொண்டே போலீஸ் லேண்ட்ரோவர் வாகனத்திற்கு வந்தார்.

கைவிலங்குடன் முகத்தில் எந்தச் சலனமும் இல்லாமல் பாத்திமா வேனில் ஏறினாள். குழந்தைகள் வீறிட்டழுதார்கள். தந்தையைக் கட்டிக்கொண்டு அவர்கள் போட்ட அலறல், பாத்திமாவின் மனதை என்னமோ செய்தது.

ஜெயா அங்கிருப்பது தெரிந்தும் பாத்திமா, அவள்பக்கம் தனது பார்வையைத் திருப்பாமலேயே இருந்தாள். போலீஸின் கழுகுப் பார்வை அவள் யாரைப் பார்க்கிறாள், எப்படி கண்ஜாடை காட்டுகிறாள் என்பதைக் கவனித்தவாறே இருந்தது.

போலீஸ் ஜீப் வண்டி, ரயில்வே கேட்டைத் தாண்டி சிகாம்புட் சாலையில் ஓடியது.

கேரளாவிலிருந்து வந்தபொழுது பார்த்த சாலைகளையும் கட்டடங்களையும் இப்பொழுதுதான் பாத்திமா மீண்டும் பார்க்கிறாள்.

ஜெயா, சைக்கிளை எடுத்துக்கொண்டு மூனாங்கட்டை கம்பத்துக்கு வேகமாக வந்தாள்.

வீட்டில் முத்துவின் அம்மா முருகாயியும், ராஜலட்சுமி ஆட்டுக் கல்லில் மாவாட்டிக் கொண்டும் இருந்தார்கள். முனியாண்டி, வீட்டின் முன்புறம் விறகுகளைப் பிளந்து அடுக்கிக்கொண்டிருந்தார். அவர், கொஞ்சம் கொஞ்சமாக தன்னுடன் பேச ஆரம்பித்திருப்பது ஜெயாவுக்கு மகிழ்ச்சியைக் கொடுத்தது. அவர்கள் என்ன செய்கிறார்கள் என இருவருக்குமே தெரிந்திருந்தது. ஆனால் வீட்டில் அதுபற்றிய பேச்சே இல்லாமல் தங்கள் கவனத்துக்கு வராதது போலவே நடந்துகொண்டனர்.

சைக்கிளை நிறுத்திவிட்டு நேராக நாகப்பன் வீட்டுக்குப் போனாள் ஜெயா.

தனது நாய்க்கு உணவை வைத்துவிட்டு நிமிர்ந்த நாகப்பன், "என்ன?" என்பதுபோல கண்களை உயர்த்திக் கேட்டார்.

"பாத்திமாவை கைது செய்து, செந்தூல் போலீஸ் நிலையத்துக்குக் கொண்டுபோயிட்டாங்க. மேட்டுல வச்சிருந்த எல்லா சாமான்களையும் எடுத்திட்டாங்க."

நாகப்பன் எந்தப் பதற்றத்தையும் காட்டாமல் அமைதியாக இருந்தார். நாகப்பனின் அந்த நிதானம்தான் அவளுக்கு எப்போதும் பிடித்தது. முத்து சென்றபிறகு ஒருநாள், அதே நிதானத்துடன்தான் தன்னை அறிமுகப்படுத்திக்கொண்டு அவள் செய்யவேண்டிய வேலைகளையும் சொல்லியிருந்தார்.

"சரி, ஜெயா. இப்போ அடுத்த நடவடிக்கை எடுக்கணும். பாத்திமா எந்த வாக்குமூலம் கொடுத்தாலும் அது நம்மை யாரையும் காட்டிக் கொடுக்காது. அந்த அம்மா ரொம்ப உறுதியான ஆளு. அதுபத்தி கவலையில்ல. ஆனா, இப்ப உணவு சப்ளை தடைபட்டுப் போச்சே. இதைத்தான் நம்பியிருந்தாங்க. சரி, வேற ஏற்பாடு செய்யணும். அதுவும் உடனடியா செய்யணும். ஜின் ஜாங்கிலே இப்போ, வேலி போட்டு புதுக்கிராமம் ஆயிப்போயிடுச்சு. எந்தப் பக்கமும் ஆட, அசைய முடியல்லே. சரி, மத்ததை நான் பாத்துக்கிறேன். நீங்க ரெண்டுபேரும் கொஞ்சம் ஜாக்கிரதையாவே இருங்க. ராஜலட்சுமி இப்போ ரொம்ப உதவியா இருக்காங்க. சாப்பாடு மற்ற காரியங்களை விட செய்திகளைக் கொண்டு சேர்க்கிறதுதான் இப்போ பெரிய வேலையா இருக்கு," நாகப்பன் நிதானமாகப் பேசினாலும் அவருக்கும் ஆபத்துகள் நெருங்கி வருவதாகவேபட்டது.

தொடக்கத்தில், ராஜலட்சுமி மேல் நாகப்பனுக்கு நம்பிக்கை வரவில்லை. இப்படி அரவாணியாக இருப்பவர்கள் எப்பொழுதும்

‘லொடலொட்’வென்று ஓட்டை வாய் மெஷின்களாகவே இருப்பார்கள் என்று அபிப்ராயம் வைத்திருந்தார். ஆனால் ராஜலட்சுமி, வேலைகளை கச்சிதமாக முடித்துக் கொடுத்தாள்.

கெப்போங், சுங்கை பூலோ வரையிலும் சைக்கிளில் பலகாரம் விற்பதும் செய்திகளைக் கொண்டுசெல்வதும் அவள்தான். பலகாரங்கள் மடிக்கும் தாள்களில் அப்போதைக்கப்போது பிரச்சாரங்களை கைப்பட எழுதிக்கொடுத்து வந்தாள். அச்சடித்த தாள்களை வைத்துக்கொள்ள வேண்டாம் என்று நாகப்பன் கூறியிருந்தார்.

ராஜலட்சுமி, இப்பொழுதெல்லாம் அதிகம் பேசுவதில்லை. உண்டு, இல்லை என்ற வகையிலேயே அவள் பேச்சு பெரும்பாலும் அமைந்துவிட்டது. ஜெயா வீட்டிற்குள் சென்றதும் ராஜலட்சுமி அவளை நிமிர்ந்து பார்த்தாள்.

“என்ன கொண்டுபோன, பலகாரங்கள் எல்லாம் முடிஞ்சுபோச்சா?”

“ஆமாம், ராஜலட்சுமி. எல்லாம் முடிஞ்சுபோச்சு. இந்தா பணம்” என்று ஜெயா, அன்றைய வியாபாரப் பணத்தை அவளிடம் நீட்டினாள்.

ராஜலட்சுமியின் வாழ்க்கை முழுவதுமாக மாறிவிட்டது. சௌக்கிட்டில் யாருமற்றவளாக, எப்படியோ கிடைத்ததை வைத்து வாழ்க்கையை ஓட்டியவளுக்கு இந்த வாழ்க்கை மாற்றம் அவள் எதிர்பார்க்காதது. கடமையுணர்வோடு அனைத்தையும் கச்சிதமாகச் செய்துவந்தாள். சௌக்கிட்டில் எப்பொழுதும், யாருமே அவளை கிண்டல் செய்யாமல் இருந்ததில்லை. இப்பொழுதுதான் ஒரு போராளி என்ற எண்ணம் அவளுக்குத் தன்னம்பிக்கையை ஊட்டியிருந்தது. இப்படி ஒரு மரியாதையான வாழ்க்கைக்குக் கொண்டுவந்த ஜெயாவுக்கு, தான் மிகவும் கடமைப்பட்டுள்ளதாக நினைத்தாள். ஜெயாவிடம் எப்பொழுதும் நன்றியும் விசுவாசமுமாக இருப்பதில் கருத்தாகயிருந்தாள். இட்டிலி, தோசை, வடைக்கு அப்பால், ஓர் அர்த்தமுள்ள வாழ்க்கையை வாழ்வது அவளுக்குப் பெருமையாக இருந்தது.

மாவை ஆட்டி, பானையில் வழித்து வைத்துவிட்டு முன்னறைக்கு வந்தவள், ஜெயா சோகமாக இருப்பதைப் பார்த்து,

“என்னக்கா, சோகமா இருக்கே? முத்தண்ணன் கவலையா?”

“இல்ல, ராஜலட்சுமி. அந்த பாத்திமா அக்காவை போலீஸ் கைது பண்ணிட்டாங்க. பாவம், அடுப்படியைத் தவிர வேறுஉலகம்

தெரியாதவங்க. இயக்கத்துக்கு உதவப் போய் இப்படி ஆயிடுச்சு. சையது காக்காவும் பிள்ளைகளும் அழுததைப் பார்க்க மனசு பொறுக்கலே...."

"அடப் பாவமே! இப்ப என்ன செய்யறதுக்கா, அவுங்களை உட்டுடுவாங்களா, இல்ல லாக்காப்பிலே வைச்சு ஏதாவது கொடுமைப் படுத்துவாங்களா? அந்த அம்மா தாங்குமா?"

"யார் யார் சம்பந்தப்பட்டவங்கன்னு கிண்டிக் கிளறுவாங்க. அடிவேரை பிடிக்கிறதுதான் அவுங்க நோக்கமா இருக்கும். நிச்சயமா, அவுங்க யாரையும் காட்டிக்கொடுக்க மாட்டாங்க. அதனாலே அவுங்களுக்குத்தான் ரொம்பச் சிரமம். அவுங்களும் ஒரு பொண்ணு பாரு. அதான், மனசுக்கு ரொம்பக் கஷ்டமா இருக்கு."

பாத்திமாவைப் போல ஒருநாள், தாங்களும் போலீஸில் அகப்பட்டுக்கொள்ள அதிக வாய்ப்புள்ளது. அப்பொழுது, எப்படிச் சமாளிப்பது என இருவரும் அந்த இரவு முழுவதும் யோசித்தபடியே இருந்தனர்.

32

பாத்திமாவை கைது செய்து ஜீப்பில் ஏற்றியபோது, சையது காக்காவின் நிலைமை மிகவும் தர்மசங்கடமாகியது. அவரால், தனது மனைவி இப்படி துணிச்சலாகப் போராளிகளுக்கு உதவியிருக்க முடியுமென்று நம்பமுடியவில்லை; நம்பாமலும் இருக்க முடியவில்லை.

ஆனாலும் அவள், தன் குடும்பப் பெயரையே கெடுத்து விட்டதாகவே அவர் மனம் ஆர்ப்பரித்தது. கை விலங்கோடு, அவளை போலீஸ் இழுத்துச் சென்ற காட்சி மீண்டும் மீண்டும் வந்து அவரை அவமானத்துக்குள்ளாக்கியது.

தோட்டத்து மக்கள் திரண்டு வந்து அவருக்கு ஆறுதல் சொன்னார்கள்.

சையது காக்காவிடமும் பாத்திமாவிடமும் எப்பொழுதும் அவர்களுக்கு ஒரு மரியாதை இருந்துவந்தது. தேள் கடி, பூரான் கடி, காய்ச்சல், வலிப்பு எதுவானாலும் சையது காக்கா மந்திரித்து கையிறு கட்டினால் அது சரியாகப்போய்விடுமென்பது அவர்களின் நம்பிக்கை. பாதிக்கப்பட்டவர்கள் நள்ளிரவில் வந்து கடையின் கதவைத் தட்டினாலும் முகம் சுளிக்காமல் மந்திரித்து நீர் பருகச் செய்து அனுப்புவார்.

அது என்ன மாயமோ, மந்திரமோ! சையது காக்காவின் மந்திரிப்புக்கு இரண்டொரு நாளையில் நோயாளி குணமாகி விடுவாரென்று தோட்டமே பேசிக்கொள்ளும். சையது காக்கா, இதுவரை தனது மந்திரிப்பு வேலைக்கு ஒத்தக்காசுகூட கட்டணமாக வாங்கிக்கொண்டது இல்லை. 'நல்லா போச்சுன்னா பழம் வாங்கிக் கொடுங்க. முடிஞ்சா மட்டும் கொடுங்கன்னுதான் சொல்லுவார்.

சையது காக்கா, கடையைச் சாத்திவிட்டு உள்ளே நாற்காலியில் பிரமை பிடித்தவர்போல அமர்ந்திருந்தார். தொழிற்சங்கச் செயலாளர் சகாதேவன், அப்பொழுது உள்ளே வந்தார். அவரைப் பார்த்ததும் காக்காவின் கண்கள் கலங்கின.

“கவலப்படாதீங்க காக்கா, எல்லாம் நல்லபடியா முடியும். நா இப்பதான் போலீஸ் ஸ்டேசனிலிருந்து வர்றேன். போலீஸ், யார் யார் சம்பந்தப்பட்டிருக்காங்கன்னு ரொம்ப கவனமா விசாரிக்கிறாங்க. உங்க மனைவி எதுவும் தெரியாதுன்னு தொடர்ந்து சொல்றாங்களாம். நாடு கடத்திடுவோமுன்னு பயமுறுத்தியும் அவுங்க பதில் ஒரே மாதிரிதான் இருக்குது. ரெண்டு நாளையிலே விட்டுடுவாங்கன்னு எனக்குத் தெரிஞ்ச போலீஸ் காப்ரல் சொன்னாரு. சாப்பாடெல்லாம் கொடுத்திருக்காங்க. ஆனா பார்க்க முடியாதுன்னு சொல்லிட்டாங்க. வெள்ளைக்கார இன்ஸ்பெக்டர் மரியாதையா நடத்துறாருன்னு கேள்விப்பட்டேன். எது எப்படி இருந்தாலும், இந்த அவசரகால நிலைமையிலே அரசாங்கம் ரொம்பக் கெடுபிடியாத்தான் நடக்குது...” சகாதேவன், அவருக்குச் சமாதானம் செய்து, கவலைப்பட வேண்டாமென்று கூறினார்.

கடையை யாரிடமாவது கொடுத்துவிட்டு குடும்பத்தோடு ஊருக்குப் போய்விட சையது காக்கா முடிவெடுத்துவிட்டார். இனி, இங்கேயிருப்பது போலீஸ் கெடுபிடிகள் அதிகமாகி நிம்மதியே போய்விடுமென்று அவருக்குத் தெரிந்திருந்தது.

முன்பு ஒருமுறை, கடையை யாரிடமாவது கொடுப்பதாக இருந்தால் அதை தான் வாங்கிக்கொள்வதாக பக்கிரிசாமி சொன்னது, அவருக்கு நினைவுக்கு வந்தது.

பக்கிரிசாமி, வெற்றிலை வியாபாரம் செய்துவருகிறார். கடைக்குக்கூட முன்புபோல தேநீர் அருந்த வருவதில்லை. அப்துல்லா மட்டுமே எப்பொழுதும்போல் வந்துபோவார். வெற்றிலை ஏற்றிக்கொண்டு அவர் வரும் நேரம்தான்.

சையது காக்கா முடிவுசெய்துவிட்டார். இனி, தாமதிக்காமல் கடையைக் கொடுத்துவிட்டு ஊர்ப்பக்கம் போய்விட வேண்டும். தனது மனைவியின் கைதும், அவளை விலங்கிட்டு அழைத்துப் போனதும் அவருக்குப் பெரிய அவமானமாக இருந்தது.

“சகா, எனக்கு ரொம்ப அவமானமா இருக்கு. எந்தக் காலத்திலும் எங்க பரம்பரையிலே போலீஸ் ஸ்டேசனை மிதிச்சதுகூட இல்லை. இப்போ, இப்படி விலங்கு மாட்டி இழுத்துக்கிட்டுப் போனது தாங்கமுடியல்லே...” அவரின் கண்கள் கலங்கின.

“நீங்க இதுக்கு ஏன் இப்படி கவலைப்படுறீங்க? அவுங்க என்ன கொள்ளை அடிச்சாங்களா, கொல செஞ்சிட்டாங்களா? போராட்டக்காரங்களுக்கு உதவி செஞ்சதா சொல்றாங்க.

அவ்வளவுதான? அது உண்மையா இருந்தா, நாங்களெல்லாம் எவ்வளவு பெருமைப்படுவோம் தெரியுங்களா?" சகாதேவன், காக்காவை சமாதானப்படுத்தினார்.

அப்பொழுது அப்துல்லா அங்கே வந்தார்.

"எல்லாம் கேள்விப்பட்டேன் காக்கா. கவலப்படாதீங்க. அல்லா நல்லதையே செய்வான். துவா கேளுங்க," அப்துல்லா பேசிக்கொண்டே, எதிரேயிருந்த நாற்காலியில் அமர்ந்தார்.

"மோளே, இரண்டு சாயா கொண்டு வா," உள்நோக்கிக் குரல் கொடுத்தார் சையது காக்கா.

சகாதேவன் விடைபெற்றுக்கொள்ள எழுந்தபோது காக்கா, அவர் கையைப் பிடித்து உட்காரவைத்தார்.

"சாயா குடிச்சிட்டுப் போங்க."

"நீங்க நல்லநேரத்திலே வந்தீங்க அப்துல்லா. நான் கடையைக் கொடுத்திட்டு ஊருக்குப் போவப்போறேன். நீங்க அந்தப் பக்கிரிசாமி கிட்டே பேசி முடிச்சிடுங்க. விலையைப் பத்தி கவலையில்லே. கையில கிடைச்சத வச்சி நான் ஊருக்குப் பொறப்படணும். முன்னே ஒருதரம் பக்கிரிசாமி கடையைக் கேட்டார். அதனாலே அவருகிட்டேயே கொடுக்கலாமுன்னு முடிவு பண்ணிட்டேன்," சையது காக்கா, வந்த தேநீரை வாங்கி இருவரின் கையிலும் கொடுத்தார்.

தேநீர் கொண்டுவந்த காக்காவின் மகள் கத்திஜாவின் முகம் அழுது வீங்கிச் சிவந்திருந்தது. தேநீரைக் கொடுத்த வேகத்தில் முக்காட்டை இழுத்துப் போர்த்தியபடி உள்ளே போனாள். சமையலறையில் விக்கி விக்கி அழும் சத்தம் கேட்டுக்கொண்டே இருந்தது.

"நான் ஒடனே பேசி, நாளைக்கே ஒங்களுக்குப் பதில் சொல்றேன். ஞாயமான விலையைப் பேசி முடிச்சிடுவோம். பக்கிரிசாமியும் இந்த வெத்தலை வியாபாரத்தை விட்டுட்டு வேறு தோதா ஏதாவது பார்க்கலாமுன்னுதான் இருக்கார்," அப்துல்லா, தேநீரைப் பருகிவிட்டு காசை எடுக்க பையை எடுத்தார். சையது காக்கா, அதைத் தடுத்து பணம் வேண்டாமென்று சொல்லிவிட்டார். சகாதேவனும் அப்துல்லாவும் கடையை விட்டு வெளியேறினார்கள். லயத்திலிருந்து எல்லோரின் பார்வையும் கடையின் பக்கமே இருந்தன.

இரண்டு நாட்களாக சையது காக்கா கடையைத் திறக்கவில்லை. மூன்றாவது நாள் காலை பத்து மணிக்கு, யாரோ கதவைத்

தட்டியவுடன் சையது காக்கா கடைக் கதவைத் திறந்து பார்த்தார். அங்கே நாலைந்து போலீஸ்காரர்களுடன் அவர்களுக்கு மத்தியில் பாத்திமாவும் நின்றுகொண்டிருந்தாள்.

பாத்திமா, எதுவும் சொல்லாமல் உள்ளே நுழைந்தாள். போலீஸ்காரர்கள் உள்ளே வந்து நாற்காலிகளில் அமர்ந்தார்கள். வந்தவர்கள் அனைவரும் மலாய்க்காரர்கள். காக்கா சலாம் சொன்னார். பதிலுக்கு அவர்களும் சலாம் சொன்னார்கள்.

“உங்க சம்சாரத்துக்கிட்டேருந்து எந்தத் துப்பும் கெடைக்கலே. ஆனா அவுங்கதான் சாப்பாட்டு சாமான்கள வச்சிருக்காங்கன்னு எங்களுக்கு தெளிவாத் தெரியும். ஏதோ அறியாம, இந்தத் தவற செஞ்சதா ஓ.சி.பி.டி ராபின் உட்முடிவு செஞ்சி, அவுங்க உடனடியா நாட்டைவிட்டுப் புறப்படணுமுன்னு சொல்லிட்டாரு. நாடு கடத்துற உத்தரவுகூட போடலே. இதுக்கு முந்தி கம்யூனிஸ்ட்டுகளுக்கு உதவுறவங்கள சீனாவுக்கும் இந்தியாவுக்கும் நாடு கடத்திருக்காங்க. நீங்க உடனடியா அடுத்த கப்பல்ல அவுங்கள இந்தியாவுக்கு அனுப்பிடுங்க,” மலாய்க்கார கோப்ரல் இப்படிச் சொல்லியபிறகு அங்கிருந்து கிளம்ப எழுந்தார்.

“அவுங்க இந்தியாவுக்குப் போகும்போது, ஒருமுறை ஸ்டேசனுக்கு வந்து கப்பல் டிக்கெட்டை காட்டச் சொல்லுங்க. அப்படி போவாட்டி, மீண்டும் கைதுசெய்து என்ன செய்வாங்கன்னு தெரியாது,” இப்படிக் கூறிவிட்டு, வெளியேயிருந்த ஜீப்பில் ஏறிப் போய்விட்டார்கள்.

பிள்ளைகள் தாயை கட்டிக்கொண்டு அழுதார்கள். பாத்திமாவின் கண்களில் நீர் பெருக்கெடுத்து ஓடியது. சையது காக்கா எதுவும் பேசவில்லை. அவரின் உள்ளம் மிஷனில் மாட்டிய ரப்பர் சீட்டியைப் போல நசுங்கிக் கிடந்தது. இனி, பேசுவதற்கு என்ன இருக்கிறது? அப்படியே பேசினாலும் அது பழைய விஷயத்தைக் கிளறியெடுத்து, முகர்ந்து பார்த்து முகம் சுளிப்பதுபோல்தான் இருக்கும்.

கடையை நேற்று இரவே, பக்கிரிசாமியிடம் பேசி ஒப்படைத்து விட்டார். சையது காக்கா என்ன விலையை நிர்ணயித்தாரோ அதைவிட ஒரு ஐந்நூறு வெள்ளி குறைவாகத்தான் பக்கிரிசாமி தருவதாக ஒப்புக்கொண்டார். தன் மனைவியின் நிலை இத்தோடு முடிந்ததா என்று காக்கா சந்தேகப்பட்டார். அவருக்குத் தெரிந்த இந்த ஆறு, ஏழு வருசத்தில் பிடிபட்டவர்கள் யாரையும் அவர்கள்

இவ்வளவு லேசில் விட்டதில்லை. தூக்கில் போடுவது, நாடு கடத்துவது என்றுதான் நடந்துள்ளது.

எத்தனையோ பேர் கேட்டும் கணபதியை கடைசியில் தூக்கில் போட்டார்கள். ஒற்றர் வேலை செய்தாளென்று ஒரு சீனப்பெண்ணை ஈப்போவில் சீனாவுக்கு நாடு கடத்திவிட்டார்கள். அப்படி ஏதும் நடக்காமல்போனது காக்காவுக்கு சிறிது நிம்மதியாக இருந்தது. பார்க்கப்போனால், இதுவும் ஒருவகை நாடுகடத்தல்தான். கொஞ்சம் நாகரீகமான நாடு கடத்தல் என்று நினைத்துக்கொண்டார்.

அடுத்த கப்பல் இன்னும் ஒரு வாரத்தில் வரவிருப்பதால், சையது காக்கா பயணத்திற்கான ஏற்பாடுகளைச் செய்ய ஆரம்பித்தார்.

பக்கிரிசாமி வியாபாரத்தை ஆரம்பித்துவிட்டார். பின்புறமிருந்த அறையில் காக்காவின் குடும்பம் ஊருக்குப் புறப்படும்வரையில் தங்கிக்கொள்ள அனுமதியளித்தார். ஜெயாவும் ராஜலட்சுமியும் அடிக்கடி வந்து பாத்திமாவை பார்த்துவிட்டுச் சென்றார்கள்.

போலீஸின் கண்கள் எப்பொழுதும் கடையிலேயே இருந்தன. யார் வருகிறார்கள், போகிறார்கள் என்பதை அவர்களும், அவர்களின் சி.ஐ.டி. பிரிவினரும் நோட்டமிட்டவாறே இருந்தனர்.

ஜெயாவும், பலகாரம் விற்க அங்கு வருவதை நிறுத்திவிட்டாள்.

துணிமணிகளும் கொஞ்சம் நகைகளையும் ஜெயா பாத்திமாவுக்குக் கொடுத்தாள். அதையும் ஆள்விட்டே கொடுத்தனுப்பினாள். எவ்வளவு மறுத்தும் அதை, பாத்திமாவிடம் சேர்த்தபிறகுதான் அவளுக்கு நிம்மதியாக இருந்தது. அது துயர்மிக்க பிரிவாக இருந்தது. சையது காக்கா, கப்பலுக்குப் புறப்படும் அந்த நாளில் தோட்டத்து மக்கள் அனைவரும் வந்து கண்கலங்கி நின்றபொழுது பாத்திமாவால் கட்டுப்படுத்த முடியவில்லை.

அவர்களை ஏற்றிய வண்டி கோலாவை நோக்கிப் புறப்பட்டது.

33

இராஜசுந்தரம், ஏறக்குறைய நிர்வாகப் பொறுப்புகள் எல்லாவற்றையுமே கவனிக்க ஆரம்பித்துவிட்டான்.

சண்முகம்பிள்ளை, எதிலும் பற்றில்லாதவர்போல இருந்தார். பெரும்பகுதி நேரம் பத்து எஸ்டேட் அருவிக்கரையில் போய் அமர்ந்துவிடுவார். முக்கியமான நிர்வாக விஷயங்களைப் பேச பலமுறை பெரியசாமி அவரை அணுகியபோது, "எல்லாத்தையும் பையங்கிட்டே சொல்லுங்க..." என்று, ஒரே வார்த்தையில் சொல்லியனுப்பிவிடுவார். புதிதாக வந்த வாகன ஓட்டியிடம் அதிகம் பேசுவதில்லை. அவன் வெளியூர்க்காரன்.

சுலோச்சனா சற்றே எழுந்து நடமாட ஆரம்பித்தாள். சுலோச்சனாவுக்கு உடல் நோயைவிட மனநோயே அதிகமானது என்பதைப் புரிந்துகொண்டு இராஜசுந்தரம் செயல்பட்டான்.

காலையில் உற்சாகமுடன் வேலைக்குப் போகும் மருமகள், மாலையில் திரும்பும் பொழுது மயக்கநிலையிலேயே வந்தாள். அவளுக்குத் தனது தாயிடமும் தந்தையிடமும் கோபங்கள் இருந்தன. சென்னையில், ஹாஸ்டலில் படிக்கும்பொழுதுதான் அவளுக்குத் தனது பிறப்பின் ரகசியங்கள் தெரிய ஆரம்பித்தன. தனது படிப்புச் செலவுகள் அனைத்தையும் குறைவின்றி மடத்திலிருந்த ஆட்கள் ஏன் கட்டுகிறார்கள்? என்ற கேள்வி எழுந்தபொழுதுதான் சிறிதுசிறிதாக அவளுக்கு உண்மைகள் தெரியவந்தன. கவலைகள் அதிகரிக்க அதிகரிக்க போதை மருந்துகள் மட்டுமே துணையானது. மருத்துவத் துறையில் அவளுக்கு அது சுலபமாகவே கிடைத்தது.

இராஜசுந்தரம் தனக்குத் திருமணம் ஆகிவிட்டதையும், தனக்கென ஒரு டாக்டர் மனைவி இருக்கிறாள் என்பதையும் மறந்து கொண்டிருந்தான். அதுவொரு இயந்திரத்தனமான வாழ்க்கையாகி விட்டது.

சண்முகம்பிள்ளை காவியுடை தரிக்கவில்லையே ஒழிய, ஏறக்குறைய சாமியாராகிவிட்டார். பத்து எஸ்டேட் அருவிக்கரையில் அமர்ந்து தியானம் செய்யும் நேரம் அதிகமாகிக்கொண்டேபோனது. தன் மனம் ஏன், இவ்வளவு ஒடுங்கியுள்ளது என அவரால் தீர்மானிக்க முடியவில்லை. அது, இன்னும் இன்னும் உள்ளே சென்றது.

பாத்திமா கைது செய்து விடுவிக்கப்பட்ட செய்தி கிடைத்தபோது சண்முகம்பிள்ளை திடுக்கிட்டார். தனது தோட்டத்தில் பெண்கள்கூட இப்படி கம்யூனிஸ்ட்டுகளுக்கு உதவியுள்ளார்கள் என்பதை அறிந்தபொழுது அவரால் அதை முதலில் நம்பவே முடியவில்லை. அதிலும் அடுப்பங்கரையில் எப்பொழுதும் முக்காட்டோடு இருக்கும் பாத்திமாவா? என மனம் வியந்துகொண்டேயிருந்தது.

ஒரு மாலை, மங்கியபொழுதில் மழை இலேசாகத் தூற ஆரம்பித்தது. சண்முகம்பிள்ளை அருவிக் கரையிலிருந்து புறப்பட்ட பொழுது, யாரோ நாலைந்துபேர் மலைமேட்டில் ரப்பர் மரங்களுக்கிடையில் நின்று பேசிக்கொண்டிருப்பது அவர் கண்களுக்குப்பட்டது. அந்தக் கும்பலில் ஜெயாவும் இருந்ததைப் பார்த்தபொழுது பிள்ளைக்குப் 'பகீர்' என்றது. ஜெயாவைத் தவிர, மற்றவர்கள் நட்சத்திர பேஜ் அணிந்த தொப்பியணிந்திருந்தார்கள். அவர்களின் உடையே கம்யூனிஸ்ட்டுகள்தான் என்று தெளிவாகக் காட்டியது. "ஜெயாவிற்கு இவர்களோடு என்ன வேலை?" ஒரு சமயம், இவளும் அவர்களோடு சேர்ந்துவிட்டாளோ இல்லை, பலகாரம் விற்க வந்திருப்பாளா? எதையும் தீர்மானிக்கமுடியாமல் விறுவிறு-வென அங்கிருந்து கிளம்பி வெளியேறினார் பிள்ளை.

பாத்திமாவே இதில் பங்கெடுத்தபொழுது ஏன், அவளும் இதில் இருக்கக்கூடாது? ஜெயா, அவளைவிடத் தைரியசாலி. ஒருநாள், அதே இடத்தில் ராஜலட்சுமியைப் பார்த்தது இப்பொழுது பிள்ளைக்கு நினைவுக்கு வந்தது.

நாட்டில் என்ன நடக்கிறது? பிரிட்டிஷை எதிர்த்து இவர்களால் என்ன செய்யமுடியும்? சூரியன் உதிப்பதிலிருந்து மறையும்வரை எங்கள் ஆட்சிதான் நடக்கிறது என்று சொல்லும் அவர்களை, இவர்களால் என்ன செய்யமுடியும்? பன்னிரெண்டு இலட்சம் தரை, கடல், ஆகாயப் படைகளை வைத்திருக்கும் ஆங்கிலேயருக்கு எதிராக இவர்களால் எப்படிப் போரிட முடியும்?

அவசரகாலப் பிரகடனத்தை 20.06.1948இல் சிங்கப்பூர் வானொலியில் பிரிட்டிஷ் ஹைகமிஷனர் மால்கம் மெக்டோனல்ட்

அறிவித்தபோது, அதை பெரிய விஷயமாகப் பிள்ளை எடுத்துக் கொள்ளவில்லை. கம்யூனிஸ்ட்டுகளை சுலபமாக வெற்றிகொண்டு விடுவார்கள் என்றே நம்பினார். தனது சொத்துபத்துகளுக்கு ஆங்கிலேயர்களே பாதுகாப்பு என்பதில் பிள்ளைக்கு அதிக நம்பிக்கையிருந்தது. ஆனால், சில ஆண்டுகளாக இந்தப் போராளிகள் விடாப்பிடியாகப் போரிட்டு வருவதும், 'சர் ஹென்றி கர்னி' சுட்டுக்கொல்லப் பட்டதும், அவருக்குப் பிறகு பதவிக்கு வந்த 'டொம்ப்ளர்' வெளியே அதிகம் நடமாடாமல், முன்னறிவிப்பு இல்லாமல் நிகழ்ச்சிகளில் கலந்துகொள்வது, கவச வாகனங்களிலும் ஹெலிகாப்டர்களிலும் பிரயாணம் செய்வது எல்லாவற்றையும் கூட்டிக்கழித்துப் பார்த்தால், இந்தக் கொரில்லா போர் சீக்கிரத்தில் முடிவுக்கு வராது என்பதையும் பிள்ளை நினைத்துப் பார்த்தார்.

ஆங்கிலேயர்கள் அவசரகாலப் பிரகடனம் செய்தபொழுதும் புதுக் கிராமங்களை அமைத்து, உணவுக் கட்டுப்பாடுகளை விதித்த பொழுதும் மக்கள் அவதிக்குள்ளாகினர். இதுவே போராளிகளுக்கு உதவும் எண்ணத்தை அவர்களுக்குத் தந்திருக்கவேண்டும் என எண்ணிக்கொண்டார். போதிய வசதிகள் இல்லாமல் காட்டுக்குள் இவ்வளவு காலம் அவர்களால் கொரில்லா போர் நடத்துவது மக்களின் ஆதரவு இருப்பதால்தானே? இதை நினைத்தபொழுது ஜெயா, பாத்திமா, ராஜலட்சுமி, தேசிங்கு அனைவரும் பிள்ளையின் நினைவுக்கு வந்தார்கள்.

முத்து, வெளியூருக்கு வேலைக்குப் போய்விட்டான் என்பதுகூடக் கதைதான். அவன் எங்கோ, யாருடனோ போய்ச் சேர்ந்துவிட்டான். முன்பு ஏதும் அறியாதவனாக இருந்தவன் கடைசிநேரத்தில் தன்னை எதிர்க்க அவனுக்குப் பின்னே பெரிய சக்தி இருந்துள்ளது. நல்ல வேளையாக, தனக்கு விபரீதம் ஏதும் நடக்கவில்லை என நினைக்கும்போதே பிள்ளையின் உடல் இலேசாக நடுக்கம் கண்டது. தன்னை ஏன், முத்து கொல்லவில்லை என்பது மட்டும் குழப்பமாக நின்றது.

இன்று இரவு, அரசாங்கத் தகவல் இலாகா சிகாம்புட் எஸ்டேட்டில் நாடகம் போடப்போவதாகவும் அவர் நிச்சயம் அதில் கலந்துகொள்ள வேண்டுமென்றும் பெரியசாமி சொன்னது ஞாபகத்துக்கு வரவே, காரை எடுத்துக்கொண்டு சிகாம்புட் தோட்டம் புறப்பட்டார் பிள்ளை.

சிகாம்புட் தோட்ட லயங்கள் இருந்த பகுதியில் ஒரு திடல் இருந்தது. லயத்தின் ஒரு பகுதி உயரமாகக் கட்டப்பட்டிருந்தது.

கீழே ஒரு ஆள் நிற்குமளவுக்கு இடமிருந்தது. படிக்கட்டு வைத்துக் கட்டப்பட்ட அந்த லயங்களில், பெண்கள் அமர்ந்து நாடகம் பார்க்கத் தயாராகயிருந்தார்கள்.

அடுத்த தைப்பூசம் வருவதற்கு இன்னும் ஒரு வாரமே இருந்தது. அந்த மேக்கடை லயத்துக்குக் கீழே காவடிகளை அலங்கரிப்பதில் இளைஞர்கள் மும்முரமாக இருந்தார்கள்.

இரண்டு லாரிகளைப் பின்புறமாக இணைத்து, அதையே மேடையாக்கி, நாடக வேலைகளை மும்முரமாக தகவல் இலாக்காகாரர்கள் செய்துகொண்டிருந்தார்கள். சண்முகம்பிள்ளை, காரை நிறுத்திவிட்டு நாடக மேடையாக இருந்த லாரிகளின் பக்கமாகப் போனார்.

தகவல் இலாகா நாடகங்கள், கம்யூனிஸ்ட் எதிர்ப்புப் பிரச்சாரமாகவே இருக்கும். முன்பு இரண்டொருமுறை இந்த நாடகங்களை பிள்ளை பார்த்துள்ளார். இப்பொழுது நாடகம் நடப்பது அவ்வளவு நல்லதாக சண்முகம்பிள்ளைக்குப் படவில்லை. போராளிகளின் ஆதரவாளர்கள் எத்தனை பேர் தோட்டத்தில் இருக்கிறார்கள் என்பதை அவரால் கணிக்க முடியவில்லை. ஏதும் விபரீதம் நடந்து விடக்கூடாது என்று பயந்தார். அதே நேரத்தில், நாடகம் போடாதீர்கள் என்றும் தடுக்கமுடியாமல் தயங்கினார். அவரின் நிலைமை தர்மசங்கடமாகியது.

பிள்ளையைப் பார்த்ததும் தகவல் இலாகா அதிகாரி தர்மலிங்கம் ஓடிவந்தார். பிள்ளையிடம் கை குலுக்கி நலம் விசாரித்து, நாடகத்தை கடைசி வரையில் இருந்து பார்த்துவிட்டுப் போகும்படி கேட்டுக்கொண்டார். பின், “உண்மையில், இன்னிக்கு பெந்தோங்கில்தான் நாடகம். ஆனால் நேற்று, மேலிடத்திலிருந்து திடீர் உத்தரவு வந்துச்சு. இங்கே, இந்த வட்டாரத்திலே உடனடியா ரெண்டு மூணு இடத்திலே நாடகம் போடச் சொல்லிட்டாங்க. அரசாங்கத்துக்கு எதிரா இந்த வட்டாரத்திலே ‘கெடுபிடி’ அதிகமாயிடுச்சின்னு சொல்றாங்க. நீங்கதான் இந்தத் தோட்டத்துக்கு முதலாளி. உங்களுக்குத் தெரியாம எதுவும் இங்க நடக்காது,” என்றார்.

தர்மலிங்கம் தகவல் இலாகா அதிகாரி மட்டுமல்ல; எங்கெங்கே, என்ன நடந்துக்கிட்டிருக்குன்னு துப்புதுலக்குவதும் அவர் வேலை போலும் என்று சண்முகம்பிள்ளை நினைத்தார்.

இப்பொழுதெல்லாம் எதைப் பேசினாலும் சர்வ ஜாக்கிரதையாக இருக்க வேண்டிய கட்டாயத்தை பிள்ளை உணர்ந்தவர் போலவே இருந்தார். காற்றுக்குக்கூட ஒலிபெருக்கிகள் இருந்தன.

“எனக்கு என்ன தெரியும் தர்மலிங்கம்? நானும் சாதாரணமா பத்திரிகைகளைப் படிச்சுத்தான் எல்லாத்தையும் தெரிஞ்சுக்கிறேன். உங்களுக்குத் தெரிஞ்ச விஷயங்கள்கூட எனக்குத் தெரியாது. பாத்து நாடகம் போடுங்க. வேகமா அடிக்காதீங்க. பிறகு இங்கே கையெறி குண்டுகள் வெடிச்சாலும் வெடிக்கலாம். யார், எங்கே இருப்பாங்கன்னு சொல்லமுடியலே. ஏன், நாளைக்கு நீங்ககூட கொரில்லாவா மாறமாட்டீங்கன்னு என்ன நிச்சயம்?” பிள்ளை, நிதானமாக வார்த்தைகளை வடிகட்டிப் பேசினார்.

“என்ன முதலாளி அப்படிச் சொல்லிட்டீங்க. அரசாங்கத்திலே சம்பளம் வாங்குற ஆள் நான். வெள்ளைக்காரனுக்கு எதிரா எப்படிச் செயல்படமுடியும்?” தர்மலிங்கம் இப்படிக் கூறிவிட்டு, “இந்த கோவிந்தராஜா என்ற பையன், உங்களப் பார்க்கணுமுன்னு சொல்லிக்கிட்டு இருந்தான். ஏதோ முக்கிய விஷயமுன்னு சொன்னான்,” என்றார்.

“எந்த கோவிந்தராஜ்?” பிள்ளை, புருவம் உயர்த்திக் கேட்டார்.

“அதான், பத்துமலையிலே இருக்கானே, அந்த சிவந்த சுருள்முடிக்காரப் பையன். அவன்தான், நம்ம தகவல் இலாகாவில் சுறுசுறுப்பான நடிகன். இப்ப கொஞ்சகாலமா ம.இ.கா. பொதுத் தொண்டுன்னு வேலையை வாரிப் போட்டுக்கிட்டு அலையறான்.”

“ஓ, அந்தப் பையனா? அவனோட நாடகத்திலே நடிப்பாரே காளி சுப்பையா அவரும் வந்திருக்கிறாரா? நல்ல நடிகன்னு பேரு வாங்கிட்டான். இந்த ரெண்டுபேரு நடிப்பையும் பார்த்து நான் பிரமிச்சுப்போயிட்டேன். தமிழ்நாட்டிலே டி.கே.எஸ். சகோதரர்களின் நாடகம் பார்த்திருக்கிறேன். சீன் செட்டிங், அது இதுன்னு அமர்க்களப்படுத்துவாங்க. இங்கே எதுவும் இல்லாம, ஒழுங்கான மேடைகூட இல்லாம இந்த காளி சுப்பையாவும், கோவிந்தராஜாவும் என்னமா நாடகம் நடத்துறாங்க!” சண்முகம்பிள்ளை மனம் திறந்து அந்த இருவரையும் பாராட்டினார்.

“அதோட, இராமதாசுன்னு ஒரு பையன் பிரமாதப்படுத்தறான் தர்மலிங்கம். இவுங்களையெல்லாம் எங்கே பிடிச்சு இப்படி பழக்குனீங்க?” என்று, பிள்ளை கூறியதும் தர்மலிங்கத்துக்கு அது பெருமையாக இருந்தது.

“உங்க பாராட்டை அவுங்க மூணு பேருகிட்டேயும் நேராச் சொல்லுங்க அண்ணே. ஒரு கலைஞனுக்கு காசு பணத்தைவிட இந்தமாதிரி பாராட்டுத்தான் முக்கியம். நம்ப ஜனங்களுக்கு

நல்லதை பாராட்டவே தெரியாது. குறைகளையும் சொல்லத்தெரியாத ஊமை ஜென்மங்கள். அப்புறம் எப்படி, கலையும் இலக்கியமும் வளரும். சினிமான்னா போட்டி போட்டுக்கிட்டு சாவாங்க. நீங்க பாருங்க முதலாளி, எதிர்காலத்தில நாடகக் கலையே இல்லாமப்போயிடும். ஏதோ அரசாங்கம் சம்பளம் கொடுக்கிறதாலே நாங்க நாடகம் போடுறோம். அதுவும் இல்லாட்டி எவனுடைய கலையும், இலக்கியமும் எப்படி ஆனா எங்களுக்கென்னன்னு வேறு வேல பார்க்கப் போயிடுவோம்," தர்மலிங்கம் ஆவேசப்பட்டார். முகம் வியர்த்துக் கொட்டியது. முகம் சிவப்பாகியது. சண்முகம்பிள்ளை அந்த ஆவேசத்தைப் பார்த்து ஒரு கணம் திகைத்துவிட்டார்.

லயத்துப் பக்கம் பிரதான சாலையை ஒட்டியிருந்த தனது தோட்டத்து தமிழ்ப் பள்ளியை திரும்பிப் பார்த்தார். அது, தனக்கே உரிய சோகத்துடனும் தகரக் கொட்டகையில் செம்மண் தூசு படிந்து நின்றது.

"இந்தத் தோட்டத்தில் எவ்வளவு அழகான கோயில் கட்டினேன். ஆனா இந்தப் பள்ளிக்கூடத்தை கவனிக்காமல் இருந்துவிட்டேனே?" என்று நினைத்தபொழுது சண்முகம் பிள்ளையின் மனம் குறுகுறுத்தது.

அப்பொழுது அங்கே கோவிந்தராஜுவும் உ.ராமதாசும் காளி சுப்பையாவும் வந்தார்கள்.

"வணக்கம் மொதலாளி..." கோவிந்தராஜு கைகூப்பி வணக்கம் சொன்னார்.

பதில் வணக்கம் சொன்ன பிள்ளை, அவர்களை நிமிர்ந்து பார்த்தார். அரிதாரம் பூசாத முகங்கள். நாடகத்துக்கு இன்னும் நேரமிருந்தது.

"உங்களை ஒரு முக்கிய விஷயமா பார்க்க நினைச்சேன், இன்னைக்கே அது முடிஞ்சதிலே ரொம்ப சந்தோசம் முதலாளி," கோவிந்தராஜு, அவர் முகத்தைக் கூர்ந்து பார்த்தார்.

"என்ன விஷயம் தம்பி?"

"தமிழர் திருநாள் நடத்தப்போறோம். அதுக்கும் நீங்க நிதி கொடுக்கணும். உங்களைப்போல பெரியவங்க ரொம்பப் பேரு இல்ல. இருக்கிறவங்க கொடுத்தாத்தான் நல்லபடியா காரியம் நடக்கும்."

கோவிந்தராஜு இளமையும் துடிப்பும் நிறைந்த இளைஞர். அரசியல், மொழி, கலைன்னு பத்துமலைப் பகுதியில் செயல்படுகிறவரென்று சண்முகம்பிள்ளை ஏற்கனவே கேள்விப்பட்டிருந்தார்.

"நாளைக்குக் காலையில பத்து மணிக்கு ஆபீஸுக்கு வாங்க தம்பி, என்னாலே முடிஞ்சத செய்றேன். இப்பத்தான் நம்ப தர்மலிங்கம் நம்ம மொழி, கலை, இலக்கியம் பத்தியெல்லாம் ஆவேசமாகப் பேசினாரு. அவரு சொல்றதிலும் பல உண்மையிருக்குது. நாமே நம்ம ஆளுங்களைப் பாராட்டாட்டி வெள்ளைக்காரனா பாராட்டப் போறான்."

தன் முதலாளி பேசுவதைக் கேட்ட, புதிதாக வந்த டிரைவருக்குப் பெருமையாக இருந்தது. முடிந்தவரை அவருக்கு விசுவாசமாக இருக்கவேண்டுமென நினைத்துக் கொண்டான்.

34

சிகாம்புட் வட்டாரத்தில் அண்மைக்கால நிலைமைகளை தேசிங்கிடம் விளக்கினான், முத்து.

ஜின் ஜாங் வட்டாரத்தில் தடுப்புவேலிகள் போடப்பட்டு, புதுக்கிராமம் அமைந்ததிலிருந்து, உணவுகள் அனுப்புவதில் ஏற்பட்டுள்ள சிரமங்களைச் சொன்னபோது, அது தனக்குத் தெரியுமென்று கூறினான் தேசிங்கு.

முத்துவோடு வந்த சீனர், எந்தவித களைப்புமின்றி தனது அடுத்தகட்ட வேலைகளில் இறங்கியிருந்தார். "இங்க பக்கத்தில அருமையான ஆறு ஓடுது. போயி குளிச்சிட்டு ஓய்வு எடுத்துக்கோ. இங்க ஒனக்குத் தெரியாத பல சட்டதிட்டங்கள் இருக்கு. காட்டுக்குள்ள போராடுறது வேற. அத, நல்லா தெரிஞ்சிவைச்சிக்க. இங்க கட்டுப்பாடுங்க அதிகம். கட்டொழுங்கும் அதிகம்," இப்படிக் கூறிவிட்டு, அவர் குளிப்பதற்குத் தயாரானார். அப்பொழுதும் தேசிங்கிடம் துப்பாக்கியிருந்தது.

முத்து, அவரோடு குளித்துவிட்டு இரவு உணவைச் சாப்பிட்டான்.

"முத்து, இங்கே எப்பொழுதும் இப்படி நல்ல சாப்பாடு கெடைக்குமுன்னு நினைச்சிடாத. புலி, யானை, கரடி, குரங்கு மாமிசங்களைச் சாப்பிடப் பழகிக்கணும். எது கெடைக்கிதோ அதைச் சாப்பிட்டு உயிர் வாழவேண்டியதுதான். நாம, நமக்காக இங்கே போராட வரவில்லை. இந்தப் போராட்டத்தில் விருதுகள், பரிசுகள், பணமென்று எதுவும் இல்லை. உன் பெயர்கூட இல்லாமல் எதிர்கால வரலாறு எழுதப்படலாம்," இதைக் கூறும்பொழுது தேசிங்கு மிக அழுத்தமாகக் கூறினான்.

"நம்ம நோக்கமெல்லாம் ஒரு சமதர்ம சமுதாயத்தை உருவாக்குறதுதான். நம்ம நோக்கம் மக்களோட, விடுதலைதான். மனுச குலத்துக்கு இப்போதைய தேவ விடுதலை. அது கிடைக்க பல சங்கடங்களும் போராட்டங்களும் இருக்கு," முத்துக்குப் புரியும்வகையில் சித்தாந்தங்களைச் சொன்னான் தேசிங்கு.

“அண்ணே, நான் ஏழாவது ரெஜிமெண்டின் தலைவர் சுதர்மனைச் சந்திக்கணும், அவர் எங்கே, காணோமே...”

“அவர் இங்கே இப்பொழுது இல்லை.”

ஜொகூர் மாநிலத்தில் உள்ள தங்கா ஜெமிந்தா மலைப்பகுதியில் இருக்காரு. அதோடு, ஒனக்கு ஒரு முக்கியச் செய்தி. அநேகமா, நீயும் அங்க போகவேண்டியிருக்கும். அவருக்குக் கொஞ்சம் ஆறுதல் தேவைப்படுது. வருத்தமானநிலையில் இருக்கிறார். நீ அங்கே போனதும் தெரிஞ்சிக்குவ.”

“இப்பத்தானே இங்கே வந்தேன். அதற்குள் வேறு இடத்திற்குப் போகச் சொல்கிறீர்களே?”

“இருக்கும் இடம் முக்கியமில்லை. போராட்டம்தான் முக்கியம். கடமைகள் இருந்துகொண்டேயிருக்கும். எப்பொழுதும் எதற்கும் தயாராக இருக்கவேண்டும்,” தேசிங்கின் குரல் கண்டிப்புடன் ஒலித்தது.

அதன்பிறகு அதைப்பற்றி முத்து வாய் திறக்கவில்லை. தன் வேலை ஓடுவது மட்டுமே என மீண்டும் அவன் மனதில் தோன்றியது.

“இப்போ, அங்க போகிற நீ, ஒடனே இங்க திரும்பவேண்டிய சூழல்கூட வரலாம். எதுக்கும் தயார்நிலையில இரு. இங்கேயிருக்கும் போது இந்தச் சித்தாந்தங்கள் பத்தின வகுப்புகளில் கலந்துக்க. காலையில் ஆயுதப் பயிற்சிகளில் அதிகக் கவனம் செலுத்து. ஒரு கொரில்லா தூங்கும்பொழுதுகூட விழிச்சிருக்கணும்.”

ஆயுதப் பயிற்சி என்றதும் முத்துவுக்கு உற்சாகமானது. அவனுக்குத் துப்பாக்கியைப் பிடித்துச் சுட பலநாளாக ஆசை இருந்தது.

“எந்த நேரத்திலும் எதுவும் நடக்கலாம். இந்த அடர்ந்த காடு பாதுகாப்பானது என்று எண்ணிவிடாதே. இந்தக் காடும் மலாயா மண்ணில்தான் இருக்கு. எதிரிங்க எந்த நேரத்திலும் நம்மைத் தாக்கலாம்” என்று கூறிவிட்டு, தேசிங்கு வேகமாக கூடாரத்துக்குள் போய், உடனே அதே வேகத்தில் வெளியே வந்தான்.

முத்துவின் கையைப் பிடித்து இழுத்துக்கொண்டு, அங்கிருந்த குன்றின் அடிவாரத்தில் வெட்டப்பட்டிருந்த பதுங்கு குழியின் உள்ளே குதித்தான்.

எங்கும் பரபரப்பு நிலவியது. அவர்கள் இருந்த இடம் இரண்டு மலைக்குன்றுகளுக்கிடையில் இருந்தது. அடுத்த விநாடி,

விமானங்கள் தாழ்வாகப் பறந்து குண்டுகள் வீசின. அவை ஆஸ்திரேலிய ராணுவ விமானங்கள் என்பது அதிலிருந்த கொடியின் அடையாளம் காட்டியது.

முத்துவால், அந்த விமானியை பதுங்கு குழியிலிருந்து நன்றாகப் பார்க்க முடிந்தது. மரங்களை உரசிக்கொண்டு பறப்பதுபோல் அவை தாழ்வாகப் பறந்து குண்டுகளை வீசின. மரங்கள் தீப்பற்றி எரிய ஆரம்பித்தன. விமானங்களிலிருந்து தானியங்கித் துப்பாக்கிகள் சரமாரியாக தோட்டா மழை பொழிந்தன. சிறிதுதூரம் சென்ற விமானங்கள் மீண்டும் அங்கே திரும்பிவந்து குண்டு மழை பொழிந்தன.

அப்போதுதான் முத்து கவனித்தான். ஒரு சீனர், மிக வேகமாக ஓடிவந்தார். அவரைச் சுற்றியிருந்த இருவர், அவரைக் காப்பாற்றுவது போலவே அவரைச் சூழ்ந்து வந்தனர். தங்களின் உடலே ஒரு போர்வையைப் போல் அவர்மேல் போர்த்தி அணைத்துச் சென்று குழியில் தள்ளினார்கள். ஒரு மெய்க்காவலரின் முதுகில் துப்பாக்கிக் குண்டு பாய்ந்தது. மற்றவரின் தலையில், குண்டுச்சிதறல் பட்டு இருவரும் பதுங்கு குழியின் வெளியே பிணமாக விழுந்தார்கள்.

தேசிங்கு பதற்றமடைந்தான். தன் கண்ணெதிரில் நடந்த அந்த விமானத் தாக்குதல் கண்டு முத்து உறைந்துபோனான். அவன் பார்வை, அந்த இரண்டுபேரின் உடல்மேல் நிலைகுத்தி நின்றன.

பச்சை மரங்கள் தீப்பற்றி ‘சடசட்’வென்று எரியும் ஒலி தொடர்ந்து கேட்டுக் கொண்டிருந்தது. எங்கும் புகை மண்டலம்.

இரண்டு குன்றுகளுக்கிடையில் இருந்த காட்டு மரங்கள் எரிந்து ஒருவித பச்சை வாடை எங்கும் வீசியது. அவர்கள் தங்கியிருந்த கூடாரங்கள் ஒன்றைக்கூட காணவில்லை.

எந்த நேரத்திலும், எதுவும் நடக்கலாமென்று தேசிங்கு கூறியது எவ்வளவு உண்மையாகிவிட்டது. முத்து, ஒரு நிதானத்துக்கு வந்து தேசிங்கைப் பார்த்தான். அவன், பதுங்கு குழியின் ஒரு மூலையில் சாய்ந்து உட்கார்ந்திருந்தான்.

விமானங்கள் பறக்கும் சத்தம் சன்னம் சன்னமாகக் குறைந்து பிறகு கேட்கவேயில்லை. அவை பட்டர்வெர்த்திலுள்ள தளத்துக்குத் திரும்பியிருக்கலாம். மீண்டும் அவை திரும்பிவந்து தாக்காது என்று உறுதிகூற முடியாது. ஒரு வேட்டைநாயைப் போல கொரில்லா போராளிகளைத் தேடுவதில் அவை மீண்டும் வரக்கூடும்.

ஒருமணி நேரம் எந்த அசைவுமற்று அவர்கள் பதுங்கு குழிக்குள் முடங்கிக் கிடந்தார்கள். எவ்வளவு சேதம், எத்தனைபேர் உயிரிழந்திருப்பார்கள் என்று கணிக்க முடியவில்லை.

சிலருக்குக் காயங்கள் பட்டிருக்கலாம். முக்கலும் முனகலுமாக அவர்கள் வலியால் துடிப்பது கேட்டது. அவர்களுக்கு உடனே சிகிச்சையளிக்க வேண்டும்.

பதுங்கு குழியிலிருந்து ஒவ்வொருவராக வெளியே வந்தார்கள்.

கடைசியாக, குழியில் வந்து பாய்ந்த சீனர் வெளியே வந்தபொழுது அனைவரின் முகமும் மலர்ந்தன. அவருக்கு ஏதும் ஆகவில்லை. ஆனால் அவரைக் காப்பாற்றிய அந்த இரண்டு மெய்க்காவலர்களின் உடலைப் பார்த்து அவர் கண்கலங்கினார்.

முத்து, அவரை உற்றுப் பார்த்தான். உடல் சிலிர்த்தது. அவர்தான், சின் பெங்.

ஏறக்குறைய, 200 கொரில்லாக்கள் இருந்த அந்த இடத்தில் இரண்டு உயிர்கள் மட்டுமே பறிபோயிற்று. ஏழுபேர் காயங்களுக்கு உள்ளாகியிருந்தார்கள். ஒருவருக்கு கால் முறிவு ஏற்பட்டிருந்தது.

சின் பெங்கின் விரல்நகமென கூடவேயிருந்த ரசீத் மைதீன் மற்றொரு குழியிலிருந்து வெளியே வந்தார்.

"இப்பொழுது உடனடியாக நாம் வெளியேறவேண்டாம். நமக்குத் தெரியாமல் பிரிட்டிஷ் படைகள் நம்மை நோட்டமிட்டவண்ணம் உள்ளது. நாளை, நாம் புதிய இடத்துக்குப் போவதுபற்றி முடிவெடுக்கலாம்."

சின் பெங் இப்படிக் கூறிவிட்டு, உடனடியாக அங்கிருந்த உயர்மட்டக் குழுவினருடன் தனது கூடாரத்துக்குத் திரும்பினர். முத்து, திகைப்பிலிருந்து வெளிவராமல் ஸ்தம்பித்து நின்றான். சின் பெங், அங்கு இருப்பதை தன்னிடம் ஏன் சொல்லவில்லை என்பதே பெரும் கேள்வியாக இருந்தது. அதை தேசிங்கிடம் கேட்டபோது, "இன்னும் ஒனக்குத் தெரியாதது எவ்வளவோ இருக்கு..." எனச் சிரித்தபடி கூறியபோது, பெரும் அடுக்குகள் கொண்ட ஓர் அமைப்பில் தான் எங்கே நிற்கிறோம் என்பதே அவனைக் குழப்பமடைய வைத்தது.

உணவுக்காக பயிரிடப்பட்டிருந்த கீரைகள், காய்கறிச் செடிகள் எல்லாம் குண்டு வீச்சில் கருகி சாம்பலாகிவிட்டிருந்தன. தேசிங்கின் கணக்குப்படி, எழுபது குண்டுகள் வீசப்பட்டிருக்கலாமென்று தெரிந்தது. காயம்பட்டவர்களையும் கால் முறிந்தவர்களையும்

உடனடியாக இரண்டு நாள் பயணத்தில் வேறு இடத்திற்கு மாற்றினார்கள்.

கால் முறிந்தவர் நடக்கவேமுடியாமல் அதிகம் சிரமப்பட்டார். துப்பாக்கிகளை தோளில் தொங்கவிடும் வார்களை ஒரு கம்பில் கட்டி, தொட்டிபோலச் செய்து அதில் அவரை படுக்கவைத்து இருபுறமும் இரண்டுபேர் தூக்கிச் சென்றார்கள்.

குண்டுவீச்சு நடந்த அந்த இரவு மிகவும் உணர்ச்சிகரமானதாக இருந்தது. செடிகளின் அசைவும் மரத்திலிருந்து ஒடிந்துவிழும் சுள்ளிகளும் அவர்களை அதிக எச்சரிக்கையுடன் தூங்கவிடாமல் விழித்திருக்க வைத்தன.

இந்த ஆகாயத் தாக்குதல் எப்படி, சரியாக, இந்த இடத்தில் நடந்தது? இங்கே அடர்ந்த காட்டுக்குள் சின் பெங் இருக்குமிடம் அங்கேயிருந்த தனக்கும்கூட தெரியாதபொழுது எப்படி, ஆங்கிலேயர் ராணுவத்திற்குத் தெரிந்தது? இந்த இரண்டு மலைக்குன்றுகளுக்கு அப்பால் என்ன ரகசியம் நடந்திருக்கும். யார், காட்டிக் கொடுத்திருப்பார்கள்? இரவு முழுதும் இதே சிந்தனையிலிருந்தான் முத்து.

அன்றிரவு, வானொலி செய்திகள் தாசெக் பகுதியில் நடந்த குண்டுவீச்சு குறித்து, கொரில்லா போராளிகளின் முகாம் முற்றாக அழிக்கப்பட்டதாகவும், அங்கிருந்த அனைத்து பயங்கரவாதிகளும் கொல்லப்பட்டதாகவும் கூறின.

பொய்ப் பிரச்சாரம் செய்து மக்களை நம்பவைப்பதில் ஆங்கில அரசு கைதேர்ந்ததாக இருந்தது. இந்தத் தாக்குதலில் நேரிடையாக, தான் சம்பந்தப்படாமல் வெளியே இருந்திருந்தால் அச் செய்தியை தானும் நம்பவேண்டிய சூழலே ஏற்பட்டிருக்கும் என்பதை நினைத்தபொழுது முத்துவால் சிரிக்காமல் இருக்க முடியவில்லை.

அரசியல்வாதிகள் எப்பொழுதும் மக்களின் மனதில் இருப்பதற்கு இப்படியான பொய்ப் பிரச்சாரங்கள் அதிகம் துணைசெய்வதாக அவனுக்குப் பட்டது.

மறுநாள் விடிவதற்குள் அந்தப் பகுதியிலிருந்து அனைவரும் புறப்பட்டு இரண்டு மணி நேரம் பயணம்செய்து, புதிய இடத்தை வந்தடைந்தார்கள். அங்கிருந்து ஒரு பத்து நிமிட நடைப்பயணத்தில் சிறிய ஓடை சலசலத்து ஓடிக்கொண்டிருந்தது. அந்த ஓடை நீர், குடிப்பதற்கும் சமைப்பதற்கும் குளிப்பதற்கும் ஏற்றதாக இருந்தது.

“இன்று நீயும் இன்னும் இருவரும் ஜொகூர் போகத் தயாராகயிருங்கள். இங்கே அதிகமானோர் இருக்கவேண்டாமென்று தலைமை நினைக்கிறது. நாம் பிரிந்திருப்பது நல்லது. ஒரே இடத்தில் கும்பலாக இருந்தால் ஆபத்தை விலைக்கு வாங்கியதாகிவிடும். பிறகு ஒரு நாளில், நான் செய்தி அனுப்பும் இடத்திற்கு நீ வரலாம்.”

தேசிங்கு, புதிய கூடாரங்களை அமைப்பதில் ஈடுபட்டான். முத்து, ஜொகூர் புறப்படத் தயாரானான்.

35

முத்துவோடு ஏழு பேர், ஜொகூர் நோக்கி காட்டுவழியாக நடந்தார்கள்.

ஏற்கனவே, காஜாங்கிலிருந்து காட்டில் நடந்த அனுபவம் முத்துவுக்கு இருந்தாலும் இந்தப் பயணம் அதைவிடச் சிரமமாக இருந்தது.

அவர்களிடம் ஐந்து நாட்களுக்குப் போதுமான உணவு இருந்தது.

அடர்ந்த காடு, முத்துவுக்கு புதியபுதிய விஷயங்களைக் கற்றுத் தந்தது. மிகுந்த எச்சரிக்கை உணர்வுடனேயே அவர்கள் நடக்க வேண்டியிருந்தது. கிடைத்த தகவல்களின்படி, ஜொகூர் மாநிலம் முழுதும் அரசு, போராளிகளுக்குப் பல்வேறு வகையான வலைகளை விரித்திருந்தது. அதில் சிக்காமல், போகவேண்டிய இடத்திற்குப் போய்ச் சேரவேண்டும்.

பகாங் மாநிலத்தைக் கடப்பதற்கே மூன்று நாட்கள் பிடித்தன. சில இடங்களில் பூர்வகுடியினரின் குடியிருப்புகளில் அவர்கள் வருத்தி தங்கச்சொல்லியும் இவர்கள் தங்கவில்லை. ஏற்கனவே முத்துவோடு வந்த சீனப் போராளி அவர்கள்பற்றி கூறியிருந்தால், அங்கே தங்காமல் வேறுஇடங்களில் தங்கினார்கள். அவர்களுக்குத் தரப்பட்ட மழைக் கோட்டுகளை கூடாரமாக்கி அதில் தங்கினார்கள்.

கையிருப்பில் இருந்த உணவு வெகுவாகக் குறைந்துவிட்டது. ஜொகூர் வரையில் அது தாக்குப் பிடிக்காது. அவர்கள் இண்டா என்ற மீன்பிடித் துறைமுகம் உள்ள சிறிய ஊருக்குப் போய்ச்சேர வேண்டும். ஜொகூர் எல்லையில் அடர்ந்த காட்டுக்குள் இருக்கும் போராளிகள் இருப்பிடத்தை அடைவதற்கே எப்படியும் இரண்டு நாட்கள் பிடிக்கும்.

பிரிட்டிஷ் விமானங்கள், அடிக்கடி அந்தக் காடுகளின்மேல் பறந்து அறிக்கைகளை தூவிச்சென்றன. போராளிகள் சரணடையும்

படியும், அவர்களுக்கு எவ்விதத் தண்டனையும் இன்றி பொதுமன்னிப்பு வழங்கப்படுமென்றும், புதுவாழ்வு தொடங்க உதவிகள் செய்யப்படும் என்றும் அவ்வறிக்கைகள் கூறின.

அவ்வறிக்கைகள் குறித்து முத்து எவ்விதமான பதற்றமோ, அக்கறையோ காட்டவில்லை. “ஆனால், எல்லோரும் அப்படி இருப்பார்களா?” எனத் தனக்குள் கேட்டுக்கொண்டான்.

காலனித்துவவாதிகள் பெரும் தொகையைக் கொடுத்து சில கம்யூனிஸ்ட்டுகளை விலைக்கு வாங்கியிருக்கிறார்கள் என்று, முத்துவிடம் ஏற்கனவே தேசிங்கு கூறியிருந்தான். விமானத்திலிருந்து வீசப்பட்ட அறிக்கைகள் எல்லா மொழிகளிலும் இருந்தன. ஏகப்பட்ட சலுகைகள் அதில் கூறப்பட்டிருந்தன.

தான், ஏன் போராளியாக மாற்றமடையவேண்டி வந்தது? இந்தக் கேள்வியைத் தனக்குள் அடிக்கடி முத்து கேட்டுக்கொண்டான்.

தோட்டங்களில் வேலைசெய்யும் தொழிலாளர்களை தங்கள் இரும்புக்கரத்தால் நிர்வாகம் அடக்கி வைத்திருந்தது. தொழிற்சங்கங்கள் உருவாவதை அவர்கள் விரும்பவில்லை. குறைந்த சம்பளம், ஏகப்பட்ட கெடுபிடிகள் என்று தொழிலாளர்களை தங்கள் கட்டுக்குள் வைத்திருந்தார்கள். போராட்டத்தின் வழி நாடு சுதந்திரம் பெற்றால் காலனித்துவ அரசுக்கு ஒரு முடிவு ஏற்படும். மக்களுக்கு விடுதலை கிடைக்கும். ஒரு சமதர்ம பூமியாக மலாயா உருவாகும். அடிமை வாழ்விலிருந்து அவர்கள் மீள்வார்கள். உழைப்புக்கேற்ற ஊதியம் கிடைக்கும். இதுதான் முத்துவுக்கு அடிக்கடி சொல்லப்பட்டது.

முத்து, தேசிங்கு கொடுத்த பல நூல்களைப் படித்தான். தலைவன், தொண்டன் என்பது எல்லாக் கொள்கைகளிலும் இருக்கின்றன. இப்படி முத்துவின் சிந்தனைகள் போனாலும் முதலில் நாடு சுதந்திரம் பெறவேண்டும்; மக்கள் காலனித்துவ ஆட்சியிலிருந்து மீளவேண்டும் என்பதில் அவனுக்குப் பிடிவாதம் இருந்தது.

அவர்கள் ஒரு மதியவேளையில், மூங்கில் புதர்கள் அடர்ந்த ஒரு பகுதிக்கு வந்து சேர்ந்தார்கள். கைவசம் இருந்த உணவு தீர்ந்து போயிருந்தது.

தூரத்தில் மரவள்ளிச் செடிகளின் இலைகள் தெரிந்தன. அச்செடிகள் அடர்ந்த செடிகொடிகளுக்கிடையில் தலையாட்டி நின்றன.

இந்த அடர்ந்த காட்டில் மரவள்ளிக்கிழங்கு எப்படி வந்தது?

அனைவரையும் அமைதியாக, அங்கே மறைவாக இருக்கச் சொல்லிவிட்டு, குழுவில் மிக அனுபவசாலியாக இருந்த ஒருவர் மட்டும் கையில் துப்பாக்கியுடன் மெதுவாக, மரவள்ளிச் செடிகளை அடைந்த சில வினாடிகளில் துப்பாக்கி வேட்டுச்சத்தம் கேட்டது. அனைவரும் அதிர்ச்சிக்குள்ளானார்கள். அப்பொழுது அங்கே சென்றவர் கையைக் காட்டி அழைத்தார்.

எல்லோரும் அவரை அடைந்தபொழுது, அவர் காட்டிய இடத்தில் புலியொன்று ரத்த வெள்ளத்தில் தரையில் கிடந்தது.

"ஜாக்கிரதையா இருங்க. இந்தப் புலியோடு மேலும் மூன்று புலிகள் இருந்தன. வேட்டுச்சத்தம் கேட்டதும் அவை மிரண்டு ஓடிவிட்டன. தனது சகாவை விட்டு அவை வெகுதூரம் போய்விடாது. இங்கே எங்கேயாவது பதுங்கியிருக்கும். இந்த இடத்தில் முன்பு பூர்வகுடிகள் இருந்திருக்கலாம். அவர்களை ராணுவம் விரட்டியடித்துவிட்டது என்று நினைக்கிறேன். அவர்களால் கைவிடப்பட்ட, உருக்குலைந்துபோன குடிசைகளும் மரவள்ளிக்கிழங்கு செடிகளும்தான் மீதமிருக்கின்றன. இந்த மரவள்ளிக்கிழங்கைச் சாப்பிட காட்டுப்பன்றிகள் வரும். அதைக் குறிவைத்து புலிகள் இங்கே பதுங்கியிருக்கின்றன. அதில் ஒரு புலிதான், என் துப்பாக்கிக்கு இரையாகிவிட்டது. நமது பசிக்கு இப்பொழுது இந்த மரவள்ளிக்கிழங்கும் புலி இறைச்சியும் விருந்தாகப் போகின்றன."

மரவள்ளிக்கிழங்கை குறிவைத்து காட்டுப்பன்றிகளும், அதைக் குறிவைத்து புலிகளும், இப்பொழுது அது தங்களுக்கு உணவாகப் போவதையும் முத்து நினைத்துப் பார்த்தான். இளைத்தவர்களை வலுத்தவர்கள் ஏதோ ஒருவகையில் சாப்பிட்டுக்கொண்டே இருக்கிறார்கள் எனத் தோன்றியது.

சிறிதுநேரம் அமைதியாகக் கடந்தது. குழுவில் இருந்த ஒருவர், மெதுவாக வெளியே வந்து அந்தப் புலியின் அருகில் சென்று அதன் உயிர் பிரிந்துவிட்டதா என்று சோதித்தார். அப்பொழுது அந்தப் புலி, பட்ட காயத்தின் வலியோடு தனது முன்னங்கால்களைக் கொண்டு அவரைத் தாக்கியது. எதிர்பாராமல் நடந்த அந்த வலுவான தாக்குதலில் அவரின் தலைப்பகுதி பிளந்துவிட்டது. புலி, அவரை விடுவதாகயில்லை. அவர், வலி பொறுக்கமாட்டாமல் கதறினார். முத்து, தனது துப்பாக்கியால் புலியின் நெற்றிப் பொட்டுக்குக் குறிவைத்துச் சுட்டான். அது சுருண்டுவிழுந்தது. ஆனால் அதற்கு முன்பே அந்தச் சீனரின் உயிர் பிரிந்துவிட்டது.

ஒவ்வொரு போராளியின் உயிரும் விலைமதிப்பற்றது. அவர், அப்படி உயிரிழந்தது அனைவரையும் சோகத்தில் ஆழ்த்தியது. ஆழமான குழிவெட்டி அவரை புதைத்தார்கள்.

புலியின் தோலை உரித்தபொழுது அதன் நகங்களை முத்து எடுத்து வைத்துக்கொண்டான். புலி நகத்தைச் சங்கிலியில் கோர்த்து கழுத்தில் கட்டியிருந்த பல இளைஞர்களை அவன் பார்த்துள்ளான். எப்போதாவது வாய்ப்பு வந்தால் நாகப்பன், காஜாங் மாரிமுத்து, தேசிங்கு ஆகிய மூவருக்கும் கொடுப்பதற்கு அந்த நகங்களை பையில் பத்திரப்படுத்தினான்.

புலியின் இறைச்சியைச் சமைத்தார்கள். நெடுநாட்கள் இங்கு தங்கமுடிந்தால் இறைச்சியைப் பதப்படுத்தி வத்தல்களாக்கலாம் என்றும், அப்படிச் செய்தால் பல மாதங்களுக்குக் கெடாமல் பாதுகாக்கமுடியும் என்றும் குழுவில் ஒருவர் கூறினார்.

முத்து, முதன்முறையாக புலிக்கறியைச் சாப்பிட்டான். எவ்வித வாடையுமின்றி மிகவும் மென்மையாக இருந்தது. மான் இறைச்சி ஒருவித பச்சைமணம் கொண்டதாக இருக்கும். ஆனால் மாமிசம் மட்டுமே உண்ணும் புலியின் இறைச்சியில் எவ்வித மணமும் இல்லாமல் உண்பதற்கு ருசியாகவும் இருந்தது. உடல் பலமும் ஓட்டத்திலும் பாய்வதிலும் பலமான புலியின் கறி இவ்வளவு மென்மையாக இருப்பது முத்துவுக்கு ஆச்சரியமாக இருந்தது. அவித்த மரவள்ளிக்கிழங்குடன் அன்றைய உணவு வேளை முடிந்து அவர்கள் புறப்படுவதற்குத் தயாரானார்கள்.

தாங்கள், அங்கே தங்கிய எந்த அடையாளமும் இல்லாமல் செய்தார்கள்.

அவர்கள் புறப்படத் தயாராகும்பொழுது வானொலியில் செய்தி ஒலிபரப்பாகியது. கையிலிருந்த சிறிய வானொலியில் செய்திகளை கவனமாகக் கேட்டார்கள்.

கம்யூனிஸ்ட்டுகளுக்கு உதவும் சிலர் பிடிபட்டிருப்பதாகவும் அவர்கள் சிகாம்புட், காஜாங் பகுதிகளில் செயல்பட்டவர்கள் என்றும் செய்தி கூறியது. யாருடைய பெயரையும் அது குறிப்பிடவில்லை.

முத்துவின் மனதில் கவலை குடிகொண்டது. சிகாம்புட்டில் நாகப்பன், ஜெயா, ராஜலட்சுமியும், காஜாங்கில் மாரிமுத்துவும் அவனுக்கு வேண்டியவர்கள். இதில், யார்யார் கைதாகியிருப்பார்கள்?

முத்துவின் முகத்தில் கவலை ரேகைகளைப் பார்த்த குழுவின் தலைவர், "போராட்டத்தில் சாவு, கைது, சித்திரவதை, பசி,

பட்டினி எல்லாமே சகஜம். இதில் வேண்டியவர்கள், வேண்டாதவர்கள் என்ற பாகுபாடெல்லாம் பார்க்கக்கூடாது. வாருங்கள், நமது இலக்கு நோக்கிப் போகலாம்!" என்று கூறினார்

"கைதானவர்கள் யாராக இருக்கும் என்பதுதான் எனது கவலை, வேறு ஒன்றுமில்லை."

ஜெயாவின் முகமே அவன்முன் வந்து நின்றது. ஜெயா, அந்த வீட்டுக்கு வந்த நிமிடம் முதல் நடந்தவைகளை நினைத்துப் பார்த்தான். அவள், எதனால் அங்கு வந்தாள் என அவன் கேட்கவேயில்லை. அவள் கண்களில் ஒரு ஏமாற்றம் தெரிந்தது. அவன் சொன்னால் எதையும் செய்வாள் என்பதுபோல நெருக்கம் காட்டினாள். அந்த நெருக்கத்தைத்தான் அவன் பயன்படுத்திக் கொண்டான். அது தவறா? என மனம் அலைக்கழித்தது. ஒருவகையில், ஜெயா தன்னைத் தேடிவந்த இரையோ எனத் தோன்றியது. அவளிடம் தனக்கு ஏதேனும் துளியளவு நெருக்கம் உள்ளதா என நினைத்துப் பார்த்தான். 'இல்லை, இல்லை' என மனம் சத்தமிட்டது. சண்முகம் பிள்ளையுடன் இருந்தவளை, சௌக்கிட்டில் இருந்தவளை திருமணம் செய்துகொண்டு வாழுமளவுக்கு தான் பரந்த மனம் படைத்தவன் கிடையாது என்பதை எண்ணும்போதே அவமானமாக உணர்ந்தான். ஆனால், அவள் தேவைப்பட்டாள்.

அவள்மீது அவன் கொண்டுள்ள மதிப்பீட்டைச் சொன்னால் எங்காவது போய்விடுவாள் என்பதை அறிவான். அப்படியானால், அவன் செய்தது ஒரு சூழ்ச்சி என மனம் சொன்னது. ஆனால் லட்சியத்துக்காக அவளை சூழ்ச்சியில் விழவைப்பது தவறாகாது எனத் தோன்றியபோது, மனதை தேற்றிக்கொண்டு தனது குழுவினரோடு காட்டுச் செடிகளை ஒடிக்காமலும் ஓசைகள் வராமலும் நடக்க ஆரம்பித்தான்.

போதுமான மரவள்ளிக்கிழங்குகளும், மிஞ்சிய புலி இறைச்சியும் ஓரிரு நாட்களுக்கு உணவு பற்றிய கவலையைத் தற்காலிகமாக நீக்கியது. போகும் இடங்களில் காயவைத்து, புலி இறைச்சியை வற்றலாக மாற்றினால் மேலும் சிலநாட்கள் தாங்கும் என திட்டமிடப்பட்டபோது கொஞ்சம் நிம்மதி வந்தது.

36

அன்று 4.30 மணிக்கு, சிகாம்புட் தோட்டத்தில் பலகாரங்களுடன் சைக்கிளில் சென்ற ஜெயாவை, பக்கிரிசாமி அழைத்தார்.

சனநடமாட்டம் இல்லாமல் கடை வெறிச்சோடிக் கிடந்தது. கடையை ஆரம்பித்து இரண்டாவது ஆண்டை நெருங்கும் சூழலில் எந்த மாற்றமும் இல்லை.

மேட்டுப்பகுதியிலிருந்த கிராணியார் வீட்டு ரேடியோவில் பி.யு. சின்னப்பா, சங்கராபரணத்தை தமிழ்ச்சாறாகப் பிழிந்து 'சந்ரோதயம் இதிலே...' பாடிக் கொண்டிருந்தார். சைக்கிளை கடைமுன் நிறுத்திய ஜெயா, கொஞ்சநேரம் அந்த மயக்கும் குரலில் மயங்கி நின்றாள். முரட்டு ஆள் என்று சின்னப்பாவைப் பற்றி கேள்விப் பட்டிருக்கிறாள். பார்ப்பதற்கு பேரழகனும் அல்ல. ஆனால் அந்தக் குரல் யாரையும் ஒரு கணம் வசீகரிக்காமல் விடாது.

"என்னம்மா ஜெயா, அங்கேயே நின்னுட்ட. இங்கே இப்படிவந்து உக்காரு. உங்கிட்ட முக்கிய விஷயம் பேசணும். ராஜலட்சுமிகிட்டே சொல்லியனுப்பினேனே வந்து சொன்னாளா?" பக்கிரிசாமியின் முகத்தில் ஏகப்பட்ட சோகங்கள். அது குரலிலும் தென்பட்டது.

"ஆமாண்ணே, சொன்னாங்க."

"வா, இங்கே வந்து மேசையிலே உட்கார். ஒரு தேத்தண்ணி போட்டுத் தாரேன். குடிச்சிக்கிட்டே பேசலாம்."

பக்கிரிசாமி, கடையின் உள்ளே இருளடைந்து கிடந்த சமையல் கட்டுக்குப் போய் தேநீர் தயாரிப்பதில் ஈடுபட்டார்.

அந்தக் கடை, சையது காக்கா இருந்த காலத்தில் எப்படி இருந்தது என ஒருமுறை கற்பனைசெய்து பார்த்தாள். கடை மூடுகிறவரைக்கும் கேஸ் லைட்டுக்கடியில் சீட்டுக்கட்டும் தேநீரும் ரொட்டி சானாயுமாக ஒரு கூட்டம் இருந்துகொண்டேயிருந்தது நினைவுக்கு வந்தது. நினைவுகள் திரிந்து, சையது காக்காவின் மனைவி

பாத்திமா நினைவுக்கு வந்தாள். அந்தச் சிறிய வியாபாரத்திலும் அரிசி, சீனி, பருப்பு, என்று மூட்டை கட்டிக்கொடுத்த அந்தப் பெரிய மனசு யாருக்கு வரும் எனத் தோன்றியபோது கண்கலங்கியது. மற்றவர்கள் பசியால் வாடக்கூடாது என்ற நல்ல எண்ணத்திலேயே அவள் உதவி செய்திருக்கவேண்டும். கண்களைத் துடைத்துக் கொண்டாள்.

எப்பொழுதும் கடைக்குள் அடுப்படியில் வெந்துகொண்டிருந்த அந்தக் கேரளத்துப் பெண்ணின் இறுதிநிலைதான் ஜெயாவுக்கு இன்னும் வருத்தத்தைத் தந்துகொண்டிருந்தது.

பக்கிரிசாமி, தேநீர் கிளாசை மேசைமேல் வைத்தார்.

"என்ன யோசன ஜெயா? முத்து நினைவு வந்துடுச்சா?" என்று கேட்டவாறு நமட்டுச் சிரிப்புச் சிரித்தார்.

முத்துவின் பெயரைக் கேட்டவுடன் கடையின் முன்னே சாலையைத் தாண்டி முன்வரிசையின் பக்கம் ஜெயாவின் பார்வை சென்றது. இப்பொழுது யாரோ, புதிதாக அந்த லயத்து வீட்டில் குடியிருந்தார்கள். கோயிலின் அடிவாசலில் இருந்த தூங்குமூஞ்சி மரம், அதன் வேர்கள், அதில் முத்துவின் பக்கத்தில் உட்கார்ந்திருந்த அனைத்தும் நினைவில் வந்துபோயின. பக்கிரிசாமியை ஏறிட்டுப் பார்த்தாள் ஜெயா.

நாற்காலியை இழுத்துப் போட்டு பக்கிரிசாமிக்கு எதிர்ப்புறமாக உட்கார்ந்தாள்.

"ஏன், வரச் சொன்னீங்க அண்ணே, ஏதும் முக்கிய விஷயமா?"

"ஆமா ஜெயா. இந்தக் கடைய என்னால பாக்கமுடியல. தோட்டத்து சனங்களும் இங்க அவ்வளவா வர்றதில்ல. முன்ன, நான் கொஞ்சம் சாதி பாத்து, ஆளு பாத்து பழகினேன். கொஞ்சம் அவனுங்கள எளக்காரமா பேசிட்டேன். நான் என்ன பண்ண? அப்பன் சொல்லிட்டுப் போனது."

ஜெயாவின் முகத்தைப் பார்க்காமல், அவர் வேறெங்கோ பார்வையைப் படரவிட்டார்.

"தெரியாத்தனமா சையது காக்காவுக்கு ஒதவப் போவ, நான் திருடனுக்குத் தேள்கொட்டின கதையா தத்தளிக்கிறேன். அப்துல்லா அண்ணன் ஊருக்குப் போயிட்டாரு. அவரு இருந்தா, கடையை எடுத்துக்கிட்டு உதவி செஞ்சிருப்பாரு. எங்கொறைய யாருகிட்டே சொல்லியழுவுறது? கோயில் சுடுகாட்டுப் பெரச்சனையில

கொஞ்சம் சாதிபத்தி சத்தம்போட்டுப் பேசுனதையெல்லாம் ஞாபகம் வச்சிட்டு பழி வாங்குறானுங்க...”

ஜெயா, ஏதோ சொல்ல வாயெடுத்ததால் அவளைப் பேசவிடாமல் தொடர்ந்தார். ஜெயா கேள்விக்கு, தன்னால் பதில் சொல்லமுடியாது என அவர் அறிவார்.

“அப்பதான் உன் நினைவு வந்துச்சு. முத்துவோட அம்மாவும் அப்பாவும் இப்ப உன்னோட நல்ல சினேகம் வச்சிருக்காங்க. அதோட, ராஜலட்சுமியும் உங்கூட இருக்கா. இந்தக் கடையை எடுத்து நடத்த இப்ப உன்னைவிட நல்லஆளு இல்ல. முத்துவோட அம்மாவும் அப்பாவும் ரொம்பநாளா இதே எஸ்டேட்டிலதான இருந்தாங்க. எல்லாருக்கும் நல்லா பழக்கமானவங்க. இந்தக் கடை அவுங்களுக்கும் உனக்கும் பெரிய உதவியா இருக்கும். எனக்குப் பெரிய லாபமெல்லாம் வேண்டாம். சையது காக்காகிட்டே எதைக் கொடுத்து ஒப்புக்கொண்டனோ அந்தத் தொகையைக் கொடுத்தா போதும். நானும் கொஞ்சநாள் ஊர்ப்பக்கம் போயிட்டுவர்லாமுன்னு இருக்கேன். என்ன சொல்ற ஜெயா?” பக்கிரிசாமி, இப்போது அவள் கண்களைப் பார்த்தே பேசினார்.

ஜெயாவுக்கு பல யோசனைகள் தோன்றின. முத்துவின் பெற்றோர்களுக்கு இருந்த இடத்திலேயே வியாபாரம் செய்வதற்கு ஒரு வாய்ப்பு. சைக்கிளில் பல இடங்களுக்குச் செல்வதைவிட இங்கேயே எந்தச் செய்தியையும் இயக்கவாதிகளிடம் யாருக்கும் சந்தேகம் வராதவாறு பேசிக்கொள்ளலாம். ராஜலட்சுமி மாத்திரம் சைக்கிளில் மூணாங்கட்டை வரையில் போய் இட்டிலி, தோசை விற்று வரலாம். பக்கிரிசாமிக்கும் உதவியதுபோல் இருக்கும். அதனால் தனக்கும் நன்மைதான் என்று ஜெயா யோசித்தாள்.

“சரிங்கண்ணே... எதுக்கும் வீட்டிலே போய் எல்லாரிடமும் கலந்து பேசி நாளைக்கு ஒரு முடிவோடு வர்றேன்...” என்று கூறியவாறு தேநீரை எடுத்துப் பருகினாள்.

“நல்ல முடிவா வந்து சொல்லு, ஜெயா. ஒன்னத்தான் மலபோல நம்பி இருக்கிறேன்.”

ஜெயா, சைக்கிளை எடுத்துக்கொண்டு ஆயா கொட்டகை பக்கம் போனாள்.

“என்னம்மா, அந்த ஆளு என்ன சொல்றான்... புலம்பித் தீர்த்திருப்பானே? வர்றவங்க, போறவங்ககிட்ட எல்லாம் யாரும்

கடைக்கு வர்றதில்லேன்னு அழமாட்டாத குறையா பேசுவான். எங்களை தாழ்ந்த சாதின்னு எப்பவுமே ஒதுக்கினான்ல, இப்போ அவனை நாங்க ஒதுக்கிவச்சிட்டோம். எதுக்கும் எங்க உதவியில்லாம வாழமுடியாதுன்னு இப்பயாவது புரிஞ்சிக்கிட்டானா?"

பெரியவர் சாமிக்கண்ணு, சீட்டை கலைத்துப் போட்டுக்கொண்டே ஜெயாவை பார்த்துப் பேசினார்.

"ஒலகத்துலே எவனும், தான் பெரியவன்னு வாழ்ந்திடமுடியாது ஜெயா. ஒருத்தனோடு உதவி மத்தவனுக்கு நிச்சயம் வேணும். இதிலே எவன் பெரியவன், எவன் சின்னவன், எல்லாரும் மனுசன்தானே?" தோட்டத்து தொழிற்சங்கத் தலைவர் உணர்ச்சி வசப்பட்டு பேசினார்.

"சாது மிரண்டால் காடு கொள்ளாதுன்னு, அந்தப் பக்கிரிசாமிகிட்டே சொல்லு ஜெயா," சாமிக்கண்ணுவின் குரலில் ஆவேசம் ஏறியது.

"இல்லண்ணே, அவரு தப்ப நல்லா உணர்ந்துட்டாரு. இப்ப கடையை என்னைய எடுத்து நடத்தச் சொல்றாரு. நீங்கள்லாம் என்ன சொல்றீங்கன்னு கேட்கத்தான் வந்தேன். நீங்க சரின்னா முத்துவோட அம்மா, அப்பாவுக்கு இந்தக் கடைய எடுத்துக் கொடுக்கலாமுன்னு நினைக்கிறேன். இப்ப முத்துவும் இங்கேயில்ல. பாவம், வயசானவங்க. நீங்க பெரிய மனசோட ஏத்துக்கிட்டா அவுங்கள வந்து கடையை நடத்தச் சொல்லலாம்."

"தாராளமா வந்து நடத்தச் சொல்லும்மா... அவுங்க எங்களோட இங்க எஸ்டேட்டில இருந்தவங்கதானே? எங்களோடு பாடுபட்டவங்க. முத்து நம்மபுள்ள. எங்களுக்கு ரொம்ப சந்தோசம்மா. உடனே வந்து கடைய நடத்தச்சொல்லு" பெரியவர் சாமிக்கண்ணு சொன்னதை எல்லோரும் வரவேற்றார்கள்.

ஜெயா, சைக்கிளை எடுத்துக்கொண்டு மூணாங்கட்டையை நோக்கிக் கிளம்பினாள். ரயில் கேட் அருகே போகும்போது எதிரே, இராஜசுந்தரத்தின் கார் வந்தது. காரை நிறுத்திவிட்டுக் கீழே இறங்கினான் சுந்தரம். ஜெயாவும் சைக்கிளைவிட்டு இறங்கினாள்.

"எப்படியிருக்கீங்க? இங்கே தோட்டத்தைப் பெரிய விலைக்கு வித்திட்டு கொஞ்சநாளைக்கு நானும் ஊர்ப்பக்கம் போயிட்டு பிறகு வரலாமுன்னு நினைக்கிறேன். நாட்டு நிலைமை சரியா இல்ல. இங்கே தோட்டத்திலயும் கம்யூனிஸ்ட்டுகள் நடமாட்டம் அதிகமாயிடுச்சு. உங்ககிட்டே சொல்லிட்டுப் போகத்தான் தேடிக்கிட்டு

இருந்தேன். நல்லவேளை, இங்கே பார்த்துட்டேன். அம்மாவுக்கு உடம்பு சரியில்ல. அதனால் ஊருக்குப் போய் வைத்தியம் பாத்தா தேவலன்னு தோணுது.”

சுந்தரம் மிக உரிமையுடன் அவளிடம் எல்லாவற்றையும் படபடப்புடன் பேசி முடித்தான்.

“தோட்டத்தை ஏன் விக்கப்போகிறீங்க? இது டவுனுக்குப் பக்கத்திலே இருக்கிற பெரிய தோட்டம். எதிர்காலத்திலே பெரிய விலை போகுமே,” ஜெயா, அக்கறையோடு பேசினாள்.

“எல்லாம் சரிதாங்க. ஆனா, நாடு இருக்கிற நிலமையிலே இப்போ இந்த விலைக்கு யாரும் வாங்கமாட்டாங்க. எதிர்காலத்திலே நல்ல விலைக்குப் போறதுக்கு முன்ன தோட்டம் அரசாங்கத்துக்குப் போய்டக்கூடாதுன்னுதான் இந்த முடிவ எடுத்தேன். எல்லாமே நல்லபடியா முடிஞ்சபெறகு இதவிட நல்ல தோட்டமா வாங்கிக்கலாம். எல்லாத்தையும் நல்லா யோசிச்சுதான் இந்த முடிவுக்கு வந்தேன். நான் அனேகமா, இன்னும் ஒரு மாசத்துலே குடும்பத்தோட ஊருக்கு கிளம்பிடுவேன். உங்களுக்கு ஏதாவது செய்துட்டுப் போகலான்னு நினைக்கிறேன். நீங்கதான் அன்னைக்கு நான் கொடுத்த பணத்தையும் வாங்கமாட்டேன்னு சொல்லிட்டீங்க.”

“எதுவும் வேணாம் தம்பி. நீங்க இவ்வளவு சொல்றதே கோடி கொடுத்தமாதிரி. நல்லபடியா போயிட்டு வாங்க. திரும்பி வந்தா நிச்சயம் வந்து பாருங்க. அம்மாவை நல்லா பாத்துக்குங்க. பாவம், சீக்காளியா போயிட்டாங்க. உங்க பொஞ்சாதி எப்படி நல்லா இருக்காங்களா?”

இராஜசுந்தரம் அதற்கு ஒன்றும் பதில் சொல்லவில்லை. ஒரு வினாடி, அவன் கண்கள் கலங்குவதுபோல அவளுக்குத் தோன்றியது.

“சரி. பொறப்படுறேன்,” என்றவன், காரில் ஏறி அமர்ந்தான்.

“அப்பா எப்படியிருக்காரு?” அப்படிக்கேட்டது, அவளுக்குச் சங்கடமாக இருந்தது. ஆனால் கேட்காமல் இருக்க முடியவில்லை.

“இருக்காரு. அவரும் அடுத்த மாசம் ஊருக்குப் போயிடுவாரு. இனி, வரமாட்டாருன்னு நினைக்கிறேன்.”

37

ஜெயா, மூணாங்கட்டை வீட்டை நெருங்கியபொழுது, அங்கே போலீஸ் ஜீப்புகளும் கவச வாகனமொன்றும் சாலையின் ஓரமாக நிறுத்திவைக்கப்பட்டிருந்தன. நாகப்பன் வீட்டு வாயிலில் ஏகப்பட்ட போலீஸ்காரர்கள் கையில் துப்பாக்கியுடன் நின்று கொண்டிருந்தார்கள். சைக்கிளை ஒரு ஓரமாக சாத்தி வைத்துவிட்டு வீட்டுக்குள் சென்ற ஜெயாவின் கண்கள் ராஜலட்சுமியைத் தேடின. அவள் சமையலறை பக்கமாகக் கிடந்த ஒரு முக்காலியில் பித்துப்பிடித்தவள்போல் வெறிக்க வாசலைப் பார்த்துக் கொண்டிருந்தாள்.

என்ன? என்பதுபோல், கண்களால் அவளை விசாரித்தாள் ஜெயா.

உதட்டில் கை வைத்து, ஒன்றும் பேசாதே! என்பதுபோல் ஜாடை காட்டினாள், ராஜலட்சுமி.

பக்கத்து வீட்டில், நாகப்பனின் அலறல் சத்தம் கேட்டுக் கொண்டிருந்தது. அடியும் உதையும் மாறி மாறி நாகப்பன்மேல் விழுந்திருக்க வேண்டும்.

"எனக்கு யாரும் தலைவனில்லை. எனக்கு எதுவும் தெரியாது," என, நாகப்பன் அலறினார்.

"பத்து எஸ்டேட்டில் ஒருவனை கொன்றிருக்கிறாய். என்னிடம் பொய் சொல்லாதே."

"எனக்கு ஒன்றும் தெரியாது."

மீண்டும் அடிக்கும் சத்தமும், நாகப்பன் அலறும் சத்தமும் தொடர்ந்து கேட்டுக்கொண்டிருந்தது.

நாகப்பனின் நாய் இடைவிடாது குரைத்துக்கொண்டிருந்தது.

ஜெயா, மெதுவாக வாசல்பக்கம் வந்து எட்டிப் பார்த்தாள். நாகப்பனை விலங்கு மாட்டி இழுத்து ஜீப்பில் தள்ளினார்கள்.

பக்கத்தில் அமர்ந்த போலீஸ்காரன், நாகப்பனின் புட்டத்தில் தனது பூட்ஸ் காலால் பலமாக எத்தினான்.

நாகப்பன், தன்னை எதிர்த்து ஒன்றும் செய்யமுடியாது என்பதை அந்த போலீஸ்காரன் நன்கு உணர்ந்திருந்தான். ஜீப் கிளம்பியபொழுது நாகப்பன் ஒருமுறை ஜெயாவை திருப்பிப் பார்த்தான்.

நாய், ஜீப்பின் பின்னே வேகமாக ஓடியது. திரும்பி வீட்டுக்குள்வந்த ஜெயா, ராஜலட்சுமியைப் பார்த்தாள். அவளது கண்கள் கலங்கி இருந்தன.

"இனி நாமெ ஜாக்கிரதையா இருக்கணுங்க்கா. உன் மேலயும் என் மேலயும் போலீசோட கண்ணு விழுந்துடுச்சி. அவுங்க நாகப்பனை விசாரிக்கும்போது ரெண்டு பொண்ணுங்க உன்னோட வேல செய்றாங்க. தகவல் அனுப்புறாங்க. யார் அவங்க, எங்கே இருக்காங்க?ன்னு அவரை அடியோன்னு அடிச்சுக் கேட்டாங்க. ஆனா அந்த அண்ணன் எல்லாத்துக்கும் தெரியாதுன்னே பதில் சொன்னாரு. அநேகமா, அவரை இந்தியாவுக்கு நாடு கடத்திடு வாங்கன்னு நெனைக்கிறேன். பாவம்க்கா, ஜெயில்ல என்ன கஷ்டப்படப் போறாரோ?" ராஜலட்சுமி நடுக்கத்தோடு பேசினாள்.

"நாம சீக்கிரமா வேறு ஏற்பாடு செய்யணும். சிகாம்புட் எஸ்டேட் கடையை எடுத்து முத்துவோட அப்பா, அம்மாவை அங்கே வியாபாரம் செய்ய வச்சிட்டு நாம ஓடனடியா இங்கேருந்து கெளம்பிடணும். போலீஸ் கையில மாட்டினா பிறகு ஒண்ணும் செய்யமுடியாது. அவுங்க இரும்புப் பிடி நெருங்குறத்துக்குள்ளே நாம முத்து இருக்கிற எடத்துக்கே போயிடலாம். இங்கே போலீஸுக்குத் தகவல் தர ஆளுங்க நிறையப் பேரு இருக்காங்க. காட்டிக் கொடுக்கிறது, காலை வார்றது எல்லாம் நம்ம ஆளுங்களுக்குக் கைவந்த கலை. நீ உடனே சிகாம்புட் எஸ்டேட் கடைக்கு கிளம்புற ஏற்பாட்டை கவனி. சாமான் சட்டுகளைக் கட்டி வச்சிட்டு நாளைக்கே அங்க போயிடலாம். பிறகு அங்கிருந்து அடுத்த வாரத்துல கிளம்பிடலாம். கையிலே இருக்கிற பணத்தைக் கொடுத்து கடையை எடுத்து, இவுங்க ரெண்டுபேரையும் அங்கே கொண்டுபோயிட்டா பிறகு இவுங்களைப் பத்தின கவலையில்ல."

ஜெயா இப்படிக் கூறிக்கொண்டே சாமான்களை சாக்குகளிலும் பெட்டிகளிலும் எடுத்து அடுக்கினாள். ராஜலட்சுமியும் எழுந்து உதவிசெய்தாள். முத்துவின் தாயாரிடமும் தகப்பனிடமும் விஷயத்தைச் சொல்லி கிளம்புவதற்கான ஏற்பாடுகளை செய்யச் சொன்னாள்.

இரண்டரை ஆண்டுகளுக்கும் மேலாக, நெருங்கிப் பழகிவிட்டு அவர்களைப் பிரிவதென்பது சிரமமாகத்தான் இருந்தது. "முத்து, எப்படியும் திரும்பிவருவான்..." என்று ஜெயா சொன்னது மட்டும் அவர்களுக்கு ஆறுதலாக இருந்தது.

தோட்டத்திலிருந்த சையது காக்கா கடைக்கு, முத்துவின் பெற்றோருடன் குடிபெயர்ந்தபோது வியாபாரம் சுறுசுறுப்பு அடைந்தது. தோட்டத்து மக்கள் முன்புபோல் அங்கே வர ஆரம்பித்துவிட்டார்கள். அவர்களுக்கு, அந்த பரபரப்பான வாழ்க்கை பிடித்துப்போனது. கொஞ்சம் கொஞ்சமாக வெறுமையிலிருந்து விடுபடத் தொடங்கினர். இனி, முத்துவின் பெற்றோர்களைப் பொறுத்தமட்டில் கவலைப்படுவதற்கு அதிகமில்லை என்று தோன்றிய அடுத்த நாள், ஜொகூருக்குப் புறப்பட ஜெயா முடிவெடுத்தாள். முத்து, அங்கேதான் இருக்கிறானென்று வந்த தகவல் சரியாகத்தான் இருக்க வேண்டுமென்று நினைத்தாள்.

ராஜலட்சுமியை இங்கே சிகாம்புட் தோட்டத்தில் விட்டுச் செல்லமுடியாது. முத்துவின் பெற்றோர்களுக்கு அவள் உதவியாக இருப்பாள் என்றாலும் அவளின் மற்ற தொடர்புகள் நிச்சயம் அவளை அதிகாரத்தின் இரும்புப் பிடிக்குள் மாட்ட வைத்துவிடும். பசிகொண்ட புலிபோல அவர்கள் இயக்கத் தோழர்களைத் தேட ஆரம்பித்துவிட்டார்கள். பாவம் ராஜலட்சுமி, பலவீனமான அவளால் அவர்களின் சித்திரவதைகளைத் தாங்கமுடியாது. அவள் தன்னோடு இருப்பதுதான் சரியென்று ஜெயா முடிவெடுத்தாள்.

சிறிய பைகளில், தங்களின் துணிமணிகளை எடுத்துக்கொண்டு 'லொடக்' சீத்தாராம் முதல் பஸ்ஸில் அவர்கள் புறப்பட்டு, கோலாலம்பூர் ரயில்வே ஸ்டேசனை அடைந்தார்கள். பயணம் நெடுகிலும் முத்துவின் பெற்றோர்களை தனியே விட்டுவந்தது சங்கடமாக இருந்தாலும் இனி, அவர்களால் பிழைத்துக்கொள்ள முடியும் என்ற நம்பிக்கை மட்டும் நிம்மதியைக் கொடுத்தது.

ஸ்டேஷனில் கூட்டம் அதிகமாக இருந்தது. ரயில் பெட்டிகளின் கடைசித் தொடரில் போலீசின் பெட்டியும் இன்ஜினுக்கு முன்புறம் கவசவாகனப் பெட்டியும் இணைக்கப்பட்டிருந்தது. போலீஸ் காரர்கள், பச்சைநிறச் சீருடையில் இங்குமங்கும் நின்று கொண்டிருந்தார்கள்.

"யாக்கா, நாம ராஜ மரியாதையோடுதான் ரயிலில் போகப் போறோம். முன்னையும் பின்னையும் பலத்த போலீஸ் பாதுகாப்போடு

போறோம்..." ராஜலட்சுமியால் அப்பொழுதும் கிண்டலாகப் பேச முடிந்தது.

டிக்கெட் வாங்கிய கையோடு இருவரும் ஒரு பெட்டியில் ஏறி அமர்ந்தார்கள். அவர்களுக்கு எதிர்ப்புறமாக சீனத் தம்பதியர்கள் வந்தமர்ந்தார்கள்.

எல்லாப் பெட்டிகளிலும் போலீஸ்காரர்கள் வந்து ஒரு பார்வை பார்த்துவிட்டுச் சென்றார்கள். சிலரிடம், "எங்கே போகிறீர்கள்; என்ன விஷயமாக?" என்று கேள்வி கேட்டுவிட்டு இறங்கிப் போய்விட்டார்கள்.

ரயில் மெதுவாக நகர ஆரம்பித்தது. காலையில் கையோடு எடுத்து வந்த தோசை பொட்டலத்தைப் பிரித்து ஜெயாவும் ராஜலட்சுமியும் சாப்பிட்டார்கள். சாப்பிடும்பொழுது எதிரேயிருந்த சீனத் தம்பதிகளிடம் "கொஞ்சம் சாப்பிடுங்களேன்," என்று ஜெயா தோசையை நீட்டினாள். வழக்கமாக, இப்படி பயணங்களில் சம்பிரதாயமாகக் கேட்பது முறைதான். யாரும் "கொஞ்சம் கொடுங்களேன்," என்று வாங்கிச் சாப்பிடுவதில்லை. ஆனால், அந்தத் தம்பதிகள் "எங்களுக்கும் கொஞ்சம் கொடுங்கள்," என்று தோசையை வாங்கிச் சாப்பிட்டார்கள்.

"பாவம், பசிபோல் இருக்கிறது..." என்று ஜெயா, ராஜலட்சுமியிடம் கூறியவாறு காப்பியையும் எடுத்துக் கொடுத்தாள். அது, பசிக்காக வாங்கிச் சாப்பிட்டதுபோல் ஜெயாவுக்குப் படவில்லை. அணுக்கமாக அவர்கள் நெருங்குவதுபோல்பட்டது.

அந்தச் சீனப் பெண், பையைத் திறந்து இரண்டு சிவப்புநிற ஆப்பிள்களை எடுத்துக் கொடுத்து "சாப்பிடுங்கள்" என்றாள்.

"பரவாயில்லை, நாங்கள் இப்பொழுதுதானே சாப்பிட்டோம். நீங்கள் சாப்பிடுங்கள். பசியோடு இருக்கிறீர்கள்," என்றாள், ராஜலட்சுமி.

"இல்லை. இதை உங்களுக்காகவே வாங்கி வந்தோம். சிவப்பு ஆப்பிள் உடம்புக்கு ரொம்பவும் நல்லது," என்று கூறியவாறு, அவர்களிடம் தந்தாள் அந்தச் சீனப் பெண்.

"சிவப்பு ஆப்பிள்," என்பதை மிக அழுத்தமாக அவள் கூறியதில் ஜெயா புரிந்துகொண்டாள். தங்களை அறிந்துகொண்டே முன்னே வந்து அமர்ந்திருக்கிறார்கள். ஆப்பிளை வாங்கி வைத்துக்கொண்ட ஜெயா,

“எங்கே போகிறீர்கள்?” என்று கேட்டாள்.

“நீங்கள் போகும் அதே இடத்துக்குத்தான்,” என்று அந்த சீனர் சொன்னார்.

“ஜொகூருக்கு அல்லவா நாங்கள் போகவேண்டும். அங்குதான் எங்கள் சொந்தக்காரரர் இருக்கிறார்,” என்றாள், ஜெயா.

“இல்லை, இப்பொழுது அவர் சுங்கைப்பட்டாணியில் இருக்கிறார். பயணத்தில் இந்த மாற்றத்தை உங்களுக்குச் சொல்லவும், உங்களோடு வரவும் எங்களுக்குச் செய்தி கிடைத்தது.”

இதைக் கூறியபிறகு அந்தச் சீனத் தம்பதிகள் வேறெதுவும் பேசவில்லை. அமைதியாக சாய்ந்து கண்ணை மூடிக்கொண்டார்கள்.

ராஜலட்சுமிக்கு ஆச்சரியமாக இருந்தது. முத்துவைப் பார்க்க ஜொகூர் வருகிறோமென்று இரண்டு நாட்களுக்குமுன்புதான், சிகாம்புட்டில் சக தோழர்களிடம் செய்தி கொடுத்தாள். அதற்குள் தங்களைப் பாதுகாப்பாக அழைத்து வர இவர்களை அனுப்பி உள்ளார்கள். அடுத்த ஸ்டேஷனில் இறங்கி சுங்கைப்பட்டாணிக்குச் செல்லும் டிக்கெட் எடுத்து இரயில் மாறினார்கள்.

ஜெயாவும் கண்மூடி தலைசாய்ந்தாள். ராஜலட்சுமி ஜன்னல் ஓரமாக அமர்ந்திருந்ததால், வெளியே காட்சிகளைப் பார்த்துக்கொண்டு வந்தாள். காடுகளையும் கம்பங்களையும் சிறு நகரங்களையும் பிளந்து கொண்டு ரயில் பெருங்கூச்சலோடு சென்று கொண்டிருந்தது. வெளியே ‘சுள்’ளென்றது காலைச் சூரியன். பட்டர்வெர்த்தை தாண்டியதும் பச்சைப்பசேல் என்ற நெல்வயல் தலையாட்டி வரவேற்றது.

சுங்கப்பட்டாணி ஸ்டேசனை ரயில் அடைந்தபொழுது, மிகச்சிறிய அளவிலான பயணிகள் அங்கே இறங்கினார்கள். அவர்களை அழைத்துச் செல்ல சிலர் ஸ்டேசனில் நின்றிருந்தார்கள்.

அந்தச் சீனத் தம்பதிகளும் ஜெயாவும் ராஜலட்சுமியும் கையில் பையுடன் இறங்கினார்கள்.

தங்களை அழைத்துச் செல்ல முத்து வந்திருப்பானா? என்று, ஜெயாவின் கண்கள் தேடின. அந்தச் சீனத் தம்பதிகள் கூடவே இருப்பது ஆறுதலாக இருந்தது.

முன்புவந்த செய்திப்படி முத்து, ஜொகூர் குலுவாங்கில் இருப்பதாகத்தான் சொல்லப்பட்டது. எப்படி, தெற்கிலிருந்து வடக்கு மாநிலத்துக்கு வந்தான் என ஜெயாவுக்குப் பயணத்தில் எழுந்த குழப்பம் இன்னும் தீரவில்லை.

முத்து, நிச்சயம் இந்த சுங்கப்பட்டாணி நகரத்தில் இருக்க மாட்டான். இதையொட்டியுள்ள ஏதாவது ஒரு காட்டுப் பகுதியில் இருக்கலாம்.

"அவன், ஏன் வரவில்லை?" இந்தக் கேள்வி ரயிலைவிட்டு இறங்கியது முதல் அவளைத் துளைத்தது. அவனைப் பார்த்து எவ்வளவு நாட்களாகிவிட்டன. போலீஸ் கெடுபிடிகளை அவள் அறிந்தே வைத்திருந்தாள். உள்ளூர அவன் வருவதன் சிரமம் அறிந்திருந்தாள்.

சட்டென அவள் தோளில் கைவிழவும் பதறித் திரும்பினாள். அங்கு, இரு பெண் போலீஸார் நின்றுகொண்டிருந்தனர். திரும்பிப் பார்த்தாள். சீனத் தம்பதிகளைக் காணவில்லை.

"எங்கே உன்னுடன் வந்த இன்னொருத்தி?" பெண் போலீஸ் ஒருத்தியின் குரல் கனமாக இருந்தது.

"எனக்குத் தெரியாது," ஜெயாவுக்கு தன்னைச்சுற்றி என்ன நடக்கிறது எனப் புரியாமல் தவித்தாள். தொலைவிலேயே போலீஸாரை பார்த்துவிட்ட ராஜலட்சுமி தூணின் ஓரமாக ஒளிந்திருப்பது தெரிந்தது. அவளை அதற்குமேல் பார்க்காமல் மௌனமாக போலீஸ் இழுப்புக்குப் பின்தொடர்ந்தாள்.

38

காஜாங்கில் மாரியும் கைது செய்யப்பட்டான். கணபதி தூக்கிலிடப்பட்டதற்குப் பெரிய எதிர்ப்பு தமிழ்நாட்டிலும் மலாயாவிலும் கிளம்பிய பிறகு காலனித்துவ அரசுயாரையும் தூக்கிலிடுவதைவிட நாடு கடத்துவதில்தான் அதிகக் கவனம் செலுத்தியது. சீனப் போராளிகள் சீனாவுக்கும், இந்தியப் போராளிகளை இந்தியாவுக்கும் நாடு கடத்தினார்கள்.

சிங்கப்பூர் ரகசிய போலீஸ் கட்டடத்தில் பல நாட்கள் சித்திரவதைக்கு ஆளான மாரி எலும்பும் தோலுமாகிவிட்டான்.

தமிழ்நாட்டிற்கு 500க்கும் மேற்பட்டவர்கள் நாடு கடத்தப்பட்டு மிகுந்த சிரமத்துக்கு உள்ளானார்கள். குருதேவர், பொறைக்கலம் போன்ற தோழர்கள் அங்கே ஒரு சங்கத்தை இவர்களுக்கு ஏற்படுத்தி, பலவகையிலும் அவர்களுக்கு உதவி வந்தார்கள். வேலை கிடைக்காமல் திண்டாடிய அவர்களை, ஒரிசா போன்ற மாநிலங்களுக்கு கூலி வேலைக்கு அனுப்பிவைத்தார்கள். ஏற்கனவே கூலிகளாக மலாயா வந்த அவர்கள், மீண்டும் சொந்த நாட்டில் வேறு மாநிலங்களுக்குக் கூலிகளாக மாற்றப்பட்டார்கள்.

எந்த நேரத்திலும், ஏதாவது ஒரு கப்பலில் அவர்கள் நாடு கடத்தப்படலாம். மாரி தனியறையில் வைக்கப்பட்டிருந்தான். பக்கத்து அறையில் நாகப்பன் இருந்தான். போலீஸ்காரர்கள் மாறி மாறி கேள்விக் கணைகளை வீசினார்கள். அடியும் உதையும் மாறி மாறி விழுந்தன.

ஒவ்வொருமுறையும் பூட்ஸ் காலணிகளின் அடியில் லாடம் அடிக்கப்பட்ட இரும்பின் சத்தம் அறைக்கு வெளியே கேட்கும் பொழுது அது, அதிகாரத்தை எங்கோ வைத்துக்கொண்டு இங்கே தனது ஒலியால் ஆட்சி செய்துகொண்டிருப்பதாக மாரிமுத்துவுக்குப் பட்டது. பிரிட்டிஷ் ஆட்சியின் மணிமுடியில் இருந்த வைரக் கற்களின் ஒளி பூட்ஸ் லாடங்களில் மின்னியது.

இயக்கம், அதன் தொடர்புகள், தங்களோடு இருந்த தோழர்கள் பற்றி எதுவும் அவர்கள் வாய்திறக்கவே இல்லை. சுவர்கள் காதை தீட்டிக்கொண்டிருப்பது இருவருக்கும் நன்கு தெரியும். எவ்வளவோ அடியும் உதையும் வாங்கினாலும் இருவரும், “தெரியாது, எங்களுக்குச் சம்பந்தமில்லை,” என்ற வார்த்தையையே திரும்பத் திரும்பக் கூறினார்கள்.

எந்தெந்தத் தலைவரை காட்டிக்கொடுத்தால், எவ்வளவு பணம் கிடைக்குமென்றும் சொல்லிப் பார்த்தார்கள். அன்று காலை வந்த ஆங்கில இதழை ஒரு போலீஸ்காரர் கொண்டுவந்து காட்டினார். அதில் முன்பக்கச் செய்தியாக, ஆ கோக் என்ற கொரில்லா போராளியை உயிருடன் பிடிக்க உதவுபவர்களுக்கு 150,000 வெள்ளி சன்மானம் தரப்படுமென்றும், பிணமாகக் கொண்டுவந்தால் 75,000 வெள்ளி தரப்படுமென்றும் அந்தச் செய்தி கூறியது.

“பார்த்தாயா, பெரிய தொகை. உன் வாழ்நாளில் இவ்வளவு பெரிய தொகையை நீ பார்க்கவே முடியாது. உனக்கு நிச்சயம் ஆ கோக் எங்கு இருக்கிறார் என்பது தெரியும். நீ காஜாங்கில் இருந்தவன். அவனும் அந்தப் பக்கம்தான் இருந்துள்ளான். ஏன், வீணாக அடி, உதை வாங்குகிறாய்? நீ போய்ப் பிடிக்க வேண்டியதில்லை. இருக்கும் இடத்தை மட்டும் சொல்லிவிடு. நீ உடனே அரசாங்க விருந்தினராகிவிடுவாய்,” அந்த போலீஸ் இன்ஸ்பெக்டர் நயமாக மாரிமுத்துவிடம் பேசினார்.

“எனக்கு இந்த ஆ கோக் யாரென்று தெரியாது. இந்தப் பத்திரிகையில் உள்ள படத்தில்தான் முதன்முதலாகப் பார்க்கிறேன்” என்றான், மாரி.

அந்த இன்ஸ்பெக்டர் மாரிமுத்துவை எட்டி உதைத்தான். உதைபட்ட தொடைப் பகுதியில் சதை கிழிந்து ரத்தம்கொட்டியது. காலைப் பிடித்துக்கொண்டு வலி பொறுக்காமல் மாரி கதறினான். ஏற்கனவே, அடி வாங்கி வாங்கி அவன் மிகவும் சோர்வாகயிருந்தான். கண்கள் இருள, தரையில் சாய்ந்தான் மாரி.

இன்ஸ்பெக்டர் அறையை விட்டு வெளியே வந்து வேகமாக நடந்தான். பூட்ஸின் சத்தம் அவனுடைய கோபத்தின் வெளிப்பாடாகக் கேட்டது.

அடுத்து, தனது அறைக்கு அவன் வருவானென்று நாகப்பன் நினைத்தான். ஆனால் நாகப்பன் அறையைக் கடந்த இன்ஸ்பெக்டர் வெளியேறினான். தான் கோலாலம்பூரில் பிடிபட்டதால் ஆ கோக்

248 ● அக்கினி வளையங்கள்

பற்றி தனக்கு எதுவும் தெரியாது என்று அவன் முடிவெடுத் திருக்கலாமென நாகப்பன் நினைத்தான்.

மாரியின் முக்கலும் முனகலும் அடங்க வெகுநேரமாகியது.

காலையில், டாக்டர் ஒருவர் வந்து மாரிமுத்துவுக்குக் கட்டுகள் போட்டு மருந்து கொடுத்தார். அந்த டாக்டர் ஒரு தமிழர்.

"ஏன், வீணாக அடி வாங்குகிறாய்? பேசாமல் உள்ளதைச் சொல்லிவிட்டு, பணத்தையும் வாங்கிக்கொண்டு ஊரைப் பார்க்கப் போய்விடு. உன்னுடைய ஒரே ஒரு வார்த்தைக்கு 150,000 வெள்ளி தருவதாகச் சொல்கிறார்களே? நீ காட்டிக் கொடுக்காவிட்டால் வேறு எவனாவது நிச்சயம் காட்டிக்கொடுத்துவிடுவான். நல்லா யோசிச்சு ஒரு முடிவுக்கு வா," டாக்டர் மிக நயமாகப் பேசினார்.

மாரி வாயைத் திறக்கவில்லை. அந்த வலி மாத்திரைகள் கொஞ்சம் வேலை செய்வதுபோல் இருந்தது. தரையில் ஓரமாகப் படுத்துக்கொண்டான். ஆ கோக்கை யாராவது காட்டிக்கொடுத்து விடுவார்களா? மாரியின் நினைவுகள் அவனுக்கே கசந்தன.

இது நடந்து இரண்டு, மூன்று வாரங்கள் வெறும் விசாரணை மட்டுமே செய்தார்கள். அடிக்கவில்லை. மிக நயமாகவே பேசினார்கள். போராளிகளுக்கு எப்பொழுதும் அடி உதையைவிட, இப்படி நயமாகப் பேசுபவர்களைக் கண்டால்தான் பயம்.

மறுநாள் காலை மாரிக்கும் நாகப்பனுக்கும் நல்லபடியாக விடியவில்லை.

அன்று பூட்ஸ் காலால் உதைத்த அதே இன்ஸ்பெக்டர், கையில் ஆங்கிலப் பத்திரிகையுடன் வந்தான்.

"முட்டாளே, பார்த்தாயா? எவனோ ஒருவன் உன் தலைவனைக் கொன்று 75,000 வெள்ளியை பெற்றுக்கொண்டுவிட்டான். அன்றைக்கு நீ சொல்லியிருந்தால் சுதந்திர மனிதனாக கையில் பெரும் பணத்துடன் இந்தியாவுக்குப் போயிருக்கலாம். இந்தா, இதைப்படி. அப்போதாவது உனக்குப் புத்தி வரட்டும். முட்டாள்களுக்கு நல்லதே செய்ய முடியாது…" அந்த இன்ஸ்பெக்டர், பத்திரிகையை வீசிவிட்டு வெளியே போய்விட்டான்.

பத்திரிகையை எடுக்கலாமா, வேண்டாமா என்று சிறிதுநேர தயக்கத்துக்குப் பிறகு அதை எடுத்துப் படித்தான் மாரி.

கிம்மாசிலிருந்து பகாங் மாநிலத்திலுள்ள தெமெர்லோ நோக்கிப் போய்க்கொண்டிருந்த ரயிலின் ஓட்டுநர், வெகுதூரத்தில் இரண்டு கம்யூனிஸ்ட் போராளிகள் ஆயுதங்களுடன் ரயிலை நிறுத்தியதாகவும், அவர்களில் ஒருவனின் கையில் ஒரு மனிதனின் தலை ரத்தம் சொட்டச்சொட்ட இருந்ததாகவும் செய்தி கூறியது.

பயணிகள் பாதுகாப்புக் கருதி ரயிலை அவர் நிறுத்தியவுடன், அவரிடம் வந்த இருவரும், தாங்கள் போலீசில் சரணடைய விரும்புவதாகவும் அடுத்துவரும் மெந்தாகாப் போலீஸ் நிலையத்தில் தங்களை ஒப்படைக்கும்படியும், அந்தத் தலை ஆ கோக்குடையது என்றும், ஒரு சாக்கு கொடுத்தால் அதை முன்பக்கமுள்ள கவச ரயில் பெட்டியில் வைக்க முடியுமென்றும் கூறியுள்ளார்கள்.

சாக்கிலே திணிக்கப்பட்ட தலையுடன் அவர்களை மெந்தாகாப் போலீஸ் நிலையத்தில், அந்த ஓட்டுநர் ஒப்படைத்தார் என்றும், அவருக்கு 500 வெள்ளி 'அன்பளிப்பு' தரப்பட்டதென்றும் செய்தி கூறியது. பிணமாக ஆ கோக் ஒப்படைக்கப்பட்டதால், 75,000 வெள்ளி யாருக்குத் தரப்பட்டது என்ற விபரமெல்லாம் அச்செய்தியில் இல்லை. அதைப்படித்த மாரி அது உண்மையா, இல்லையா என்று தடுமாறினான். நாகப்பனிடம் எதுவும் கூறவில்லை.

ஆ கோக்கின் தலையும், ரத்தம் சொட்டும் அந்தப் போராளியின் முகமும் மாறிமாறி மாரியின் முன்னே தோன்றின. ஆ கோக், கொண்ட கொள்கைக்காக வாழ்ந்தவன். சுகபோகங்களைத் துறந்தவன். நாடு காலனித்துவப் பிடியிலிருந்து மீள்வதற்காகக் கடைசி வரை போராடினான்.

"அந்தச் செய்தி உண்மையாக இருக்குமா? சில சமயங்களில் காலனித்துவவாதிகள் இப்படி பொய்யான பிரச்சாரங்களைச் செய்வது வழக்கம்தான். கொரில்லாக்களின் மன உறுதிகளைக் குலைக்க அவர்கள் கையாளும் தந்திரங்களில் இதுவும் ஒன்று," அப்படி நினைப்பதே, அந்த நிமிடம் கொஞ்சம் நிம்மதியைக் கொடுப்பதாய் இருந்தது.

அன்றிரவு வெகுநேரம் வரையிலும் மாரிமுத்துவின் பக்கத்து அறையில் ஏகப்பட்ட பூட்ஸ் ஒலிகள் கேட்டன. கூடவே, நாகப்பனின் அலறல் சத்தமும் கேட்டுக்கொண்டிருந்தது.

நள்ளிரவைத் தாண்டியும் அலறல் நிற்கவில்லை.

இரவு முழுதும் மாரி தூங்கவில்லை. மீண்டும் எதைக்காட்டி அவர்கள் நாகப்பனை சித்திரவதை செய்கிறார்கள்? ஆ கோக்கின் தலையைச் சீவி எடுத்து தங்களுக்குப் படையல் படைத்து கொண்டார்கள். இன்னும் யாரின் தலை இவர்களுக்குத் தேவைப்படுகிறது?

"எனக்குத் தெரியாது! எனக்குத் தெரியாது!" என்ற நாகப்பனின் குரல் கேட்டுக்கொண்டேயிருந்தது.

விடிகாலையில் பூட்ஸ்களின் சத்தம் நின்றது போலவே நாகப்பனின் அலறல் சத்தமும் நின்றுபோயிருந்தது. ஆனால் அவன் முக்கி முனகி வலியால் துடிப்பது தொடர்ந்தது.

கைதிகள் குளிப்பது ஒன்றுதான் பொதுவாக, எந்த ஒளிவுமறைவும் இல்லாமல் நடக்கும். பேசிக்கொள்வதற்கும் அந்த நேரமே கிடைக்கும்.

குளிப்பதற்கு அனைவரும் வரிசையாகச் சென்றபொழுது நாகப்பன், பக்கத்து வரிசையில் நின்றுகொண்டிருப்பதை மாரி பார்த்தான். நாகப்பனின் சட்டை கிழிந்து ஆங்காங்கே ரத்தக்கறை தென்பட்டது. மாரி தன்னைக் கவனிக்கிறான் என்பதைத் தெரிந்துகொண்ட நாகப்பன் குளிக்கும் இடத்தில் பேசலாமென்று செய்கை செய்தான்.

குளிப்பதற்கு அளவான தண்ணீர்தான் பயன்படுத்த முடியும். சாப்பாட்டிலிருந்து குளிப்பது வரை எல்லாமே அளவுதான்.

குளிக்கும் இடத்தில் மாரி, நாகப்பனின் பக்கத்தில் போய் நின்றான்.

"என்ன கேட்டு அடிச்சாங்கண்ணே?" மாரி, மெதுவாகக் கேட்டான்.

"சின் பெங் இருக்கிற எடத்தக் கேட்டாங்க. சொன்னா, 250,000 வெள்ளி தருவாங்களாம். சின் பெங், இப்போ இருக்குற எடம் அவருக்கே தெரியுமான்னு சந்தேகம்தான். இவுங்க நம்மளப் போட்டு வாட்டுறானுங்க. அநேகமா, நம்ம ரெண்டு பேரையும் இந்தியாவுக்கு நாடு கடத்திடுவாங்கன்னு நினைக்கிறேன். எதற்கும் தயாராய் இரு."

இப்படிக் கூறிவிட்டு நீரை எடுத்து தலையில் கொட்டினான் நாகப்பன்.

மாரியும் குளித்துவிட்டு தனது செல்லுக்குப் புறப்பட்டான்.

அடுத்த மூன்று நாட்களில் அவர்கள் சிங்கப்பூரில் கப்பல் ஏற்றப்பட்டார்கள். நாடு கடத்தப்பட்ட நூற்றுக்கணக்கானவர்களின்

பட்டியலில் அவர்களின் பெயரும் இடம்பெற்றது. ஏற்கனவே இந்தியாவிற்குச் சென்றவர்கள் மெட்ராசில் ஏதோ சங்கம் அமைத்திருப்பதாக மாரி கேள்விப்பட்டிருந்தான். போய் இறங்கியதும் நிச்சயம், அந்தத் தோழர்கள் தொடர்புகொள்வார்கள் என்ற நம்பிக்கை இருவருக்கும் இருந்தது.

39

முத்து, ராஜலட்சுமியை தன் பின்னால் வேகமாக நடக்கச் சொன்னான். அவள் அழுகை நிற்கவில்லை. அழுகையில் எல்லா சக்தியும் இழந்தபின் நடப்பது கஷ்டமாக இருந்தது. முத்து, எவ்வித உணர்ச்சியையும் காட்டாமல் நடப்பது அவளுக்கு மேலும் வெறுப்பை ஏற்படுத்தியது. இரண்டு வருடத்தில் தாடி, மீசையெல்லாம் அடர்த்தியாக வளர்ந்து யாரோபோல இருந்தான். உடல் இளைத்திருந்தது. ஆனால் உறுதியாகத் தெரிந்தான். காட்டின் பாதையில் கால்கள் அவ்வளவு இயல்பாகப் பயணப்பட்டது.

மலாய் கம்பத்தைத் தாண்டி பழத்தோட்டம்போல் இருந்த மரங்களடர்ந்த பாதையில் முத்து நடந்தான். சிறு பிள்ளை வரைந்த கோடுபோன்ற ஒற்றையடிப் பாதை அது. டுரியான் பருவம்போலும். எங்கும் அதன் மணம் நிறைந்திருந்தது. ரம்புத்தான், மங்குஸ்தின், டொக்கு மரங்களும் காய்த்துக் கிடந்தன.

எங்கோ ஒரு மூலையில், டுரியான் பழமொன்று மரத்திலிருந்து கீழே விழுந்த சத்தம் கேட்டது.

ராஜலட்சுமி சோர்வாக நடந்துகொண்டிருந்தாள். வழக்கமாக, அவளிடம் இருக்கும் சில்லறை குறும்புகள் இப்பொழுது இல்லை.

அவர்கள் சென்ற ஒற்றையடிப் பாதை, ஒரு மலாய்க்காரரின் வீட்டின்முன் சென்று முடிந்திருந்தது. ஓர் ஆள் நிற்கக்கூடிய அளவில் கால்கள் வைத்து உயரமாக அதைக் கட்டியிருந்தார்கள், பலகையால் ஆன படிக்கட்டுகளைத் தாண்டி ஒரு மலாய்க்காரர் வாசல்படியில் அமர்ந்திருந்தார்.

“உனக்காகத்தான் காத்திருந்தேன் முத்து. உன் நண்பர்கள் நல்லபடியா வந்து சேர்ந்துவிட்டார்கள்போல் இருக்கிறது” என்றவுடன், ராஜலட்சுமி அழத் தொடங்கினாள். மலாய்க்காரர்

வினோதமாகப் பார்த்தார். முத்து, தலையை தொங்கப்போட்டுக் கொண்டான்.

“வாருங்கள், உள்ளே போய் முதலில் காப்பி குடிப்போம்,” பேசிக்கொண்டே அந்த முதியவர், வீட்டின் உள்ளே சென்றார். சிமினி விளக்கு எரிந்துகொண்டிருந்தது. கையில் கோப்பித் தம்ளருடனும் பீசாங் கோரேங்குடனும் ஒரு நடுத்தர மலாய்க்கார மாது புன்னைகையுடன் முன்பக்கம் வந்து தரையில் விரித்திருந்த பாயில் அவைகளை வைத்து “மீனோம் லா” என்றார்.

தரையில் அமர்ந்தவுடன் ராஜலட்சுமியின் பார்வை நான்கு புறமும் சுழன்றது.

“இவர்கள் நம்மவர்கள்தான், தைரியமாக இரு” என்று, முத்து சொன்னான். அவளுக்குச் சொல்லி அழ ஆயிரம் எண்ணங்கள் எழுந்து எழுந்து அடங்கின. அதுவரை கதறி அழாததே பெரும் வலியாக இருந்தது.

வெளியே நிலவு பளிச்சென்று தூரத்தில் சிரித்துக் கொண்டிருந்தது. அதன் ஒளியை பழமரங்கள் வடிகட்டி தரைக்கு அனுப்பின. மின்மினிப்பூச்சிகள் தலையில் சுமந்த விளக்கொளியில் எதையோ தேடித்தேடி அலைந்தன.

ராஜலட்சுமி, தேம்பியபடியே கறுப்புக் கோப்பியை எடுத்துப் பருகினாள். பீசாங் கோரேங்கை அவர்கள் பக்கமாக நகர்த்திவைத்தார் அந்த மாது. அவள், அந்த வீட்டுக்காரரின் மனைவியாக இருக்க வேண்டும்.

“முத்து, இன்று காலையிலேயே சொல்லவேண்டும் என்றிருந்தேன். ஆனால் சூழ்நிலை சரியாகயில்லை. திரும்பவும் நீ வருவதாகச் சொன்னாய். நான் உனக்காகத்தான் காத்திருந்தேன். மிக முக்கியமான விஷயம். இப்பொழுது சின் பென், தாய்லாந்து பெத்தோங்கில் இருக்கிறார். விரைவில் அவர் மலாயா வரப்போகிறார். அநேகமாக, அது நல்லதுக்காகத்தான் இருக்கும். ஏறக்குறைய சமாதானப்பேச்சுக்கு அரசாங்கம் ஒப்புக்கொண்டுவிட்டது. ஆயுதப் போராட்டத்தை முடிவுக்குக் கொண்டுவருவதற்கும் நாம் நினைத்த சுதந்திரத்தை பிரிட்டிஷிடமிருந்து பெறுவதற்கும் இந்தப் பேச்சுவார்த்தை பலனளிக்கலாம். துங்கு அப்துல் ரஹ்மானும், சிங்கப்பூர் முதலமைச்சர் டேவிட் மார்ஷலும், மலாயா சீனர் சங்கத் தலைவர் டான் சிங் லோக்கும் இந்தப் பேச்சுவார்த்தைக்கு வருவதாகத் தகவல். நமது சார்பில் சின் பெங்கும் ரசீத் மைதீனும் கலந்துகொள்ளப் போகிறார்கள் என்று நினைக்கிறேன்.”

வார்த்தைகளை அளந்து, கிசுகிசுத்த குரலில் பேசினார் ரசாக் என்ற அந்த மலாய்க்காரர்.

“பாக்சி, இது நல்ல விஷயம்தான். ஆனா...” என்று இழுத்தான், முத்து.

“எதாயிருந்தாலும் சொல்லு முத்து. நீ இப்பொழுது இயக்கத்தில் முக்கிய வேலை செய்யப்போகிறாய். அதைப் பிறகு சொல்கிறேன்...” என்றார் ரசாக்.

சிமினிக்குள் இருந்த திரியை அடக்கிவைத்தார் அவரின் மனைவி.

“நான் பெத்தோங்கிற்குச் செல்லவேண்டுமென்ற தகவல் கிடைத்தது. அங்கே புதிதாக, ஒரு ரேடியோ ஒலிபரப்பு ஆரம்பிக்கப்போவதாகச் சொன்னார்கள். அதில் தமிழ்ப் பகுதியை சிங்கப்பூரிலிருந்து வந்துள்ள சர்மா என்பவர் கவனிக்கப்போவதாகவும் சொன்னார்கள். சமாதானப் பேச்சுவார்த்தை தொடங்கும் நேரத்தில் அந்த ஒலிபரப்பு தேவையா பாக்சி?” முத்துவின் குரலில் சந்தேகங்கள் நிழலாடின.

ராஜலட்சுமிக்கும் நல்ல பசி. ஆனால் ஜெயாவை மீட்பதைப்பற்றி யோசிக்காமல் இப்படிப் பேசிக்கொண்டிருப்பது சங்கடமாக இருந்தது.

“உங்களுக்கு நல்ல பசியென்று நினைக்கிறேன். நான் ஏதாவது செய்கிறேன்...” என்று கூறியவாறு, அந்த அம்மாள் அடுப்படிக்குச் சென்றார். ராஜலட்சுமியும் பின்தொடர்ந்தாள்.

முன்வராந்தாவில் முத்துவும் ரசாக்கும் மெதுவான குரலில் பேசுவது சமையலறையில் கேட்கவில்லை.

“நீ சொல்வது சரிதான் முத்து. இந்த நேரத்தில்தான் நமது வலிமையைக் காட்ட வேண்டும். நமது கோரிக்கைகளை சமாதானப் பேச்சின்போது வலுவாகச் சொல்ல இது பயன்படும். வியாட்நாமிய கம்யூனிஸ்ட்டுகள் இந்த ஒலிபரப்புச் சாதனங்களைக் கொடுத்து உதவியுள்ளார்கள். சின் பெங், தனது பீக்கிங் பயணத்தின்பொழுது வியாட்கோங்குகளிடம் பேசி இந்த உதவியைப் பெற்றுவந்துள்ளார். ஒலிபரப்பு தொடங்கிவிட்டதை நீ அறிந்திருப்பாய். சர்மா, தனி ஆளாக தமிழ்ப் பகுதியைக் கவனித்துவருகிறார். நீ அங்கே போனால் உதவியாகயிருக்கும்” என்று கூறிவிட்டு, முத்துவின் முகத்தை ஏறிட்டுப் பார்த்தார் ரசாக்.

“இவளை, அங்கே அழைத்துப் போகலாமா?” முத்து கேட்டான்.

“அதைத்தான் சொல்லவந்தேன். அவள், தோழியைப் போலீஸ் பிடித்ததும் மிகவும் சோர்ந்திருக்கிறாள். எப்படியோ மோப்பம் பிடித்துவிட்டனர். அவள் இதிலிருந்து மீள சீக்கிரமாக செயலில் இறங்கவேண்டும். அங்கே சீருடைகள் தைப்பதற்கும் இந்திய சமையலுக்கும் ஆட்கள் போதவில்லை. இவள் சென்றால் பெரிய உதவியாக இருக்கும்.”

வெளியே வாசல்படிக்குச் சென்று இருளில் எதையோ தேடினார். கீழே இறங்கிப்போய் இரண்டு டுரியான் பழங்களை எடுத்து வந்தார்.

அவர், டுரியான் பழங்களை எடுக்க மட்டும் சென்றிருக்கமாட்டார் என்று முத்து நினைத்தான். அதைப்போலவே, ரயிலில் வந்த அந்த சீனத் தம்பதியர்கள் சிறிதுநேரத்தில் உள்ளே வந்தார்கள். ரசாக்கின் காதுகள் மிகக் கூர்மையானவை என்பதை முத்து உணர்ந்து கொண்டான்.

தம்பதிகள் இருவரும் பைகளை ஓரமாக வைத்துவிட்டுப் பாயில் வந்தமர்ந்தார்கள். “எங்களை மன்னித்துவிடுங்கள். நாங்கள் தூரத்திலேயே போலீஸை பார்த்து ஒளிந்துகொண்டோம். ஜெயாவைக் காப்பாற்ற முடியவில்லை. அவள் மிகுந்த ஆர்வத்துடன் நடந்ததால் சுற்றிலும் கவனிக்கவில்லை. உன்னைப் பார்க்கும் ஆர்வத்தில் இருந்திருக்கிறாள்,” என்றனர்.

முத்துவுக்கு ‘சுருக்’கென்றது. அவ்வளவுநேரம் அடக்கிவைத்த அழுகை வெளிவந்துவிடுமோ என அஞ்சினான். தன் சிறுவாட்டமும் சூழலின் காத்திரத்தை மழுங்கடிக்கும் என திடப்படுத்தி கொண்டான்.

சமையலறையிலிருந்து நெத்திலி சம்பாலின் வாசம் வந்துகொண்டிருந்தது.

இரவுச் சாப்பாட்டை வட்டமாக பாயில் அமர்ந்து அனைவரும் உண்டார்கள். சுடச்சுட சோறும் நெத்திலி சம்பாலும் சிப்பார் கருவாட்டுப் பொறியலும் கங்கோங் கீரையும் மிகச் சுவையாக இருந்தன. சீனத் தம்பதிகளுக்கு நெத்திலி சம்பால் காரத்தில் முகம் சிவந்து வியர்த்துக் கொட்டியது. ராஜலட்சுமி சோற்றுப் பருக்கைகளை எண்ணிக்கொண்டிருந்தாள். பிடித்துச் செல்லப்பட்ட ஜெயாவுக்கு என்னவாகியிருக்கும்? அவளைதுன்பப்படுத்துவார்களா? நாடு கடத்துவார்களா? போன்ற எண்ணங்கள் துன்புறுத்தின. அங்கு யாருமே, தன் அழுகையைப் பெரிதாக எடுத்துக்கொள்ளாதது

சங்கடமாக இருந்தது. மரணத்தையும் இழப்புகளையும் பார்த்துப் பார்த்து மரத்துப்போனவர்கள் என நினைத்துக்கொண்டாள்.

"இன்றிரவு அனைவரும் ஒரே இடத்தில் இருக்க வேண்டாம். பழத் தோட்டத்தில் ஒரு சிறிய கொட்டகை இருக்கிறது. ஆச்சோங்கும் முத்துவும் அங்கே தங்கிக்கொள்ளுங்கள். நான் இரவு முழுவதும் பழம் பொறுக்க வேண்டும். பெண்கள் இரவில் இங்கேயே இருக்கட்டும்" என்று கூறிவிட்டு, சட்டையை அணிந்துகொண்டு வீட்டைவிட்டுக் கீழே இறங்கினார் ரசாக். முத்துவும் ஆச்சோங்கும் அவரைப் பின்தொடர்ந்தார்கள்.

மறுநாள் விடிவதற்குமுன், அந்த நால்வரும் பெத்தோங் நோக்கி காட்டுவழியாக புறப்படத் தயாரானார்கள்.

"நீங்கள் போய்ச் சேர எப்படியும் மூன்று நாட்கள் ஆகலாம். கையில் கொஞ்சம் உணவை எடுத்துச் செல்லுங்கள். குனோங் பாக்கு என்ற இடத்தில் ஈய லம்பங்கள் இருக்கின்றன. அங்கே, நமது தோழர்கள் உங்களுக்கு உதவுவார்கள்" என்று கூறியவாறு, அவர் வைத்திருந்த ரேடியோவைத் திறந்தார்.

அந்த அதிகாலைச் செய்தி அவ்வளவு உற்சாகம் தருவதாக அமையவில்லை.

கம்யூனிஸ்ட்டுகள் தங்கள் ஆயுதங்களைக் கீழே போட்டுவிட்டு முதலில் சரணடைந்தால் ஒழிய, பேச்சுவார்த்தை நடத்தமுடியாது என்று அரசுத் தரப்பு கூறியது.

துங்கு அப்துல் ரஹ்மானுக்கு, தனது கைப்பட எழுதிய கடிதத்தில், "சரணடைந்து பேச்சுவார்த்தை நடத்தமுடியாது" என்று, சின் பெங் தெளிவாகக் குறிப்பிட்டிருந்தார். இதுபற்றி முதலில் எதுவும் சொல்லாத அரசாங்கம், பிரிட்டிஷ் தூதர் சர் டொனல்ட் மெக்லீவ், லண்டன் சென்று திரும்பியதும் புதிய நிபந்தனைகளை விதிக்க ஆரம்பித்துவிட்டது.

"எது எப்படியானாலும் கவலைப்படாதீர்கள். நடப்பது நடக்கட்டும். நாம், நமது கடமைகளைச் செய்துகொண்டிருப்போம். சரணடைவது என்பது நடக்காத விஷயம்," என்று கூறிய ரசாக், உணவுப் பொட்டலங்களையும் பழங்களையும் அவர்களிடம் கொடுத்தார்.

சை. பீர்முகம்மது

40

மூன்று நாட்களுக்குப் பிறகு, வெவ்வேறு பாதைகளின் வழியாக சீனத் தம்பதிகளும் முத்துவும் ராஜலட்சுமியும் பெத்தோங் வந்தடைந்தார்கள். இடையில், சுரங்கங்களில் பயணம் செய்தது ராஜலட்சுமிக்கு திகிலாக இருந்தது. மூன்று நாட்கள் நடைப்பயணம் அவளை களைப்படையச் செய்திருந்தது. முத்துவுக்கு அது பழக்கப்பட்டுவிட்ட பயணம்.

பெத்தோங், மிகவும் பாதுகாப்பான வளையத்துக்குள் இருந்தது. மலாயா எல்லையைத் தாண்டி, மூன்று மணிநேர நடைப்பயணத் தொலைவில் கூடாரங்கள் இருந்தன.

ராஜலட்சுமியைப் பார்த்த முத்து கேட்டான்:

"களப்பு அதிகமா இருக்கா?"

"சௌக்கிட்டில் எவ்வளவு கேவலமா என்னை நடத்தினாங்க. சிலசமயம், சாப்பாட்டுக்குக்கூட வழியில்லாம எத்தனையோ முற ஜெயா அக்கா முன்னபோயி நின்னுருப்பேன். எதுக்குடா, இந்த ஈனப்பிறவியைப் படைச்சேன்னு கடவுளுகிட்டே எத்தனை ராத்திரிகளில் அழுதிருப்பேன் தெரியுமா?" ராஜலட்சுமியின் கண்கள் பனித்தன.

முத்து, எதுவும் பேசமுடியாமல் அவளை கண் எடுக்காமல் கூர்ந்து பார்த்தான்.

"மனுசனா பிறந்தா, யாருக்காவது பிரயோசனமா இருக்கணும். என் பிறவி எனக்கும் பயன்படலே, வேறுயாருக்கும் பயன்படலே. இப்பயாவது ஏதோ ஒருவகையிலே இந்த உசுரு பயன்படுதே அதுவே எனக்குப்போதும். இந்த ஜென்மத்த எடுத்த புண்ணியம் இப்படியாவது வந்து கிடைச்சதே..."

உணர்ச்சிமேலிட்டு முத்துவை கட்டி அணைத்துக்கொண்டாள் ராஜலட்சுமி. அவனுக்கும் அழுகை முட்டியது. ஜெயா குறித்த

பேச்சை இருவரும் தவிர்க்கத்தொடங்கினர். அது, அவர்களை பலவீனப்படுத்தும் என அறிந்திருந்தனர்.

அப்போது, அங்கே பரபரப்பாக வந்த தேசிங்கு, "ராஜலட்சுமி, இங்கே சமையலுக்கு உதவியாக இரு..." என்று கூறிவிட்டு, அடுத்தடுத்த பகுதிக்குக் கட்டளையிட்டபடி கடக்கவும், அவர்களுக்கு மத்தியிலிருந்த அமைதி குலைந்தது. ராஜலட்சுமி முகத்தில் கவலை மாறி கோபம் இருந்தது.

"ஏன், என்ன விஷயம்? சமையல் செய்யக்கூடாதா?" முத்து, ரகசியக் குரலில் கேட்டான்.

"நாங்களெல்லாம் இங்கயும் சமையலுக்குத்தான் இல்லையா?" ராஜலட்சுமி கூர்ந்து பார்த்தாள். முத்து, முகத்தை கவிழ்த்துக்கொண்டான்.

மலாயா பொதுத் தேர்தல் நடந்த இரண்டு மாதங்களுக்குப் பிறகு, ரேடியோவில் முக்கியச் செய்தியாக, துங்குவின் அறிக்கை ஒலிபரப்பாகியது. துங்கு, நேரிடையாக சின் பெங்குடன் பேச விழைவதாகவும், வட மலாயாவில் இருதரப்பும் ஒப்புக்கொள்ளும் இடத்தில் இந்தப் பேச்சுவார்த்தை நடத்தலாமென்றும், பேச்சுவார்த்தை நடக்குமிடத்தை 'சமாதான' இடமாக, எந்த விதமான ராணுவ நடவடிக்கைகளும் இல்லாமல், அமைதியாக நடத்த விரும்புவதாகவும் அவ்வறிக்கை கூறியதோடு, எந்த நிபந்தனையுமின்றி இந்த முதல் கூட்டம் நடைபெறும் என்றும் அந்த அறிக்கை உறுதி கூறியது.

அறிக்கை வெளியிட்டபிறகு, இரவு பகலாக ஆலோசனைக் கூட்டங்கள் நடைபெற்ற வண்ணமாக இருந்தன. 1955, டிசம்பர் மாதம், கிறிஸ்துமஸ் தினத்திற்குப் பிறகு 27, 28, 29ஆம் தேதிகள் வட்டமேசை பேச்சுக்கு ஏற்பாடு செய்யப்பட்டது.

சின் பெங், அறுபது பேரை கொரில்லா படையிலிருந்து தேர்ந்தெடுத்தார். இவர்கள் பாதுகாப்புக்கும் மற்ற ரகசிய நடவடிக்கைகளுக்கும் பொறுப்பாக இருப்பார்கள் என்று கூறினார். கடைசியில், அவர்களில் இருபது பேர் வடிகட்டி தேர்வு செய்யப்பட்டார்கள்.

அதில் முத்துவும் ஒருவன்.

முத்து மிகவும் மகிழ்ந்துபோனான். இந்த மண்ணுக்கு சுதந்திரம் வரப்போகிறது. அதற்கு முன்பு நடக்கப்போகும் சமாதானக் கூட்டத்தில், தனது பங்கும் சிறிதாவது இருக்கிறதே என்று அவன் நினைத்தான். அதுவும் நம்பிக்கைக்குரிய இருபதுபேரில் தனது பெயரும் இருப்பது எவ்வளவு அதிர்ஷ்டமானது.

திட்டமிட்டபடி, காலை பத்து மணிக்கு அவர்கள் குனோங் பாக்கு என்ற ஈயவயலில் சந்திக்க வேண்டும். அங்கே பிரிட்டிஷ் படைகள் காத்திருக்கும். இரண்டு மணி நேரத்தில் அவ்விடத்தை அடையக்கூடிய தூரத்தில் இரவு தங்கவேண்டும் என்று சின் பெங் முடிவெடுத்தார்.

எந்தவிதமான ராணுவத் தாக்குதலும் நடத்தப்படாது என்று வாக்குறுதியைத் துங்கு தந்திருந்தாலும், காலனித்துவவாதிகள் எதையும் செய்யக்கூடியவர்கள்.

லண்டன் டெயிலி மெயில் செய்தியை வானொலி ஒலிபரப்பியது. அது வழக்கமான ஆங்கில பிரச்சாரத்தையொட்டியே இருந்தது.

"மலாயா காடுகளில் பதுங்கியிருந்த ஒரு புலி இன்று வெளி வரவிருக்கிறது. சமாதானப் பேச்சுக்கு இன்று அது வருகிறது. கடந்த ஏழு ஆண்டுகளாக உயிர்ப் பலிகளையும் சேதத்தையும் ஏற்படுத்தி, அரசியல் இலாபத்திற்காகவும் தலைமைப் பதவிக்காகவும் ஆயுதப் போராட்டம் நடத்தி, இரண்டாயிரம் ஆசியர்களைக் கொன்று குவித்தவன்வெளியே வருகிறான். சிறுவர்கள், வயோதிகர்கள், பெண்கள் என்று பாராது கொலைசெய்த கனடா நாட்டு மாவ் மாவ் இயக்கத்துக்கு ஈடான கொரில்லா படையின் தலைவன் இவன்."

"சமாதானப் பேச்சு ஆரம்பிக்கும்வேளையில் இப்படி ஒரு பிரச்சாரம் தேவையா?" என்று, சின் பெங் நினைத்தார். என்றாலும் திட்டமிட்டபடி, இருபது பேரோடு சின் பெங், ரஷீத் மைதீன், சின் தியான் ஆகியோர் புறப்பட்டார்கள்.

எந்த நேரத்திலும், எதுவும் நடக்கலாமென்ற முன்ஜாக்கிரதையுடன் இருபதுபேர் உடனிருந்தார்கள். அப்படி எதுவும் நடந்தால் முதலில் தலைவர்களைக் காக்கும் நடவடிக்கைகளை எப்படிச் செய்வது என்று அவர்களுக்குத் தெரிந்திருந்தது.

குனோங் பாக்குவிலிருந்து, பேச்சுவார்த்தை நடக்கும் பாலிங் என்ற இடத்திற்கு அவர்களை அழைத்துச்செல்ல போலீஸ் காத்திருந்தது.

பாலிங்கிலுள்ள ஒரு பள்ளிக்கூடத்தில் பேச்சுவார்த்தைக்கான இடமும் தங்குமிடமும் ஏற்பாடு செய்யப்பட்டிருந்தது.

சின் பெங்கைக் காண கூட்டம் கூடிவிட்டிருந்தது. அவர் பாதுகாப்பாக தங்குமிடத்திற்கு அழைத்துச் செல்லப்பட்டார். ஆயிரம் சதுரடி இடத்தை மிகப் பாதுகாப்பான இடமாக அறிவித்திருந்தார்கள். அதைத் தாண்டிய இடங்களில் முத்து மற்றும் பாதுகாப்புக்கு வந்தவர்கள் இருந்தார்கள்.

இந்த சமாதானப் பேச்சு எப்படி அமைந்தாலும் அதற்கு, தன் மனநிலை தயாராகவே இருப்பதாக முத்து நினைத்தான். பேச்சு வார்த்தை மிக சுமூகமாகவே ஆரம்பித்தது. ஆனால் இருதரப்பாலும் ஒரு உடன்படிக்கைக்கும் வரமுடியவில்லை. ஆயுதங்களைக் கீழே வைத்துவிட்டு கம்யூனிஸ்ட்டுகள் சரணடைய வேண்டும் என்பதில் அரசாங்கத் தரப்பு பிடிவாதமாகயிருந்தது.

எந்தவிதமான விசாரணைகளுமின்றி, மலாயா கம்யூனிஸ்ட் கட்சியை அரசியல் கட்சியாக ஏற்றுக்கொள்ள வேண்டும். அப்படி ஒரு சுதந்திர நிலைக்கு ஒப்புக்கொண்டால் ஆயுதங்களை ஒப்படைக்கிறோமென்று சின் பெங் கூறினார்.

"இந்த நாட்டில் அமைதி நிலவவேண்டுமானால் யாராவது ஒரு தரப்பு விட்டுக் கொடுக்க வேண்டும். உங்களது சித்தாந்தங்களும் எங்களது சித்தாந்தங்களும் ஒருபோதும் ஒரே பாதையில் செல்ல முடியாது. அதற்கு வாய்ப்பே இல்லை. இதை நீங்கள் உணர வேண்டும்," துங்கு, சின் பெங்கின் பதிலுக்குக் காத்திருந்தார்.

பாலிங் பேச்சுவார்த்தை முறிந்துவிடக்கூடாது என்பதில் சின் பெங் கவனமாக இருந்தார். இந்த நாட்டிலிருந்து காலனித்துவ வாதிகளை வெளியேற்றுவதில் தங்களின் பங்கும் உள்ளது என்பதை சின் பெங் எடுத்துக் கூறினார்.

துங்குவும் சிங்கப்பூர் முதல் அமைச்சர் டேவிட் மார்ஷலும் சரணடைதல் என்பதில் பிடிவாதமாக இருந்தார்கள்.

"நீங்கள் எங்களைச் சரணடைய வேண்டுமென்று வற்புறுத்தினால் நாங்கள் அதற்கு ஒப்புக்கொள்ள முடியாது. எங்களின் கடைசி உறுப்பினர் இருக்கும் வரை மீண்டும் ஆயுதப் போராட்டம் நடத்துவதைவிட வேறுவழியில்லை எங்களுக்கு," இதை சின் பெங் கூறியபோது சமாதானப் பேச்சு முறிந்துபோனது.

பேச்சுவார்த்தை முறிந்துவிட்டது என்ற செய்தி முத்துவுக்கும் மற்றவர்களுக்கும் வந்து சேர்ந்தபொழுது அவர்கள் அதைப் பெரிதாக எடுத்துக்கொள்ளவில்லை.

மறுநாள் பாலிங்கிலிருந்து புறப்பட்டு வந்து பாதையை மாற்றி வேறுவழியில் நடந்தார்கள்.

"நமது போராட்டம் முடியவில்லை. இன்னும் 18 மாதங்களில் மலாயாவுக்குச் சுதந்திரம் கிடைக்கலாம். ஆனால், அது முழுச் சுதந்திரமாக இருக்காது. வர்த்தகம், ராணுவம், கல்வி எல்லாவற்றிலும் தங்களது பிடியை ஆங்கிலேயர்கள் விட்டுக் கொடுத்துவிட மாட்டார்கள். இதெல்லாம் சரியாக நீண்டகாலம் ஆகும். அதுவரை, நமது ஆயுதப் போராட்டம் தொடரும்," என்ற, சின் பெங் அவர்களின் முகத்தைக் கூர்ந்து பார்த்தார். எவர் முகத்திலும் எந்தச் சலனமும் இல்லை.

"மீண்டும் மக்களோடு கலந்து, அவர்களின் உயர்வுக்கும் விடுதலைக்கும் சேவை செய்யவே கடைசி வரை முயன்றேன். ஆனால், சரணடைவது என்பது நமக்கு மிகுந்த ஆபத்தை ஏற்படுத்தும். அவர்களிடம் சரணடைந்து சிறைச்சாலைகளில் நமது கொரில்லாக்கள் வாடுவதைவிட மீண்டும் எழுந்து போராடுவதே சரியென்று எனக்குப்படுகிறது," இதைக் கூறியவாறு வேகமாக சின் பெங் நடந்தார். யாரும் எதுவும் பேசவில்லை.

குறிப்பிட்ட நேரத்தில் அவர்கள் கிரிக் வழியாக பெந்தோங்கை வந்தடைந்தார்கள். அது, காலை நேரம்.

பெண்கள் ஒரு பகுதியிலும், ஆண்கள் மற்றொரு பகுதியிலும் ஆயுதப் பயிற்சிகளில் ஈடுபட்டிருந்தார்கள். ராஜலட்சுமியும் பயிற்சியில் இருந்தாள்.

41

ராஜூலா கப்பலில் ஏறுவதற்கு முன்பாக கண்குளிர ஒருமுறை மலாயாவை திரும்பிப் பார்த்தார், சண்முகம்பிள்ளை. இனி, இங்கே திரும்பி வருவதற்கு வாய்ப்பிருக்காது என்றே அவர் மனம் சொன்னது.

எல்லாம், எங்கிருந்து தொடங்கியது என யோசித்தார். ஜெயாவை நினைத்தபோது கண்ணீர் வந்தது. அவள் கம்யூனிஸ்ட்டுகளுக்கு உதவுவது தெரிந்தபோது முதலில் அவளை மிரட்டிப் பார்க்கத்தான் நினைத்தார். மிரட்டி ஒன்றும் ஆகப்போவதில்லை. மிரட்டி வாங்க அவருக்கு ஒன்றுமே தேவையாக இருக்கவில்லை. கடலில் மிதக்கும் கப்பலின் மெல்லிய அசைவு, அவருக்கு ஒரு தாலாட்டலைப் போல் இருந்தது.

அவள், எச்சில் கூடையில் கிழிந்த வாழை இலையாகக் கிடந்தவள்தான். அவளைத் தூய்மையாக்க, தான் செலுத்திய அன்பை ஒருகணம் நினைத்துக்கொண்டார். அதை தன் மனைவிக்குச் செய்திருந்தால் அவள் உடல் இவ்வளவு மோசமாகியிருக்காது. மகனுக்குச் செய்திருந்தால், அவன் வாழ்வு சேதமுற்றிருக்காது என்று நினைத்து வேதனைப்பட்டார். ஜெயாவை, போலீஸிடம் காட்டிக்கொடுத்தது தவறேயில்லை எனத் தோன்றியபோது கப்பலின் சங்குச் சத்தம் ஒலித்தது. அது கப்பல் புறப்படுவதற்கான அறிகுறி.

ஜெயா, சிறையில் வதைக்கப்படுவாள் என நினைக்கும்போதே அத்தனை வருடங்கள் உள்ளுக்குள் உறுத்திக்கொண்டேயிருந்த அவமானத்தின் வலி தீர்ந்ததுபோல் இருந்தது அவருக்கு. மெல்ல, தன்னை மீட்டுக்கொண்டதாகவே உணர்ந்தார்.

அத்தனை நாட்கள் தனக்குள் குறுகிக் கிடந்தது, இந்த ஒரு நொடிக்காகத்தான் என மனம் சொல்லிக்கொண்டேயிருந்தது. முத்துவை அடிப்பதிலோ, அவனைப் பிடித்துக்கொடுப்பதிலோ

தனக்கு இந்த நிம்மதி நிச்சயம் கிடைத்திருக்காது என்பதை உணர்ந்தார். கப்பல் புறப்படத் தொடங்கியதும் நிம்மதிப் பெருமூச்சு விட்டார்.

தான் செய்த எதுவுமே தவறில்லை எனத் தோன்றியது. யோசித்துப் பார்த்தால், எல்லோருமே தன்னைப் போன்றவர்களே எனும் முடிவுக்கே வரமுடிந்தது. தன் லட்சியத்துக்காக ஜெயாவை கம்யூனிஸ்ட்டுகளுக்குச் செய்தி பகிர அனுப்பிய முத்து, மகளுக்காக பணத்தைப் பேரம்பேசி, தன் மகனை இழுத்துக்கொண்ட சுவாமி, பிழைக்க ஒரு வாய்ப்புக் கிடைத்ததும் இன்னொரு பெண்ணின் வாழ்வைக் கெடுத்த ஜெயா, மனைவி சோரம்போனதை மறந்துவிட்டு, பணத்துக்காக சுவாமியின்முன் நின்ற வெங்கட்ராமன், குழந்தைக்காக சுவாமியிடம் உறவுகொண்ட லட்சுமி, மக்களை துப்பாக்கி முனையில் மிரட்டும் கம்யூனிஸ்ட்டுகள், அதே மக்களை அடிமைகளாக நடத்தும் ராணுவம் எல்லாமே சுயநலத்தில் உழல்பவைதான் எனத் தோன்றியது. அக்கினி வளையத்தில் சாகசம் செய்யும், பழகிய ஒரு புலியைப்போல இவர்களெல்லாம், வாழ்க்கை முழுவதும் செய்யும் சாகசம் தொலைவிலிருந்து பார்த்தால் ரசிக்கத்தக்கதுதான். ஆனால் இவர்கள் புலிகள்.

கப்பல், இப்போது கடலில் மிதந்தது.

தானும் அக்கினி வளையத்தில் தாவும் புலி என்றே அவருக்குத் தோன்றியது. தாவித்தான் ஆகவேண்டும். வாழ்வதற்காக, சாகசத்தை நிகழ்த்திக்கொண்டேயிருக்க வேண்டும். சாகசம் சலிக்கும்போது புலி எவரையும் கொல்லும். கொல்லுதல் புலியின் குணம். மனிதனின் குணமும் அதுதான் என்று அவருக்கு அப்போது தோன்றியது.

...